AF765565

ഇരുട്ടിന്റെ ശക്തിയിൽ നിന്ന് വിടുവിക്കപ്പെട്ടു - വികസിപ്പിച്ച പതിപ്പ് 2025 ദൈവത്തിന്റെ മഹാശക്തിയാൽ വിതയ്ക്കപ്പെട്ട ഒരു ആഫ്രിക്കക്കാരന്റെ യഥാർത്ഥ കഥയാണിത് - എക്സ്പാൻഡഡ് എഡിഷൻ 2025

ഇരുട്ടിന്റെ ശക്തിയിൽ നിന്നുള്ള മോചനം പരമ്പര 1

എഴുതിയത്

ഇമ്മാനുവൽ എനി;
സക്കറിയാസ് ഗോഡ്സീഗിൾ ;
അംബാസഡർ തിങ്കൾ O. O gbe ;

Table of Contents

പുസ്തകത്തെക്കുറിച്ച് – ഇരുട്ടിന്റെ ശക്തിയിൽ നിന്ന് ഡെലിവേർഡ് – എക്സ്പാൻഡഡ് എഡിഷൻ

2025

വളരെ പ്രധാനമാണ് - ദൈവത്തിന്റെ മഹാശക്തിയാൽ നൽകപ്പെട്ട ഒരു ആഫ്രിക്കൻ മുൻ മന്ത്രവാദിനിയുടെ യഥാർത്ഥ കഥയാണിത്. ഈ പുസ്തകം ഒരു കെട്ടുകഥയല്ല.

ഒരുകാലത്ത് ഗൂഢവിദ്യയിൽ ആഴത്തിൽ മുഴുകിയിരുന്ന, യേശുക്രിസ്തുവിന്റെ അതുല്യമായ ശക്തിയാൽ രക്ഷിക്കപ്പെട്ട റവ. ഇമ്മാനുവൽ ആമോസ് എനിയുടെ യഥാർത്ഥ സാക്ഷ്യമാണിത്.

"നിങ്ങൾ പോകുമ്പോൾ പ്രസംഗിക്കൂ... 'സൗജന്യമായി നിങ്ങൾക്ക് ലഭിച്ചു, സൌജന്യമായി കൊടുക്കൂ.'" – മത്തായി 10:7–8
"നിങ്ങളുടെ വീട്ടിൽ നിങ്ങളുടെ സുഹൃത്തുക്കളുടെ അടുക്കൽ ചെന്ന് കർത്താവ് നിങ്ങൾക്ക് എന്തു ചെയ്തുവെന്നും അവൻ നിങ്ങളോട് എങ്ങനെ കരുണ കാണിച്ചുവെന്നും അവരോട് പറയുക." –

മർക്കോസ് 5:19

“കുഞ്ഞാടിന്റെ രക്തത്താലും അവരുടെ സാക്ഷ്യ വചനത്താലും അവർ അവനെ ജയിച്ചു.” – വെളിപ്പാട് 12:11

“അവന്റെ സാക്ഷ്യങ്ങളെ പ്രമാണിച്ചു പൂർണ്ണഹൃദയത്തോടെ അവനെ അന്വേഷിക്കുന്നവർ ഭാഗ്യവാന്മാർ.” – സങ്കീർത്തനം 119:2

“നിങ്ങൾ എന്റെ സാക്ഷികളും ഞാൻ തിരഞ്ഞെടുത്ത എന്റെ ദാസനും ആകുന്നു; നിങ്ങൾ എന്നെ അറിഞ്ഞു എന്നെ വിശ്വസിക്കയും ഞാൻ ആകുന്നു എന്നു ഗ്രഹിക്കയും ചെയ്യേണ്ടതിന്നു നിങ്ങൾ എന്റെ സാക്ഷികളും ആകുന്നു” എന്ന് കർത്താവ് അരുളിച്ചെയ്യുന്നു. എനിക്ക് മുമ്പ് ഒരു ദൈവവും ഉണ്ടായിട്ടില്ല, എന്റെ ശേഷം ഉണ്ടാകയുമില്ല.” – യെശയ്യാവ് 43:10–12

2025 വിപുലീകൃത പതിപ്പ് - ഉണർവ് തുടരുന്നു

റവ. ഇമ്മാനുവൽ ആമോസ് എനിയുടെ നാടകീയമായ വിടുതലിന് നാല് പതിറ്റാണ്ടുകൾക്ക് ശേഷവും, '*ഇരുട്ടിന്റെ ശക്തിയിൽ നിന്ന് രക്ഷിക്കപ്പെട്ടു*' എന്ന പുസ്തകം ലോകമെമ്പാടുമുള്ള നിരവധി ആളുകളെ ഉണർത്തുന്നത് തുടരുന്നു - ആഫ്രിക്ക മുതൽ ഏഷ്യ വരെയും, യൂറോപ്പ് മുതൽ

അമേരിക്ക വരെയും. ദൈവവുമായുള്ള കൂടിക്കാഴ്ചകൾ, സ്വപ്നങ്ങൾ, ദർശനങ്ങൾ, വിശുദ്ധിയോടുള്ള പുതുക്കിയ അഭിനിവേശം എന്നിവയെക്കുറിച്ച് ചെറുപ്പക്കാരും പ്രായമായവരുമായ വായനക്കാർ സാക്ഷ്യപ്പെടുത്തിയിട്ടുണ്ട്.

ഈ 2025-ലെ വിപുലീകൃത പതിപ്പ് പ്രാർത്ഥനാപൂർവ്വം ഇതിലേക്ക് അപ്ഡേറ്റ് ചെയ്തു:

1. വ്യക്തമാക്കുകയും സന്ദർഭോചിതമാക്കുകയും ചെയ്യുക

ചില വായനക്കാർ യഥാർത്ഥ കഥയിൽ പരാമർശിച്ചിരിക്കുന്ന ചില സ്ഥലങ്ങളെയും സംഭവങ്ങളെയും കുറിച്ച് ഭൂമിശാസ്ത്രപരവും ചരിത്രപരവുമായ ചോദ്യങ്ങൾ ഉന്നയിച്ചു (ഉദാഹരണത്തിന് ബെൻഡൽ, ഇമോ).
ഈ പതിപ്പിൽ, എഡിറ്റോറിയൽ അടിക്കുറിപ്പുകളും സന്ദർഭവും നൽകിക്കൊണ്ട്, ഇമ്മാനുവൽ എനിയുടെ ആധികാരിക വിവരണം ഞങ്ങൾ ശ്രദ്ധാപൂർവ്വം സംരക്ഷിച്ചിട്ടുണ്ട് - നൈജീരിയയുടെ ചരിത്രപരമായ സംസ്ഥാന അതിരുകളോ സാംസ്കാരിക പദങ്ങളോ പരിചയമില്ലാത്ത പുതിയ തലമുറയിലെ

വായനക്കാർക്ക് കഥ വിശ്വസ്തമായി തുടരുന്നുവെന്ന് ഉറപ്പാക്കുന്നു.

2. ആത്മീയ ഉൾക്കാഴ്ചയും വ്യാഖ്യാനവും ചേർക്കുക

ഈ പതിപ്പ് ഇനിപ്പറയുന്നതുപോലുള്ള വിഷയങ്ങളെക്കുറിച്ചുള്ള ആഴത്തിലുള്ള തിരുവെഴുത്ത് വിശദീകരണങ്ങൾ സംയോജിപ്പിക്കുന്നു:

- മാലാഖമാരുടെ പതനവും തിന്മയുടെ ഉത്ഭവവും
- സമുദ്ര, നിഗൂഢ ഉടമ്പടികളുടെ പ്രവർത്തനങ്ങൾ
- സാത്താന്റെ രാജ്യത്തിന്റെ ഘടനയും ദൈവത്തിന്റെ വെളിച്ചത്തിന്റെ ഗവൺമെന്റും തമ്മിലുള്ള വ്യത്യാസം.
- വാഴ്ചകളും ക്രിസ്തുവിലുള്ള വിശ്വാസികളുടെ അധികാരവും തമ്മിലുള്ള അദൃശ്യ യുദ്ധം.
- വിശ്വാസിയുടെ വിടുതൽ പ്രക്രിയ - *വെളിപ്പെടുത്തൽ, പ്രലോഭനം, ആക്രമണം, പുനഃസ്ഥാപനം*

തിരുവെഴുത്തുകളിൽ നിന്നും , ആഗോള വിടുതൽ സാക്ഷ്യങ്ങളിൽ നിന്നും , *സക്കറിയാസ് ഗോഡ്സീഗിൾ, അംബാസഡർ മണ്ടേ ഒ. ഒഗ്ബെ, കംഫർട്ട് ലാഡി*

എന്നിവരുടെ 40 ദിവസത്തെ ഭക്തിഗാനമായ **"ഇരുട്ടിൽ നിന്ന് ആധിപത്യത്തിലേക്ക്"** എന്നിവയിൽ നിന്നും എടുത്തതാണ്. *ഒഗ്ബെ* – ഈ വാല്യത്തിലുടനീളം പരാമർശിക്കപ്പെടുന്ന ഒരു സഹകൃതി.

3. യഥാർത്ഥ ആധുനിക ഏറ്റുമുട്ടലുകൾ ഉൾപ്പെടുത്തുക

ഈ പുതിയ പതിപ്പ് **"വായനക്കാരുടെ ചോദ്യങ്ങളും ആഗോള സംഭാഷണങ്ങളും" പരിചയപ്പെടുത്തുന്നു** - ഇമ്മാനുവേലിന്റെ സാക്ഷ്യം വായിച്ചതിനുശേഷം സമാനമായ ഉണർവുകൾ അനുഭവിക്കാൻ തുടങ്ങിയ ലോകമെമ്പാടുമുള്ള വിശ്വാസികളുമായുള്ള യഥാർത്ഥ ശിഷ്യത്വ സംഭാഷണങ്ങൾ. ഈ സവിശേഷതകളിൽ ഒന്നാണ് ബ്രദറിന്റെ **ശ്രദ്ധേയമായ കഥ. ഫ്രാൻസെസ്കോ എന്ന ഇറ്റാലിയൻ വിശ്വാസി, ഈ പുസ്തകത്തിലൂടെയും അദൃശ്യ ലോകത്തിന്റെ ഉജ്ജ്വലമായ വെളിപ്പെടുത്തലുകൾ ലഭിച്ചതിനുശേഷവും** *ദൈവത്തിന്റെ ഈഗിൾ മിനിസ്ട്രീസിലേക്ക്* എഴുതി . പൂർണ്ണമായി ഉൾപ്പെടുത്തിയ അദ്ദേഹത്തിന്റെ കത്തിടപാടുകൾ, പ്രാർത്ഥന, തിരുവെഴുത്ത്, പ്രവചന മാർഗനിർദേശം എന്നിവയിലൂടെ പരിശുദ്ധാത്മാവ് ഇന്ന് സാധാരണ വിശ്വാസികളെ എങ്ങനെ ശിഷ്യരാക്കുന്നു എന്നതിന്റെ മാതൃകയാണ്.

4. വിടുതലിന്റെയും കമ്മീഷൻ ചെയ്യലിന്റെയും പ്രാർത്ഥനകളാൽ സജ്ജരാകുക

പ്രധാന വിഭാഗങ്ങളുടെ അവസാനം, വായനക്കാരെ സ്വാതന്ത്ര്യത്തിലേക്ക് പടിപടിയായി നയിക്കുന്നതിനായി രൂപകൽപ്പന ചെയ്തിരിക്കുന്ന **വിടുതൽ പ്രാർത്ഥനകൾ** , **ദൈനംദിന പ്രഖ്യാപനങ്ങൾ** , **അന്തിമ നിയോഗ പ്രാർത്ഥന എന്നിവ നിങ്ങൾ കണ്ടെത്തും.** വിജയത്തിലേക്കുള്ള ഘടനാപരമായ പാത തേടുന്നവർക്കായി *ഇരുട്ടിൽ നിന്ന് ആധിപത്യത്തിലേക്കുള്ള* ഒരു പ്രത്യേക **"ഇരുട്ടിൽ നിന്ന് കുമ്പിടുന്ന പ്രാർത്ഥന"** യും 40 **ദിവസത്തെ അവബോധത്തിന്റെയും മോചനത്തിന്റെയും യാത്രയിലേക്കുള്ള** ലിങ്കും ലഭ്യമാണ് .

5. പുനഃസ്ഥാപിക്കുക, പകരം വയ്ക്കുക

ഈ പതിപ്പ് ഇമ്മാനുവൽ എനിയുടെ കഥയുടെ സത്തയെ മാറ്റുന്നില്ല. അദ്ദേഹത്തിന്റെ ശബ്ദം ഇപ്പോഴും സ്പർശിക്കപ്പെടാതെ തുടരുന്നു - അദ്ദേഹത്തിന്റെ സാക്ഷ്യം ഇപ്പോഴും അസംസ്കൃതമായ ആധികാരികതയും ദിവ്യശക്തിയും കൊണ്ട് നിറഞ്ഞിരിക്കുന്നു.

എന്നിരുന്നാലും , അധിക ഉൾക്കാഴ്ചകൾ അദ്ദേഹത്തിന്റെ അനുഭവത്തിന് പിന്നിലെ ആഴമേറിയ അർത്ഥത്തെ പ്രകാശിപ്പിക്കുന്നു, അദ്ദേഹത്തെ വിടുവിച്ച അതേ ദൈവം ഇന്നും രാഷ്ട്രങ്ങളിലുടനീളം മറ്റുള്ളവരെ എങ്ങനെ വിടുവിക്കുന്നുവെന്ന് കാണിക്കുന്നു.

ഇത് ഇപ്പോൾ പ്രധാനമായിരിക്കുന്നത് എന്തുകൊണ്ട്?

ഇരുട്ട് ഇനി മറഞ്ഞിരിക്കാത്ത ഒരു തലമുറയിലാണ് നാം ജീവിക്കുന്നത് - അത് സ്വയം വിപണനം ചെയ്യുന്നു. എന്നിട്ടും ദൈവം തന്റെ സാക്ഷികളെ വീണ്ടും ഉയർത്തുന്നു, വഞ്ചനയിൽ നിന്ന് പുരുഷന്മാരെയും സ്ത്രീകളെയും ആധിപത്യത്തിലേക്ക് വിളിക്കുന്നു. ഈ പുസ്തകം കാലത്തേക്കുള്ള ഒരു പ്രവചന കാഹളമായി തുടരുന്നു - മറഞ്ഞിരിക്കുന്നതിനെ തുറന്നുകാട്ടുന്നു, സഹിക്കാവുന്നതിനെ നേരിടുന്നു, വിശ്വാസികളെ വിവേചനത്തിലും വിജയത്തിലും നടക്കാൻ പ്രാപ്തരാക്കുന്നു.

ഈ പേജുകൾ മറിക്കുന്ന ഓരോ വായനക്കാരനും ഇമ്മാനുവൽ എനിയെ രക്ഷിച്ച അതേ പരിവർത്തന കൃപ അനുഭവിക്കട്ടെ - **അന്ധകാരത്തിൽ നിന്ന് വിടുവിക്കപ്പെട്ട് അവന്റെ അത്ഭുതകരമായ**

വെളിച്ചത്തിലേക്ക് അയയ്ക്കപ്പെട്ടവരുടെ ആഗോള കൂട്ടായ്മയിൽ ചേരട്ടെ.

"സമാധാനത്തിന്റെ ദൈവം വേഗത്തിൽ സാത്താനെ നിങ്ങളുടെ കാൽക്കീഴെ ചതച്ചുകളയും." —**റോമർ** 16:20.

എഴുത്തുകാരനെ കുറിച്ച്

(2025 വിപുലീകൃത പതിപ്പ് - എഡിറ്റോറിയൽ ഉൾക്കാഴ്ചകളും വ്യാഖ്യാനങ്ങളും സഹിതം)

എന്റെ പേര് **ഇമ്മാനുവൽ എനി** - ഇത് എന്റെ ജീവിതത്തിനുമേലുള്ള ദൈവത്തിന്റെ കരുണയുടെയും കൃപയുടെയും അചഞ്ചലമായ സ്നേഹത്തിന്റെയും യഥാർത്ഥ ജീവിത കഥയാണ്.

ബൈബിൾ പറയുന്നു, *"ബാലൻ നടക്കേണ്ട വഴിയിൽ അവനെ അഭ്യസിപ്പിക്ക; അവൻ വൃദ്ധനായാലും അതു വിട്ടുമാറുകയില്ല"* (സദൃശവാക്യങ്ങൾ 22: 6).

"ഞാൻ നിനക്കു ചെയ്തതിന് സാക്ഷ്യം പറയൂ" എന്ന് എന്നോട് പറഞ്ഞ കർത്താവായ യേശുക്രിസ്തുവിന്റെ കൽപ്പന അനുസരിച്ചുകൊണ്ട് എഴുതിയ ദൈവത്തിന്റെ ശക്തവും അത്ഭുതകരവും നിഗൂഢവുമായ പ്രവൃത്തികളുടെ കഥയാണിത്.

പലപ്പോഴും നിർഭാഗ്യത്തെ വിധിയുടെ ഒരു പ്രവൃത്തിയായിട്ടാണ് നമ്മൾ കാണുന്നത്, അത് മാറ്റാൻ കഴിയില്ല. ഒരു പരിധി വരെ ഇത്

ശരിയാണ്, പക്ഷേ ഒരു ദൈവമകനെ സംബന്ധിച്ചിടത്തോളം, ഓരോ ജീവിതവും ദൈവികമായി ആസൂത്രണം ചെയ്യപ്പെട്ടതാണ് (സദൃശവാക്യങ്ങൾ 16: 9). ആ പദ്ധതി പൂർത്തീകരിക്കപ്പെടുമോ ഇല്ലയോ എന്നത് നിരവധി കാര്യങ്ങളെ ആശ്രയിച്ചിരിക്കുന്നു - ദൈവത്തോടുള്ള വ്യക്തിയുടെ അടുപ്പം, ജീവിതത്തിന്റെ ആത്യന്തിക ലക്ഷ്യത്തെക്കുറിച്ചുള്ള അവരുടെ ഗ്രാഹ്യം, അവരുടെ ആത്മീയ രൂപീകരണത്തെ രൂപപ്പെടുത്തുന്ന പരിസ്ഥിതി.

ഓരോ ജീവിതത്തിന്റെയും ഗതി ബാഹ്യശക്തികളാൽ നിരന്തരം വെല്ലുവിളിക്കപ്പെടുന്നു. നമ്മുടെ **ഇച്ഛാശക്തി** - നല്ലതിനോ തിന്മയ്ക്കോ വേണ്ടി - നാം കീഴടങ്ങുമ്പോഴാണ് പ്രതിസന്ധി ഉണ്ടാകുന്നത്. ദൈവത്തെ അനുസരിക്കാനുള്ള ഇച്ഛാശക്തിയാണ് നവജാത വിശ്വാസിയുടെ ഏറ്റവും വലിയ ശക്തി, അതേസമയം അനുസരണക്കേട് കാണിക്കാനുള്ള ഇച്ഛാശക്തിയാണ് പാപിയുടെ കൈകളിലെ ഏറ്റവും വിനാശകരമായ ശക്തി.

ലോകത്തിൽ ഒറ്റപ്പെട്ട ഒരു കുട്ടിയെ ഉടൻ തന്നെ രണ്ട് ശക്തികളിൽ ഒന്ന് ഭരിക്കും: **നന്മയോ തിന്മയോ , വെളിച്ചമോ ഇരുട്ടോ , ദൈവമോ പിശാചോ** . ഏത് യജമാനനെ സേവിക്കണമെന്ന് ഓരോ ആത്മാവും

തിരഞ്ഞെടുക്കണം. അതുകൊണ്ടാണ് തിരുവെഴുത്ത് പറയുന്നത്, *"ഒരു കുട്ടി പോകേണ്ട വഴിയിൽ അവനെ പരിശീലിപ്പിക്കുക, അവൻ വളരുമ്പോൾ അവൻ അതിൽ നിന്ന് അകന്നുപോകുകയില്ല."*

ഒരു കുട്ടിയുടെ ഹൃദയത്തോട് ഏറ്റവും അടുപ്പമുള്ളതും പ്രിയപ്പെട്ടതുമായ വ്യക്തി അവന്റെ അമ്മയാണെന്ന് നിങ്ങൾ സമ്മതിക്കും. എന്നിരുന്നാലും, ഒരു അനാഥൻ ഇരട്ടി ദുർബലനാണ് - ശാരീരികമായും ആത്മീയമായും. ഒരു അമ്മ ശരീരത്തെയും ആത്മാവിനെയും സംരക്ഷിക്കുന്നു; മാതാപിതാക്കൾ രണ്ടുപേരും നഷ്ടപ്പെടുമ്പോൾ, പ്രത്യേകിച്ച് നിഗൂഢമായ സാഹചര്യങ്ങളിൽ, കുട്ടി ഇരുട്ടിന്റെ ആക്രമണങ്ങൾക്ക് വിധേയമാകുന്നു.

അമേരി എന്ന ചെറിയ ഗ്രാമത്തിലാണ്. **ഇറീഗ്ബു ബെൻഡെ ലോക്കൽ ഗവൺമെന്റിൽ (ഇപ്പോൾ അബിയ സംസ്ഥാനത്തിന്റെ ഭാഗമായിരുന്നു , പക്ഷേ ഈ കഥ നടക്കുന്ന സമയത്ത് ഇമോ സംസ്ഥാനത്തിന്റെ ഭാഗമായിരുന്നു) സ്ഥിതി ചെയ്യുന്ന ഓസു ഐറ്റം** . എന്റെ മാതാപിതാക്കൾ സമ്പന്നരിൽ ഉണ്ടായിരുന്നില്ല, എന്നിട്ടും എന്റെ പിതാവിന് എന്റെ മുത്തച്ഛനിൽ നിന്ന് നാല്പത്തിരണ്ട് ഹെക്ടർ ഭൂമി പാരമ്പര്യമായി ലഭിച്ചു - ഞങ്ങളുടെ

കുടുംബ ചരിത്രത്തിലെ ഏറ്റവും വലിയ ദുരന്തമായി മാറിയ ഒരു അനുഗ്രഹം.

ഈ പാരമ്പര്യം കാരണം, എന്റെ അച്ഛനോട് അടുത്തും അകലെയുമുള്ള ബന്ധുക്കൾ അസൂയപ്പെട്ടു. എനിക്ക് അന്ന് അത് മനസ്സിലായില്ല, പക്ഷേ അസൂയയും അത്യാഗ്രഹവും പൈശാചികമായ വെറുപ്പും നാശവും ഞങ്ങളുടെ വീട്ടിലേക്ക് പ്രവേശിക്കാനുള്ള വാതിലായി മാറി. സാധാരണ അസൂയയായി തുടങ്ങിയത് പെട്ടെന്ന് എന്റെ ജീവിതത്തിന്റെ ഗതിയെ എന്നെന്നേക്കുമായി മാറ്റിമറിച്ച വിചിത്ര സംഭവങ്ങളായി വളർന്നു.

സമർപ്പണം

പിതാവും പുത്രനും പരിശുദ്ധാത്മാവുമായ ദൈവത്തിന്റെ മഹത്വത്തിനായി - അന്ധകാരത്തിൽ നിന്ന് നമ്മെ രക്ഷിക്കുകയും തന്റെ അത്ഭുതകരമായ വെളിച്ചത്തിലേക്ക് വിളിക്കുകയും ചെയ്യുന്നവൻ.

നമ്മുടെ കർത്താവും രക്ഷകനുമായ യേശുക്രിസ്തുവിന് സമർപ്പിക്കുന്നു , ലോകത്തിന്റെ പാപം നീക്കുന്ന ദൈവത്തിന്റെ കുഞ്ഞാട്. അവന്റെ കരുണ

അന്ധകാരത്തിന്റെ ആഴങ്ങളിലേക്ക് എത്തി, ഒരിക്കൽ നഷ്ടപ്പെട്ടുപോയെങ്കിലും ഇപ്പോൾ ഉദ്ദേശ്യത്തോടെ ജ്വലിക്കുന്ന ഒരു ആത്മാവിന് വീണ്ടെടുപ്പ് കൊണ്ടുവന്നു.

അന്ധകാരത്തിന്റെ മറഞ്ഞിരിക്കുന്ന പ്രവൃത്തികൾ വെളിപ്പെടുത്താനുള്ള ധൈര്യം തലമുറകളെ പ്രബുദ്ധരാക്കുകയും സത്യത്തിന്റെ ശക്തിയിലൂടെ ബന്ദികളെ വിടുവിക്കുകയും ചെയ്ത റവ. ഇമ്മാനുവൽ ആമോസ് എനിയ്ക്ക്. സ്വർഗ്ഗീയ ദർശനത്തോടുള്ള നിങ്ങളുടെ അനുസരണം ജനതകൾക്ക് പ്രത്യാശയുടെയും മുന്നറിയിപ്പിന്റെയും ഒരു ദീപസ്തംഭമായി തുടരുന്നു .

യേശുക്രിസ്തുവിന്റെ ശക്തിയാൽ വിടുവിക്കപ്പെട്ട എല്ലാവർക്കും, നിങ്ങളുടെ സ്വാതന്ത്ര്യം ഇപ്പോഴും ബന്ധനങ്ങളിൽ കഴിയുന്ന മറ്റുള്ളവർക്ക് ഒരു സാക്ഷ്യമായി മാറട്ടെ.

പ്രാർത്ഥിക്കുന്ന സഭയ്ക്ക് - ക്രിസ്തുവിന്റെ മണവാട്ടിക്ക് -
ഈ വിവരണം വിശുദ്ധിക്കും, ജാഗ്രതയ്ക്കും, കാരുണ്യത്തിനും വേണ്ടിയുള്ള നിങ്ങളുടെ അഗ്നിയെ വീണ്ടും ജ്വലിപ്പിക്കട്ടെ.

"കാണാതെ പോയതിനെ അന്വേഷിച്ചു രക്ഷിക്കാനാണല്ലോ മനുഷ്യപുത്രൻ വന്നത്."
(ലൂക്കോസ് 19:10)

അംഗീകാരങ്ങൾ

അഗാധമായ നന്ദിയോടെ, ഞങ്ങൾ അംഗീകരിക്കുകയും ബഹുമാനിക്കുകയും ചെയ്യുന്നു:

- **റവ. ഇമ്മാനുവൽ ആമോസ് എനി.** നിങ്ങളുടെ സാക്ഷ്യം ഒരു ദിവ്യ കാഹളമായി തുടരുന്നു - വിശ്വാസികളെ ആത്മീയ യാഥാർത്ഥ്യങ്ങളിലേക്ക് ഉണർത്തുകയും യേശുക്രിസ്തുവിന്റെ മേധാവിത്വത്തെ മഹത്വപ്പെടുത്തുകയും ചെയ്യുന്നു. ദൈവത്തിന്റെ കരുണയ്ക്ക് അപ്പുറത്തേക്ക് ഒരു ഇരുട്ടും കടക്കില്ലെന്ന് നിങ്ങളുടെ ജീവിതം തെളിയിച്ചുകൊണ്ടിരിക്കുന്നു.
- **യേശുക്രിസ്തു** - അവന്റെ ശക്തി എല്ലാ ചങ്ങലകളും തകർക്കുന്നു, എല്ലാ മുറിവുകളും സുഖപ്പെടുത്തുന്നു, നഷ്ടപ്പെട്ടവർക്ക് ലക്ഷ്യം പുനഃസ്ഥാപിക്കുന്നു.
- സത്യത്തിന്റെ വെളിപ്പെടുത്തലും വീണ്ടെടുക്കപ്പെട്ടവരുടെ പരിപാലകനുമായ **പരിശുദ്ധാത്മാവ് - ക്രിസ്തുവിനെ ആത്മാർത്ഥതയോടെ അനുഗമിക്കുന്ന എല്ലാവരെയും ബോധ്യപ്പെടുത്തുകയും ശക്തിപ്പെടുത്തുകയും ആശ്വസിപ്പിക്കുകയും ചെയ്യുന്നു.**

- **വിശ്വസ്തരായ ശുശ്രൂഷകരും മധ്യസ്ഥരും യേശുക്രിസ്തുവിന്റെ ശിഷ്യന്മാരും** രാഷ്ട്രങ്ങളിലുടനീളം ഉണ്ട്. നീതിക്കുവേണ്ടിയുള്ള നിങ്ങളുടെ നിലപാട് അന്ധകാരരാജ്യത്തെ ഇളക്കുന്നു.
- **ക്രിസ്തുവിന്റെ ആഗോള ശരീരം** ആത്മീയ ജാഗ്രതയിലേക്കും, നഷ്ടപ്പെട്ടവരോടുള്ള അനുകമ്പയിലേക്കും, ജീവിതത്തിലും ഉപദേശത്തിലും വിശുദ്ധിയോടുള്ള പ്രതിബദ്ധതയിലേക്കും നയിക്കുന്നു.
- *"ദൈവവചനം കൊണ്ട് ജനതകളെ വിതയ്ക്കുക - ഒരു സമയം ഒരു ജീവിതം"* എന്ന ദൗത്യം നിർവ്വഹിക്കുന്ന **അംബാസഡർ മണ്ടേ ഒ. ഒഗ്ബെയുടെ** നേതൃത്വത്തിൽ, *ഗോഡ്സ് ഈഗിൾ മിനിസ്ട്രീസ് (ജിഇഎം) , ഒട്ടകാഡ.ഓർഗ്* എന്നിവയിലെ **പ്രസിദ്ധീകരണ, പുനഃസ്ഥാപന സംഘം** ഈ സാക്ഷ്യത്തിന്റെ വെളിച്ചം ഭൂമിയുടെ എല്ലാ കോണുകളിലും എത്തുന്നുവെന്ന് ഉറപ്പാക്കുന്നു.
- സത്യവും പ്രത്യാശയും ആവശ്യമുള്ള ഒരു ലോകത്തിലേക്ക് പ്രാർത്ഥന, ദാനം, പ്രോത്സാഹനം എന്നിവയിലൂടെ മോചനത്തിന്റെയും ശിഷ്യത്വത്തിന്റെയും പരിവർത്തനത്തിന്റെയും സന്ദേശങ്ങൾ

എത്തിക്കുന്നത് സാധ്യമാക്കുന്ന
ലോകമെമ്പാടുമുള്ള പങ്കാളികളും
പിന്തുണക്കാരും .

ഒടുവിൽ, എല്ലാ കൃതജ്ഞതയും എന്നേക്കും
വാഴുന്നവന്റെ അടുക്കലേക്ക് മടങ്ങുന്നു
- ആൽഫയും ഒമേഗയും, ആദ്യനും അന്ത്യനും,
എല്ലാ കാൽമുട്ടുകളും മടങ്ങുകയും എല്ലാ
നാവും
യേശുക്രിസ്തു കർത്താവാണെന്ന്
ഏറ്റുപറയുകയും ചെയ്യും.

*"നമ്മെ സ്നേഹിക്കുന്നവനും തന്റെ
രക്തത്താൽ നമ്മുടെ പാപങ്ങളിൽ നിന്ന് നമ്മെ
മോചിപ്പിച്ചവനും,
തന്റെ പിതാവായ ദൈവത്തെ
സേവിക്കേണ്ടതിന് നമ്മെ ഒരു രാജ്യവും
പുരോഹിതന്മാരും
ആക്കിത്തീർത്തവനുമായവന് -
എന്നെന്നേക്കും മഹത്വവും ശക്തിയും
ഉണ്ടാകട്ടെ. ആമേൻ."
(വെളിപ്പാട് 1:5-6)*

പ്രസാധകനെക്കുറിച്ച് – ഗോഡ്സ് ഈഗിൾ മിനിസ്ട്രീസ് – Otakada.org

"രാഷ്ട്രങ്ങളെ വിതയ്ക്കൽ, ജീവിതങ്ങളെ പരിവർത്തനം ചെയ്യൽ."

ദൈവത്തിന്റെ ഈഗിൾ മിനിസ്ട്രീസ് (GEM) - Otakada.org *എന്നും അറിയപ്പെടുന്നു - ദൈവവചനത്തിന്റെ കാലാതീതമായ സത്യത്തിലൂടെ ജനതകൾക്ക് രോഗശാന്തി, വിടുതൽ, ശിഷ്യത്വം, പുനഃസ്ഥാപനം എന്നിവ എത്തിക്കുന്നതിന് പ്രതിജ്ഞാബദ്ധമായ ഒരു ആത്മാവിന്റെ നേതൃത്വത്തിലുള്ള, അതിരുകളില്ലാത്ത ക്രിസ്ത്യൻ പ്രസ്ഥാനവും മാധ്യമ പ്ലാറ്റ്ഫോമുമാണ്.*

മതിലുകളോ അതിരുകളോ വിഭാഗങ്ങളോ ഇല്ലാത്ത ഒരു സഭയാണ് ഞങ്ങൾ, യോഹന്നാൻ 17:21–23-*ലെ യേശുവിന്റെ ആഹ്വാനത്തിന് ഉത്തരം നൽകുന്നു - "എല്ലാവരും ഒന്നായിരിക്കേണ്ടതിന്."*

ഞങ്ങളുടെ ദർശനം

ഒരു ഏകീകൃത ക്രിസ്തീയ ലോകം കെട്ടിപ്പടുക്കാൻ - വിശ്വാസികൾ ആത്മീയ ഐക്യത്തിൽ നടക്കുന്ന, സത്യത്താൽ ശാക്തീകരിക്കപ്പെട്ട, പരിശുദ്ധാത്മാവിനാൽ നയിക്കപ്പെട്ട, അനുസരണത്തെ അടിസ്ഥാനമാക്കിയുള്ള ശിഷ്യത്വത്തിലൂടെ രൂപാന്തരപ്പെട്ട ഒരു ലോകം.

ഞങ്ങളുടെ ദൗത്യം

"ദൈവവചനം കൊണ്ട് ജനതകളെ വിതയ്ക്കാൻ - ഓരോ ജീവിതം വീതം."

"Delivered from the Power of Darkness" പോലുള്ള പുസ്തകങ്ങളിലൂടെ, GEM യേശുവിന്റെ വെളിച്ചം ഇരുണ്ട സ്ഥലങ്ങളിലേക്ക് പ്രകാശിപ്പിക്കുകയും, രക്ഷിക്കാനും, സുഖപ്പെടുത്താനും, വിടുവിക്കാനുമുള്ള അവന്റെ ശക്തി വെളിപ്പെടുത്തുകയും ചെയ്യുന്നു.
ഞങ്ങൾ ഇത് ചെയ്യുന്നത്:

- 66- ലധികം രാജ്യങ്ങളിൽ ക്രിസ്തീയ ശിഷ്യത്വത്തെയും വിടുതൽ ഉറവിടങ്ങളെയും കുറിച്ചുള്ള പ്രസിദ്ധീകരണവും വിതരണവും.
- Otakada.org- ൽ 40 ദിവസത്തെ ഓട്ടോമേറ്റഡ് ശിഷ്യത്വ യാത്ര ഹോസ്റ്റ് ചെയ്യുന്നു.

- ആഗോള കൗൺസിലിംഗ്, പ്രാർത്ഥന, രോഗശാന്തി, വിടുതൽ ശുശ്രൂഷകളിൽ ഏർപ്പെടുന്നു.
- ക്രിസ്തുവിന്റെ ശരീരത്തെ ഐക്യത്തിനും പക്വതയ്ക്കും വേണ്ടി സജ്ജമാക്കുന്നതിന് അഞ്ച് മടങ്ങ് ശുശ്രൂഷാ ദാനങ്ങളുമായി പങ്കാളിത്തം.
- ലോകമെമ്പാടും 2 ദശലക്ഷത്തിലധികം ക്രിസ്ത്യൻ കേന്ദ്രീകൃത ഉള്ളടക്കങ്ങൾ സൃഷ്ടിക്കുകയും പ്രചരിപ്പിക്കുകയും ചെയ്യുന്നു.

ഞങ്ങളുടെ പ്രധാന മൂല്യങ്ങൾ

ധൈര്യം • സമഗ്രത • മികവ് • നിർഭയത്വം • സർഗ്ഗാത്മകത • വേഗത • ദാനധർമ്മം

ഞങ്ങളുടെ അഭിനിവേശം

ക്രിസ്തുവിൽ - ആത്മാവ്, ആത്മാവ്, ശരീരം - പൂർണ്ണ സ്വാതന്ത്ര്യം അനുഭവിക്കാൻ വിശ്വാസികളെ സഹായിക്കുന്നതിൽ ഞങ്ങൾ അഭിനിവേശമുള്ളവരാണ്. "ഇരുട്ടിന്റെ ശക്തിയിൽ നിന്ന് വിടുവിക്കപ്പെട്ടു" പോലുള്ള യഥാർത്ഥ ജീവിത സാക്ഷ്യങ്ങളിലൂടെ, എല്ലാത്തരം അടിമത്തത്തിനുമെതിരെ കുരിശിന്റെ വിജയവും പരിശുദ്ധാത്മാവിന്റെ രൂപാന്തര ശക്തിയും ഞങ്ങൾ പ്രഖ്യാപിക്കുന്നു.

നമ്മൾ ചെയ്യുന്ന കാര്യങ്ങളുടെ ഏഴ് പ്രധാന പ്രകടനങ്ങൾ

1. ***സഭകളോടുള്ള ഐക്യത്തിന്റെ സന്ദേശവുമായി ഇടപഴകൽ:*** *വ്യത്യസ്ത വിഭാഗങ്ങളുമായി ഞങ്ങൾ ഇടപഴകുന്നു, പരസ്പരം ഇടപഴകാൻ അവരെ പ്രേരിപ്പിക്കുന്നു.*
2. ***വാർഷിക പ്രാർത്ഥനയും ഉപവാസവും:*** *എല്ലാ വർഷവും, ഐക്യം, ഉണർവ്വ്, ശിഷ്യത്വം എന്നീ പ്രധാന വിഷയങ്ങളിൽ സഭയ്ക്കും നേതൃത്വത്തിനും വേണ്ടി മധ്യസ്ഥത വഹിക്കുന്നതിനായി ഞങ്ങൾ 40 ദിവസങ്ങൾ (മാർച്ച് 17 - ഏപ്രിൽ 26) സമർപ്പിക്കുന്നു .*
3. ***പ്രസിദ്ധീകരണം:*** *ഞങ്ങൾ രചിച്ച 65 -ലധികം ശിഷ്യത്വ പുസ്തകങ്ങളും മറ്റ് ക്രിസ്ത്യൻ എഴുത്തുകാർക്കായി 100-ലധികം ശീർഷകങ്ങളും 66 രാജ്യങ്ങളിലായി വിതരണം ചെയ്തിട്ടുണ്ട് .*
4. ***ആഗോള ഉള്ളടക്ക വിതരണം:*** *വൈവിധ്യമാർന്ന അഞ്ച് മടങ്ങ് ശുശ്രൂഷാ ദാനങ്ങളിൽ നിന്ന് ഞങ്ങൾ 2 ദശലക്ഷത്തിലധികം ക്രിസ്തീയ വിഭവങ്ങൾ സൃഷ്ടിക്കുകയും,*

സമാഹരിക്കുകയും, വിതരണം ചെയ്യുകയും ചെയ്തിട്ടുണ്ട്.

5. ***യേശുവുമായുള്ള 40 ദിവസത്തെ ഓട്ടോമേറ്റഡ് ശിഷ്യത്വം:*** **Otakada.org-** *ൽ ഹോസ്റ്റ് ചെയ്തിരിക്കുന്ന ഒരു ഗൈഡഡ് യാത്ര, ലോകമെമ്പാടുമുള്ള വിശ്വാസികൾക്ക് ആക്സസ് ചെയ്യാൻ കഴിയും.*
6. ***കൗൺസിലിംഗും പുനഃസ്ഥാപനവും:*** ***ദൈവം രോഗശാന്തി, വിടുതൽ,*** *പുനഃസ്ഥാപനം -* ***ആത്മാവ്, ആത്മാവ്, ശരീരം എന്നിവ കൊണ്ടുവരുമ്പോൾ,*** *ആഗോളതലത്തിൽ (വെബ് + നേരിട്ട്) ക്രിസ്ത്യാനികളെ ഞങ്ങൾ ഉപദേശിക്കുന്നു.*
7. ***പ്രവാചക പ്രവൃത്തി:*** *പരിശുദ്ധാത്മാവിന്റെ നേതൃത്വത്തിൽ, നാം പ്രവാചക പ്രവർത്തനങ്ങളും കർത്താവിനുള്ള പ്രദേശിക സമർപ്പണങ്ങളും നടത്തുന്നു.*

ഐക്യത്തെക്കുറിച്ച് ഒരു ബിറ്റ് (ബൈബിൾ വ്യക്തത)

- **ആത്മാവിന്റെ ഐക്യം (എഫെസ്യർ 4:3): വിശ്വാസികൾക്കിടയിൽ ഒരു** *വർത്തമാനകാല യാഥാർത്ഥ്യം* - എളിമ, സ്നേഹം, സമാധാനബന്ധം

എന്നിവയിലൂടെ സംരക്ഷിക്കപ്പെടുന്നു. നമ്മൾ അത് സൃഷ്ടിക്കുന്നില്ല; നമ്മൾ അത് **സംരക്ഷിക്കുന്നു** .

- **വിശ്വാസത്തിന്റെ ഐക്യം (എഫെസ്യർ** 4:13): **അനുസരണത്തിൽ അധിഷ്ഠിതമായ ശിഷ്യത്വത്തിലൂടെ** ദൈവപുത്രനെക്കുറിച്ചുള്ള **പരിജ്ഞാനത്തിൽ** സഭ പക്വത പ്രാപിക്കുമ്പോൾ കൈവരിക്കുന്ന ഒരു *വളർച്ചാ ലക്ഷ്യം* .

ഇതിനർത്ഥം നമ്മുടെ ഐക്യം (**ആത്മാവിൽ**) **ബന്ധപരവും** (ക്രിസ്തുസമാന **പക്വതയിലേക്ക്) രൂപീകൃതവുമാണ്** - ഒരിക്കലും വെറും ഏകീകൃതതയല്ല, മറിച്ച് വിഭാഗങ്ങളിലും രാജ്യങ്ങളിലും **യേശുവിലുള്ള ഐക്യമാണ്** .

ഞങ്ങളുടെ ആഗോള വ്യാപ്തി

- ***അംബാസഡർ തിങ്കളാഴ്ച ഒ. ഒഗ്ബെയും ജെം ടീമും രചിച്ച*** *500-ലധികം* ***പുസ്തകങ്ങൾ***
- *66+* ***രാജ്യങ്ങളിൽ*** *സജീവ സാന്നിധ്യം*.
- ***ഓൺലൈനായും ഓഫ്‌ലൈനായും*** *പ്രതിമാസം 500,000+* ***ആളുകളുടെ എത്തിച്ചേരൽ***
- *ഉണർവ്വ്, ഐക്യം, പുനഃസ്ഥാപനം എന്നിവയ്ക്കായി* ***വാർഷിക*** *40*

ദിവസത്തെ ആഗോള പ്രാർത്ഥനയും ഉപവാസവും (മാർച്ച് 17 - ഏപ്രിൽ 26)

🔗 **ഞങ്ങളുടെ ശുശ്രൂഷാ പ്ലാറ്റ്ഫോമുകൾ**

- Otakada.org – *ശിഷ്യത്വം, വിടുതൽ, പ്രാർത്ഥന, പ്രവാചക ശുശ്രൂഷ*
- Shop.Otakada.org – *പുസ്തകങ്ങൾ, ഇ-കോഴ്സുകൾ, ക്രിസ്തീയ വളർച്ചാ ഉപകരണങ്ങൾ*
- **ആമസോൺ രചയിതാവിന്റെ പേജുകൾ:**
    - *സക്കറിയാസ് ഗോഡ്സീഗിൾ / അംബാസഡർ തിങ്കളാഴ്ച ഒ. ഒഗ്ബെ – പേജ് 1* - *https://www.amazon.com/stores/Zacharias-Godseagle/author/B0FCZ89D4K*
    - *അംബാസഡർ തിങ്കളാഴ്ച ഒ. ഒഗ്ബെ - പേജ് 2* *https://www.amazon.com/stores/author/B07MSBPFNX/allbooks*
- **YouTube ചാനലുകൾ:**
    - *ദൈവത്തിന്റെ കഴുകൻ ശുശ്രൂഷകൾ (പ്രധാനം)* *https://www.youtube.com/@godseagleministries* – **പഠിപ്പിക്കലുകളും സാക്ഷ്യങ്ങളും**
    - *അംബാസഡർ തിങ്കളാഴ്ച ഒ. ഒഗ്ബെ (ഏറ്റവും പുതിയത്)* *https://www.youtube.com/@AmbassadorM*

ondayogbe – ഫിലിംസും ആഗോള സുവിശേഷീകരണവും

ഞങ്ങളുമായി ബന്ധപ്പെടുക

ഇമെയിൽ: ambassador@otakada.org
വാട്ട്സ്ആപ്പ് / ഫോൺ: +1 804-778-2759 (വാട്ട്സ്ആപ്പ്) | +1 302-492-2440 | +234-803-283-5348 (വാട്ട്സ്ആപ്പ്)
ബ്ലോഗ്: otakada.org/blog
പങ്കാളി അല്ലെങ്കിൽ സമ്മാനം: ഇവിടെ ക്ലിക്ക് ചെയ്യുക

ഞങ്ങളുടെ ആഗോള സാന്നിധ്യം

- **ഈസ്റ്റ് കോസ്റ്റ് യുഎസ്എ:** 3825 ലങ്കാസ്റ്റർ പൈക്ക്, വിൽമിംഗ്ടൺ, ഡിഇ
- **ഈസ്റ്റ് കോസ്റ്റ് യുഎസ്എ:** 4510 ബർക്ക്സ് പ്രോമിസ് ഡ്രൈവ്, ബോവി, മേരിലാൻഡ്
- **വെസ്റ്റ് കോസ്റ്റ് USA:** 1985 Del Amo Blvd, Torrance, CA
- **വെസ്റ്റ് ആഫ്രിക്ക ആസ്ഥാനം:** 8 സഹാബ റെസിഡൻസ്, ലുഗ്ബെ, അബുജ
- **പശ്ചിമാഫ്രിക്ക ആസ്ഥാനം:** 14 ഒലാലെരെ ക്ലോസ്, മില്യണയർ ക്വാർട്ടേഴ്സിന് പുറത്ത്, ജോസ് നോർത്ത്, ജോസ്, പീഠഭൂമി സംസ്ഥാനം.

പ്രസാധക നേതൃത്വ കോൺടാക്റ്റ്

അംബാസഡർ മണ്ടേ ഒ. ഒഗ്ബെ , ഓമനപ്പേര് -
സക്കറിയാസ് ഗോഡ്സീഗിൾ

സ്ഥാപകൻ, രചയിതാവ്, സഞ്ചാര
പ്രസംഗകൻ
- ദൈവത്തിന്റെ കഴുകൻ ശുശ്രൂഷകൾ -
മതിലുകളോ അതിർത്തികളോ വിഭാഗങ്ങളോ
ഇല്ലാത്ത ഒരു സഭ.

"നമുക്ക് ഒരുമിച്ച് ശരീരം പണിയാം,
തകർന്നവരെ സുഖപ്പെടുത്താം, സഭയെ
ഒന്നിപ്പിക്കാം - അവന്റെ ആത്മാവിനാൽ!"
ശാലോം!

എഡിറ്ററുടെ ആമുഖം — 2025
പുനഃസ്ഥാപിച്ച &
വികസിപ്പിച്ച പതിപ്പ്

"കുഞ്ഞാടിന്റെ രക്തം ഹേതുവായിട്ടും തങ്ങളുടെ സാക്ഷ്യവചനം ഹേതുവായിട്ടും അവർ അവനെ ജയിച്ചു." –വെളിപ്പാടു 12:11 .

നാല് പതിറ്റാണ്ടുകൾക്ക് മുമ്പ്, യേശുക്രിസ്തുവിന്റെ തടയാനാവാത്ത കാരുണ്യത്താൽ
ഇമ്മാനുവൽ എനി എന്ന എളിയ മനുഷ്യൻ ഇരുട്ടിന്റെ ആഴങ്ങളിൽ നിന്ന് പുറത്തെടുത്തു.
ഒരിക്കൽ ലളിതമായ ലഘുലേഖകളിൽ അച്ചടിച്ച് ആഫ്രിക്കയിലുടനീളം കൈകോർത്ത് കൈമാറിയ അദ്ദേഹത്തിന്റെ കഥ പിന്നീട് എല്ലാ ഭൂഖണ്ഡങ്ങളിലും എത്തി, ഹൃദയങ്ങളെ പരിവർത്തനം ചെയ്തു, വഞ്ചന തുറന്നുകാട്ടി, മനുഷ്യാത്മാക്കൾക്കുവേണ്ടിയുള്ള അദൃശ്യ യുദ്ധത്തിലേക്ക് സഭയെ ഉണർത്തി.

ഈ 2025 പുനഃസ്ഥാപിച്ച & വികസിപ്പിച്ച പതിപ്പ് ഒരു പുനരാലേഖനമല്ല, മറിച്ച് ഒരു *പുനർപ്രകാശമാണ്*.
ആധുനിക വേഷത്തിൽ അതേ പുരാതന ശക്തികളെ അഭിമുഖീകരിക്കുന്ന ഒരു പുതിയ തലമുറയ്ക്കായി വ്യക്തത,

പരിശോധിച്ചുറപ്പിച്ച സന്ദർഭം, തിരുവെഴുത്ത് ആഴം എന്നിവ ചേർക്കുന്നതിനൊപ്പം, ഇമ്മാനുവൽ എനിയുടെ ശബ്ദത്തിന്റെ ആധികാരികത ഞങ്ങൾ ശ്രദ്ധാപൂർവ്വം സംരക്ഷിച്ചിട്ടുണ്ട്.

ഇന്ന്, ഇരുട്ട് പുതിയ വസ്ത്രങ്ങൾ ധരിക്കുന്നു - സാങ്കേതികവിദ്യ, വിനോദം, രഹസ്യ ഉടമ്പടികൾ, സ്വയം ആരാധന. എന്നിട്ടും യുദ്ധം അതേപടി തുടരുന്നു. ഇവിടെ ചേർത്തിരിക്കുന്ന സാക്ഷ്യങ്ങളും ഭക്തിഗാനങ്ങളും കാണിക്കുന്നത് യേശു ഒരാൾക്ക് വേണ്ടി ചെയ്തത് അവൻ ഇപ്പോഴും എല്ലാവർക്കും വേണ്ടി ചെയ്യുന്നു എന്നാണ്. ന്യൂയോർക്ക് മുതൽ നെയ്റോബി വരെ, ദേവാലയം മുതൽ സ്ക്രീൻ വരെ, അവന്റെ വെളിച്ചം ഇപ്പോഴും ഇരുട്ടിന്റെ എല്ലാ മേഖലകളെയും ആക്രമിക്കുന്നു.

ഈ പേജുകൾ വായിക്കുമ്പോൾ ഭയം വിശ്വാസത്തിന് വഴിമാറണമെന്നാണ് ഞങ്ങളുടെ പ്രാർത്ഥന, കാരണം വിശ്വാസം കേൾക്കുന്നതിലൂടെയും കേൾക്കൽ ദൈവവചനത്തിലൂടെയും ജിജ്ഞാസ ബോധ്യത്തിലേക്ക് വഴിമാറും. സംവേദനാത്മകതയ്ക്കപ്പുറം വീണ്ടെടുപ്പിലേക്ക് - ഇത് ഒരു മനുഷ്യന്റെ വെറും ഏറ്റുപറച്ചിലല്ല, മറിച്ച്

കരുണാമയനായ ഒരു രക്ഷകന്റെ വെളിപ്പെടുത്തലാണെന്ന് - നിങ്ങൾ കാണട്ടെ.

വായനക്കാരെ വിടുതലിന് സാക്ഷ്യം വഹിക്കാൻ മാത്രമല്ല, വീടുകളിലും, രാഷ്ട്രങ്ങളിലും, ഡിജിറ്റൽ ഇടങ്ങളിലും ഒരുപോലെ ആധിപത്യത്തിൽ *നടക്കാൻ സഹായിക്കുന്നതിനായി രൂപകൽപ്പന ചെയ്തിരിക്കുന്ന* **40 ദിവസത്തെ വിടുതൽ യാത്രയും ഈ പതിപ്പിൽ ഉൾപ്പെടുന്നു** . ഓരോ ദിവസവും തിരുവെഴുത്തുകൾ, ധ്യാനം, പ്രവാചക പ്രാർത്ഥന എന്നിവ സമന്വയിപ്പിക്കുന്നു, വിശ്വാസികൾ അവരുടെ തലമുറയ്ക്ക് സാക്ഷികളായും വിടുതൽ നൽകുന്നവരായും ഉയർന്നുവരാനുള്ള ആഗോള ആഹ്വാനത്തിൽ കലാശിക്കുന്നു.

"നിങ്ങൾ നൽകാത്തതിനെ നിങ്ങൾക്ക് ശിഷ്യരാക്കാൻ കഴിയില്ല;
നിങ്ങൾ ഇപ്പോഴും ബന്ധിക്കപ്പെട്ടിരിക്കുന്നിടത്ത് നിങ്ങൾക്ക് ഭരിക്കാൻ കഴിയില്ല."

പ്രാർത്ഥനാപൂർവ്വം, വിവേകപൂർവ്വം, തുറന്ന ഹൃദയത്തോടെ വായിക്കാൻ ഞങ്ങൾ നിങ്ങളെ ക്ഷണിക്കുന്നു.
ഇമ്മാനുവൽ എനിയെ രക്ഷിച്ച അതേ ദൈവം ഇന്നും രക്ഷിക്കുന്നു. എല്ലാ മഹത്വവും

ബഹുമാനവും ആധിപത്യവും എന്നേക്കും അവനു മാത്രമായിരിക്കട്ടെ.

ഈ പതിപ്പ് എഡിറ്റ് ചെയ്യുമ്പോൾ, ഈ പുസ്തകം ഇപ്പോൾ ഭൂഖണ്ഡങ്ങളെ എങ്ങനെ ബന്ധിപ്പിക്കുന്നുവെന്ന് ഞാൻ നേരിട്ട് കണ്ടിട്ടുണ്ട്. ഇറ്റലി, ജർമ്മനി, കെനിയ, യുഎസ്, നൈജീരിയ, അതിനപ്പുറമുള്ള രാജ്യങ്ങളിൽ നിന്ന് ദിവസവും സന്ദേശങ്ങൾ എത്തുന്നു - ഓരോന്നും ഒരു ചോദ്യം, ഒരു സ്വപ്നം അല്ലെങ്കിൽ പുതിയ സ്വാതന്ത്ര്യത്തിന്റെ സാക്ഷ്യം വഹിക്കുന്നു. ഒരുകാലത്ത് അദൃശ്യമായതിനെ ഭയപ്പെട്ടിരുന്ന പുരുഷന്മാരും സ്ത്രീകളും ഇപ്പോൾ ദൈവത്തിൽ നിന്നുള്ള വെളിപ്പെടുത്തൽ ഇന്നും അവന്റെ ആത്മാവിലൂടെ സംസാരിക്കുന്നുവെന്ന് കണ്ടെത്തുന്നു.

വർദ്ധിച്ചുവരുന്ന ഈ വിശപ്പിനെ തൃപ്തിപ്പെടുത്തുന്നതിനായി, GEM-ന്റെ **ആഗോള ശിഷ്യത്വ സമൂഹങ്ങൾക്കുള്ളിൽ** (ഈ വാല്യത്തിന്റെ അവസാനം പട്ടികപ്പെടുത്തിയിരിക്കുന്നു) ഒരു തുടർച്ചയായ സംവാദ വേദി ഞങ്ങൾ സൃഷ്ടിച്ചിട്ടുണ്ട്. അവിടെ, വായനക്കാർക്ക് അവരുടെ അനുഭവങ്ങൾ പങ്കിടാനും, ചോദ്യങ്ങൾ സമർപ്പിക്കാനും, ഇറ്റലിയിൽ നിന്നുള്ള സഹോദരൻ ഫ്രാൻസെസ്കോ

ചെയ്തതുപോലെ, ഇമ്മാനുവൽ എനിയുടെ കഥയെ പ്രകാശിപ്പിക്കുന്ന തിരുവെഴുത്തുകൾ പഠിക്കാനും കഴിയും. കഥ പൂർത്തിയായിട്ടില്ല; അത് പെരുകിക്കൊണ്ടിരിക്കുകയാണെന്ന് ഈ ഇടപെടലുകൾ നമ്മെ ഓർമ്മിപ്പിക്കുന്നു. **"വായനക്കാരുടെ ചോദ്യങ്ങൾ, ആഗോള സംഭാഷണങ്ങൾ, വിടുതൽ വിദ്യാലയം" എന്ന തലക്കെട്ടിൽ കൂടുതൽ വിശദാംശങ്ങൾ കണ്ടെത്തുക.**

അന്ധകാരശക്തിയിൽ നിന്ന് മോചിതരായി എന്നത് ഒരു പുസ്തകമായും പ്രസ്ഥാനമായും മാറിയിരിക്കുന്നു - പരിശുദ്ധാത്മാവ് ഗുരുവും ക്രിസ്തു പാഠവുമായ ഒരു ആഗോള ക്ലാസ് മുറി.

— അംബാസഡർ തിങ്കളാഴ്ച ഒ. ഒഗ്ബെ

സ്ഥാപകൻ, **ദൈവത്തിന്റെ ഈഗിൾ മിനിസ്ട്രീസ് (ജെം)**
എഡിറ്റർ, *ഇരുട്ടിന്റെ ശക്തിയിൽ നിന്ന് വിടുവിക്കപ്പെട്ടു – പുനഃസ്ഥാപിച്ചതും വികസിപ്പിച്ചതുമായ പതിപ്പ്* (2025)

അധ്യായം 1 - "പുതിയ ജീവിതത്തിലേക്കുള്ള" എന്റെ രക്ഷപ്പെടൽ (2025 വിപുലീകൃത പതിപ്പ് - എഡിറ്റോറിയൽ ഉൾക്കാഴ്ചകളും വ്യാഖ്യാനങ്ങളും സഹിതം)

"ബാലൻ നടക്കേണ്ട വഴിയിൽ അവനെ അഭ്യസിപ്പിക്ക; അവൻ വൃദ്ധനായാലും അതു വിട്ടുമാറുകയില്ല" (സദൃശവാക്യങ്ങൾ 22: 6).

"നീ പോയി ഞാൻ നിനക്കു ചെയ്തതിന് സാക്ഷ്യം പറക" എന്ന യേശുക്രിസ്തു എന്നോട് കല്പിച്ചതനുസരിച്ചുള്ള ദൈവത്തിന്റെ അത്ഭുതകരവും നിഗൂഢവുമായ പ്രവൃത്തികളുടെ ഒരു കഥയാണിത്.

(എഡിറ്ററുടെ കുറിപ്പ് – 2025 അപ്ഡേറ്റ്: സാക്ഷ്യം വഹിക്കാനുള്ള ക്രിസ്തുവിന്റെ ആഹ്വാനത്തോടുള്ള നേരിട്ടുള്ള അനുസരണത്തോടെയാണ് പുസ്തകം ആരംഭിക്കുന്നത് – മർക്കോസ് 5: 19. എല്ലാ സാക്ഷ്യവും ഇരുട്ടിനെതിരായ ആയുധമാണ് – വെളിപാട് 12: 11.)

നിർഭാഗ്യത്തെ ഒരു വിധിയാണെന്നും നമ്മുടെ ജീവിതത്തിലെ സംഭവങ്ങളെ മാറ്റാൻ നമുക്ക് ഒന്നും ചെയ്യാൻ കഴിയില്ലെന്നും സാധാരണയായി ഒരാൾ കരുതുന്നു. ഒരു പരിധി വരെ ഇത് ശരിയാണ്. ഒരു ദൈവമകന്റെ കാര്യത്തിൽ, അവന്റെ ജീവിതം ആസൂത്രണം ചെയ്തതാണ് (സദൃശവാക്യങ്ങൾ 16: 9). ആ പദ്ധതി പൂർത്തീകരിക്കപ്പെടുമോ ഇല്ലയോ എന്നത് നിരവധി ഘടകങ്ങളെ ആശ്രയിച്ചിരിക്കുന്നു, ദൈവത്തോടുള്ള വ്യക്തിയുടെ അടുപ്പം, ജീവിതത്തിന്റെ ആത്യന്തിക ലക്ഷ്യത്തെക്കുറിച്ചുള്ള അവന്റെ വീക്ഷണം, അവൻ സ്വയം കണ്ടെത്തുന്ന സാമൂഹിക-ആത്മീയ പരിസ്ഥിതി.

(ആത്മീയ ഉൾക്കാഴ്ച: ദൈവത്തിന്റെ പരമാധികാരം മനുഷ്യന്റെ ഉത്തരവാദിത്തത്തെ റദ്ദാക്കുന്നില്ല. അവന്റെ ഇച്ഛയുമായി യോജിക്കുന്നതാണ് ഒരു പദ്ധതിയെ വിധിയാക്കി മാറ്റുന്നത്.)

നിങ്ങളുടെ ജീവിതഗതിയെ ചില ബാഹ്യ ഘടകങ്ങൾ വെല്ലുവിളിക്കുന്നു. നിങ്ങളുടെ ഇഷ്ടം ഒരു വിധത്തിൽ അല്ലെങ്കിൽ മറ്റൊരു വിധത്തിൽ, നല്ലതിനോ തിന്മയ്ക്കോ വേണ്ടി ഉപേക്ഷിക്കുമ്പോഴാണ് പ്രതിസന്ധിയിലെത്തുന്നത്. നിങ്ങൾക്ക് സ്നേഹിക്കാനോ വെറുക്കാനോ കഴിയും.

മനസ്സിലാക്കാനോ തെറ്റിദ്ധരിക്കാനോ നിങ്ങൾക്ക് ആഗ്രഹിക്കാം. ഒരു നവജാത ക്രിസ്ത്യാനിയുടെ ഏറ്റവും വലിയ ശക്തിയാണ് അനുസരിക്കാനുള്ള മനസ്സ്, അതേസമയം അനുസരണക്കേട് കാണിക്കാനുള്ള മനസ്സ് പാപിയുടെ ഏറ്റവും വലിയ വിനാശകരമായ ശക്തിയാണ്.

ലോകത്തിൽ ഒറ്റയ്ക്കാകുമ്പോൾ ഒരു കുട്ടിയെ രണ്ട് ശക്തികളിൽ ഒന്ന് നിയന്ത്രിക്കുന്നു: നല്ലതോ ചീത്തയോ, ശരിയോ തെറ്റോ, ദൈവമോ പിശാചോ. ജീവിതത്തിലെ ഈ രണ്ട് ശക്തികളാൽ എല്ലാവരും വെല്ലുവിളിക്കപ്പെടുന്നു, ഓരോരുത്തരും ഏത് ജീവിതം നയിക്കണമെന്ന് തിരഞ്ഞെടുക്കണം. ബൈബിൾ പറയുന്നത് അതാണ് എന്ന് ഞാൻ വിശ്വസിക്കുന്നു: "ഒരു കുട്ടിയെ അവൻ പോകേണ്ട വഴിയിൽ പരിശീലിപ്പിക്കുക, അവൻ വളരുമ്പോൾ അതിൽ നിന്ന് അകന്നുപോകുകയില്ല." ഏതൊരു കുട്ടിയുടെയും ഹൃദയത്തോട് ഏറ്റവും പ്രിയപ്പെട്ടതും അടുത്തതുമായ വ്യക്തി അവന്റെ അമ്മയാണെന്ന് നിങ്ങൾ സമ്മതിക്കും. ഒരു അനാഥ ഒരു നിർഭാഗ്യവാനായ കുട്ടിയാണ്, മാതാപിതാക്കളുള്ള കുട്ടികളേക്കാൾ പിശാചിന്റെ ആക്രമണങ്ങൾക്ക് കൂടുതൽ വിധേയനാകുന്നു. ഒരു അമ്മ ശരീരത്തിന്റെയും ആത്മാവിന്റെയും

സംരക്ഷകയാണ്, എന്നാൽ മാതാപിതാക്കൾ രണ്ടുപേരും നഷ്ടപ്പെടുമ്പോൾ അത് ഇരട്ട ദുരന്തമായി മാറുന്നു, കൂടാതെ ഏറ്റവും നിഗൂഢമായ സാഹചര്യങ്ങളിലും.

(സാംസ്കാരിക പശ്ചാത്തലം: പല ആഫ്രിക്കൻ ഗ്രാമങ്ങളിലും, അനാഥർക്ക് ആവരണമോ അനന്തരാവകാശ സംരക്ഷണമോ ഇല്ലാത്തതിനാൽ, മന്ത്രവാദ ആരോപണങ്ങൾക്കോ ആത്മീയ ആക്രമണത്തിനോ ഇരയാകാവുന്ന ലക്ഷ്യങ്ങളായി അവരെ കാണുന്നു.)

അമേരി എന്ന ചെറിയ ഗ്രാമത്തിലാണ്. ഇറീഗ്ബു ഇമോ സംസ്ഥാനത്തെ ബെൻഡെ തദ്ദേശ സ്വയംഭരണ അതോറിറ്റിയിലെ ഓസു ഐറ്റം. എന്റെ മാതാപിതാക്കളെ സമ്പന്നരുടെ കൂട്ടത്തിൽ ഉൾപ്പെടുത്തിയിരുന്നില്ല, പക്ഷേ എന്റെ മുത്തച്ഛനിൽ നിന്ന് 42 ഹെക്ടർ ഭൂമി അനന്തരാവകാശമായി ലഭിക്കാനുള്ള ഭാഗ്യം എന്റെ അച്ഛന് ലഭിച്ചു, ഇന്ന് കുടുംബ ചരിത്രത്തിൽ രേഖപ്പെടുത്തിയിട്ടുള്ള ഏറ്റവും വലിയ ദൗർഭാഗ്യത്തിന് കാരണമായ ഒരു അനുഗ്രഹമാണിത്. എനിക്കറിയാത്ത കാരണങ്ങളാൽ, ഒരുപക്ഷേ അദ്ദേഹത്തിന്റെ വിശാലമായ ഭൂമിയുടെ അനന്തരാവകാശം കൊണ്ടായിരിക്കാം, അദ്ദേഹത്തിന്റെ അകന്നതും അടുത്തതുമായ ബന്ധങ്ങൾ

എന്റെ അച്ഛനെ വളരെയധികം അസൂയപ്പെടുത്തി.

(ഭൂമിശാസ്ത്രപരമായ കുറിപ്പ്: ഇമോ സംസ്ഥാനം പിന്നീട് വിഭജിക്കപ്പെട്ടു, ഇത് ബെൻഡെയെ ഇന്നത്തെ അബിയ സംസ്ഥാനത്ത് ഉൾപ്പെടുത്തി. ആഴത്തിൽ വേരൂന്നിയ കുടുംബ പൈതൃകത്തിനും ഭൂമിയിലെ മത്സരങ്ങൾക്കും പേരുകേട്ടതാണ്, ഇത് ചിലപ്പോൾ നിഗൂഢ പ്രതികാര രീതികളിലേക്ക് വ്യാപിക്കുന്നു.)

ഞങ്ങളുടെ കുടുംബം സന്തുഷ്ടമായിരുന്നു, എന്റെ മാതാപിതാക്കൾക്ക് നാല് പേർ ജനിച്ചു: ലവ്, മാർഗരറ്റ്, ഇമ്മാനുവൽ, ചിൻയെർ. ആദ്യത്തെ രണ്ട് പെൺമക്കളുണ്ടായതിനുശേഷം, എന്റെ മാതാപിതാക്കൾ 14 വർഷം കാത്തിരുന്ന് എന്നെയും (ഏക മകൻ) പിന്നീട് എന്റെ ഇളയ സഹോദരി ചിൻയെരെയെയും പ്രസവിച്ചു. ഇത് കുടുംബത്തിന് യഥാർത്ഥ സന്തോഷം നൽകി, പക്ഷേ ആദ്യത്തെ ദുരന്തം ഉണ്ടായതോടെ ഈ സന്തോഷം അധികനാളായില്ല. എന്റെ പ്രിയപ്പെട്ടവളും കരുതലുള്ളവളുമായ അമ്മ മരിച്ചു. മന്ത്രവാദം മൂലമാണ് അവർ മരിച്ചതെന്ന് ആരോപിക്കപ്പെട്ടു, നാല് വർഷത്തിന് ശേഷം എന്റെ അച്ഛൻ വീണ്ടും ജുജുവിനെതിരെ ആരോപിക്കപ്പെട്ട ഒരു പ്രവൃത്തിയിലൂടെ മരിച്ചു. മാതാപിതാക്കളുടെ മരണത്തിന് രണ്ട്

വർഷത്തിന് ശേഷം എന്റെ മൂത്ത സഹോദരി ലവ് ദുരൂഹമായി അപ്രത്യക്ഷയായി, എന്റെ മാതാപിതാക്കളുടെ രണ്ടാമത്തെ മകളായ മാർഗരറ്റ് മാനസികാവസ്ഥയിലായി. എളിമയുള്ളതും അല്ലാത്തപക്ഷം സന്തുഷ്ടവുമായ ഒരു കുടുംബത്തിന്റെ ജീവിതത്തിലെ ദുരന്തങ്ങളുടെ ഒരു ശൃംഖലയായിരുന്നു അത്.

(ആത്മീയ പ്രതിഫലനം: തലമുറകളുടെ അസൂയയും ഭൂമി ശാപങ്ങളും പൈശാചിക ആക്രമണത്തിനുള്ള സാധാരണ പ്രവേശന കവാടങ്ങളാണ് - യാക്കോബ് 3: 16 "കാരണം അസൂയയും സ്വാർത്ഥ അഭിലാഷവും നിലനിൽക്കുന്നിടത്ത് ക്രമക്കേടും എല്ലാ ദുഷ്പ്രവൃത്തികളും ഉണ്ട്.")

എന്റെ ഇളയ സഹോദരി ചിൻയെറെയെയും എന്നെയും ഞങ്ങളുടെ മുത്തശ്ശിമാരുടെ അടുത്തേക്ക് അയച്ചു. അവിടെ ഞാൻ എന്റെ പ്രാഥമിക വിദ്യാഭ്യാസം പൂർത്തിയാക്കി, പിന്നീട് ഐറ്റം ഹൈസ്കൂളിൽ ചേർത്തു. മൂന്നാം ക്ലാസ് വരെ ഞാൻ പഠിച്ചു, ഫീസിനും മറ്റും പണമില്ലാത്തതിനാൽ സ്കൂൾ ഉപേക്ഷിച്ചു. അതിനുശേഷം താമസിയാതെ, എന്റെ മുത്തശ്ശിമാരും മരിച്ചു. ശവസംസ്കാര ചടങ്ങുകൾക്കൊപ്പം പോകുന്ന എല്ലാ ചടങ്ങുകൾക്കും ശേഷം, ഒരു അജ്ഞാത ബന്ധു എന്റെ ഇളയ സഹോദരി ചിൻയെറെ

കൂട്ടിക്കൊണ്ടുപോയി, ഇന്നുവരെ അവൾ എവിടെയാണെന്ന് എനിക്കറിയില്ല. കഠിനമായ പീഡനങ്ങൾ കാരണം ഞാൻ എന്റെ പിതാവിന്റെ വീട്ടിലേക്ക് മടങ്ങാൻ നിർബന്ധിതനായി, 13 വയസ്സുള്ളപ്പോൾ അവിടെ ഒറ്റയ്ക്ക് താമസിക്കാൻ നിർബന്ധിതനായി. 13 വയസ്സുള്ള ഒരു കുട്ടിക്ക് തന്റെ പിതാവിന്റെ ശത്രുക്കളുടെയും തൽഫലമായി സ്വന്തം ശത്രുക്കളുടെയും ഇടയിൽ എങ്ങനെ ഭക്ഷണം കഴിക്കാൻ കഴിയും? ഞാൻ എത്ര ഭയപ്പെട്ടിരുന്നു! ഈ സംഭവങ്ങൾ എന്നെ മൂല്യവത്തായ ജീവിതത്തിന്റെ
അവസാനത്തിലെത്തിച്ചതായി തോന്നുന്നു. കരുതുന്ന ആരെങ്കിലും ഉണ്ടായിരുന്നോ? "ഒരു കൊച്ചുകുട്ടിയുടെ നിർഭാഗ്യത്തെക്കുറിച്ച്" ആശങ്കയുള്ള ആരെങ്കിലും ഉണ്ടായിരുന്നോ?

(മനഃശാസ്ത്രപരമായ കുറിപ്പ്: ശത്രുതയോടുകൂടിയുള്ള ആദ്യകാല അനാഥത്വം ആഴത്തിലുള്ള തിരസ്കരണ മനോഭാവവും ഭയവും സൃഷ്ടിക്കുന്നു, പിന്നീട് ശത്രുക്കൾ സംരക്ഷണത്തിന്റെയും അധികാരത്തിന്റെയും വ്യാജ വാഗ്ദാനങ്ങളിലൂടെ അതിനെ ചൂഷണം ചെയ്യും.)

ചിനെഡം എന്ന സുഹൃത്തിനെ കണ്ടുമുട്ടി. ഒൻവുകെ . ചിനെഡം എന്നെ വളരെയധികം

സ്നേഹിച്ചിരുന്നു, സംഭവിച്ചതെല്ലാം കേട്ടപ്പോൾ എന്നെ അവന്റെ മാതാപിതാക്കളുടെ അടുത്തേക്ക് കൊണ്ടുപോയി, അവർ എന്നെ സന്തോഷത്തോടെ സ്വീകരിച്ച് രണ്ടാമത്തെ മകനായി സ്വീകരിച്ചു. ജീവിതം വീണ്ടും സാധാരണ നിലയിലായി. എന്നെ നന്നായി പരിപാലിച്ചു. ഞാൻ വീണ്ടും സന്തോഷവതിയായിരുന്നു: അപ്പോൾ എന്റെ അമ്മ ജീവിച്ചിരുന്നപ്പോൾ പ്രാർത്ഥിച്ച ദൈവം എവിടെയോ ജീവിച്ചിരിപ്പുണ്ടെന്ന് എനിക്കറിയാമായിരുന്നു, അതുകൊണ്ടാണ് അവൻ എനിക്ക് പുതിയ മാതാപിതാക്കളെ നൽകിയതെന്ന് ഞാൻ മനസ്സിൽ കരുതി. ഏകദേശം രണ്ട് വർഷത്തോളം ഞാൻ ഈ നന്മ ആസ്വദിച്ചു, പിന്നീട് പിശാച് വീണ്ടും ആക്രമിച്ചു.

ചിനെഡവും മാതാപിതാക്കളും ഉമുവാഹിയയിലേക്ക് യാത്ര ചെയ്യുകയായിരുന്നു. അവരുടെ കാർ ലാറ്ററൈറ്റുകൾ കയറ്റിയ ടിപ്പറിൽ ഇടിച്ചു. ചിനെഡവും മാതാപിതാക്കളും സംഭവസ്ഥലത്തുവെച്ചുതന്നെ മരിച്ചു! വാർത്ത കേട്ടപ്പോൾ ഞാൻ കുഴഞ്ഞുവീണു. എന്റെ ദുഃഖം സങ്കൽപ്പിക്കാവുന്നതേയുള്ളൂ. പാചകം ചെയ്യുന്നവർക്ക് വിറക് നൽകുകയും ജോലികൾ ചെയ്യുകയും ചെയ്തുകൊണ്ട് ശവസംസ്കാര ചടങ്ങിലൂടെ ഞാൻ

അതിജീവിച്ചു: അതിനുശേഷം ഞാൻ എന്റെ പിതാവിന്റെ വീട്ടിലേക്ക് മടങ്ങി, ഭക്ഷണം കഴിക്കാൻ വേണ്ടി ചെറിയ ജോലികൾ പുനരാരംഭിച്ചു.

(എഡിറ്ററുടെ ചിന്ത: ആവർത്തിച്ചുള്ള നഷ്ടം ഒരു ആഘാതകരമായ ലൂപ്പിനെ സൃഷ്ടിക്കുന്നു, അത് ഇരുണ്ട ശക്തികൾ പലപ്പോഴും കയ്പിലൂടെയോ പ്രതികാരദാഹത്തിലൂടെയോ ഒരു ആത്മാവിനെ കൂട്ടിച്ചേർക്കാൻ ചൂഷണം ചെയ്യുന്നു.)

കൃഷിയിടത്തിലും പൂന്തോട്ടങ്ങളിലും മുതിർന്നവരോടൊപ്പം മീൻ പിടിക്കുന്നതിലും ഞാൻ ചെറിയ ജോലികൾ ചെയ്തുകൊണ്ടിരുന്നു, ഒരു ദിവസം എന്റെ വീട്ടുമുറ്റത്തുള്ള ഒരാൾ എന്നെ 50 കിലോയ്ക്ക് തന്റെ കൃഷിയിടത്തിൽ ജോലിക്ക് നിയമിച്ചു. കൃഷിയിടത്തിൽ അദ്ദേഹം എന്നെ നിരവധി ചോദ്യങ്ങൾക്ക് വിധേയനാക്കി. ആദ്യം, എന്റെ പിതാവിന്റെ ഭൂമി കാണിക്കാൻ അദ്ദേഹം എന്നോട് ആവശ്യപ്പെട്ടു; രണ്ടാമതായി, അത്തരം ഭൂമി ഒരാൾക്ക് കൈമാറണം, അയാൾ എത്ര അടുത്ത ബന്ധുവാണെങ്കിലും. രണ്ടായാലും ഞാൻ എതിർത്തു, അയാൾക്ക് ദേഷ്യം വന്നു. പിന്നീട് കാട്ടിൽ വെച്ച് എന്നെ കൊല്ലുമെന്ന് അദ്ദേഹം ശപഥം ചെയ്തു. ഞാൻ ഭയന്ന് ഓടി

സഹായത്തിനായി നിലവിളിച്ചു. നിർഭാഗ്യവശാൽ, ആ പ്രദേശം വളരെ കട്ടിയുള്ള വനത്തിനുള്ളിൽ ആയിരുന്നതിനാൽ, ആരും വന്നില്ല, പക്ഷേ ദൈവത്തിൽ നിന്നാണ് സഹായം ലഭിച്ചത്. കത്തിയുമായി അവൻ എന്നെ പിന്തുടർന്നു, പക്ഷേ ഞാൻ ചെറുപ്പമായതിനാൽ എനിക്ക് വളരെ വേഗത്തിൽ പോയി ഏകദേശം 1.82 മീറ്റർ ആഴമുള്ള ഒരു കുഴിയിൽ വീണു, അതിലെ പുല്ല് മൂടി. അവൻ എന്നെ അന്വേഷിച്ചു, കുറച്ചു കഴിഞ്ഞപ്പോൾ അവൻ കീഴടങ്ങി. പിന്നീട് ഞാൻ കുഴിയിൽ നിന്ന് പുറത്തുകടന്ന് മറ്റൊരു വഴിയിലൂടെ ഗ്രാമത്തിലേക്ക് മടങ്ങി. ഞാൻ സംഭവം വളപ്പിലെ മുതിർന്നവരോട് റിപ്പോർട്ട് ചെയ്തു, പക്ഷേ ഒരു നടപടിയും സ്വീകരിച്ചില്ല - അനാഥരുടെ പൊതുവായ ദുരവസ്ഥ.

(ചരിത്രക്കുറിപ്പ്: 1970-കളിൽ നൈജീരിയ 50 കോബോ ഒരു നൈറയുടെ പകുതിയായിരുന്നു - ഇന്ന് പത്ത് യുഎസ് സെന്റിൽ താഴെ - ആ കാലഘട്ടത്തിലെ ദാരിദ്ര്യ സ്കെയിൽ കാണിക്കുന്നു.)

ഈ സംഭവം എന്റെ ഇളം ഹൃദയത്തിൽ യഥാർത്ഥ വെറുപ്പ് വളർത്തി; ആരും എന്നെ സ്നേഹിച്ചില്ല, ആരും എന്നെ ശ്രദ്ധിച്ചില്ല. എനിക്ക് മാതാപിതാക്കളില്ലെന്ന് അറിഞ്ഞിട്ടും ആരെങ്കിലും എന്നെ കൊല്ലാൻ

ആഗ്രഹിക്കുന്നത് എന്തുകൊണ്ടാണെന്ന് ഞാൻ എന്റെ മനസ്സിൽ ചിന്തിച്ചു. ജീവിതം ദുരിതം നിറഞ്ഞതായിരുന്നു. ദൈവം തന്റെ സ്നേഹത്താൽ എന്നോട് ആത്മഹത്യ നിർദ്ദേശിക്കുന്നതിൽ നിന്ന് പിശാചിനെ തടഞ്ഞുവെന്ന് ഇപ്പോൾ എനിക്കറിയാം.

ഞാൻ പള്ളിയിലേക്ക് തിരിഞ്ഞു, എന്റെ ഗ്രാമത്തിലെ അസംബ്ലീസ് ഓഫ് ഗോഡ് പള്ളിയിൽ (ഇപ്പോഴും ഞാൻ അങ്ങനെ തന്നെ) പൂർണ്ണ അംഗമായി, പക്ഷേ നിർഭാഗ്യവശാൽ ചില അംഗങ്ങൾക്ക് എന്നെക്കുറിച്ച് അറിയാമായിരുന്നിട്ടും ആരും അത് ശ്രദ്ധിച്ചില്ല. യേശുക്രിസ്തുവിനെ അറിയാതെയാണ് ഞാൻ സഭയിൽ പൂർണ്ണ അംഗമായത് എന്നത് ശ്രദ്ധിക്കേണ്ടതാണ്. വീണ്ടും ജനിക്കുക എന്നതിന്റെ അർത്ഥമെന്താണെന്ന് എനിക്കറിയില്ലായിരുന്നു. നിങ്ങൾ യേശുക്രിസ്തുവിന്റെ സഭയിലാണെങ്കിൽ, ഞാൻ കണ്ടെത്തിയ സാഹചര്യത്തിൽ നിങ്ങളെത്തന്നെ കണ്ടെത്തുകയാണെങ്കിൽ , നിങ്ങളുടെ ജീവിതം കർത്താവായ യേശുക്രിസ്തുവിന് സമർപ്പിക്കുക. തിരുവെഴുത്ത് പറയുന്നു: "നമ്മുടെ എല്ലാ ഉത്കണ്ഠകളും ഉത്കണ്ഠകളും അവൻ എപ്പോഴും നിങ്ങളെക്കുറിച്ച് ചിന്തിക്കുകയും നിങ്ങളെ ബാധിക്കുന്നതെല്ലാം

നിരീക്ഷിക്കുകയും ചെയ്യുന്നു" (1 പത്രോസ് 5: 7 - ലിവിംഗ് ന്യൂ ടെസ്മെന്റ്).

(ഉപദേശപരമായ കുറിപ്പ്: സഭാംഗത്വം രക്ഷയല്ല. ക്രിസ്തുവിലുള്ള വിശ്വാസത്തിലൂടെയുള്ള വ്യക്തിപരമായ പുനർജന്മമാണ് രക്ഷ– യോഹന്നാൻ 3: 3–7.)

ഈ കഷ്ടപ്പാടുകൾക്കും കഷ്ടപ്പാടുകൾക്കും ഇടയിൽ ആലീസ് പ്രത്യക്ഷപ്പെട്ടു! എന്റെ പ്രാഥമിക വിദ്യാലയ കാലഘട്ടത്തിൽ എനിക്ക് പരിചയമുള്ള ഒരു പെൺകുട്ടിയായിരുന്നു ആലീസ്. അവൾക്ക് അഞ്ച് വയസ്സ് കൂടുതലും ഒരേ ഗ്രാമത്തിൽ നിന്നുമായിരുന്നു. ഞങ്ങൾ ഒരേ ക്ലാസ്സിലായിരുന്നു, ഒരേ ബെഞ്ചിൽ ഇരുന്നു, വളരെ സൗഹൃദത്തിലായി. ഈ ബാല്യകാല 'പ്രണയ'ത്തോടെ, പ്രായമാകുമ്പോൾ 'വിവാഹം കഴിക്കാം' എന്ന് ഞങ്ങൾ വാഗ്ദാനം ചെയ്തു. പരിഹാസ്യം! അന്ന് 11 വയസ്സുള്ള ഒരു കുട്ടി, മാതാപിതാക്കളില്ല, വിദ്യാഭ്യാസമില്ല, കഴിക്കാൻ ഭക്ഷണമില്ല, അഞ്ച് വയസ്സ് കൂടുതലുള്ള ഒരു പെൺകുട്ടിയുമായി വിവാഹം വാഗ്ദാനം ചെയ്തു! ആലീസ് പിന്നീട് സെക്കൻഡറി വിദ്യാഭ്യാസത്തിനായി അകുറെയിലേക്ക് പോയി, ഡസൻ കണക്കിന് 'പ്രണയ' കത്തുകൾ എനിക്ക് അയച്ചു.

അടുത്ത തവണ ഞാൻ ആലീസിനെ കാണുമ്പോൾ എനിക്ക് 15 വയസ്സും അവൾക്ക് 20 വയസ്സും ആയിരുന്നു. അവൾ സെക്കൻഡറി സ്കൂൾ വിദ്യാഭ്യാസം പൂർത്തിയാക്കി, അവളുടെ മാതാപിതാക്കൾ താമസിച്ചിരുന്ന സ്റ്റാൻഡേർഡ് ബാങ്ക് ലാഗോസിൽ (ഇപ്പോൾ ഫസ്റ്റ് ബാങ്ക്) ജോലി ചെയ്യുകയായിരുന്നു.

എന്റെ പശ്ചാത്തലവും എന്റെ ദുരവസ്ഥയും അറിഞ്ഞ ആലീസ് അത് മുതലെടുത്തു. ലാഗോസിൽ തന്നോടൊപ്പം ചേരാൻ അവൾ എന്നോട് പറഞ്ഞു, N50 (നൈറ: നൈജീരിയയുടെ ദേശീയ കറൻസി) ഉള്ള അവളുടെ വീട്ടുവിലാസം എനിക്ക് തന്നു! ഒരു ദിവസം 2 ഡോളർ വരെ സമ്പാദിച്ചിട്ടില്ലാത്ത 15 വയസ്സുള്ള ഒരു ആൺകുട്ടിക്ക് അത് ഒരു ഭാഗ്യമായിരുന്നു! ഇത് സ്വർഗത്തിൽ നിന്നുള്ള മന്നയായിരുന്നു, അതിനർത്ഥം ലാഗോസ് ധാരാളം പണവും എല്ലാവർക്കും ആസ്വദിക്കാൻ ജീവിതത്തിലെ നല്ല കാര്യങ്ങളും ഉള്ള ഒരു അത്ഭുതകരമായ സ്ഥലമായിരിക്കണം എന്നാണ്. പിന്നെ സ്വന്തമായി പണം സമ്പാദിക്കാനും സമ്പത്ത് നേടാനും ഞാൻ ലാഗോസിലേക്ക് പോകണം. എന്റെ മനസ്സിൽ ലാഗോസിലേക്ക് പോകുക എന്നതായിരുന്നു എന്റെ ഏക രക്ഷപ്പെടൽ മാർഗം. എന്റെ പിതാവിന്റെ ശത്രുക്കളിൽ നിന്ന് രക്ഷപ്പെടുക, എന്റെ ശത്രുക്കളിൽ നിന്ന് രക്ഷപ്പെടുക, വിശപ്പിൽ നിന്നും എന്റെ എല്ലാ

പ്രശ്നങ്ങളിൽ നിന്നും രക്ഷപ്പെടുക. രക്ഷപ്പെടുക! രക്ഷപ്പെടുക! അതെ, എല്ലാ തിന്മയിൽ നിന്നും രക്ഷപ്പെടുക!!!

(എഡിറ്ററുടെ ചിന്ത: "രക്ഷപ്പെടൽ" ഈ സാക്ഷ്യത്തിലുടനീളം ഒരു ആത്മീയ പ്രമേയമായി മാറുന്നു - ക്രിസ്തുവില്ലാത്ത സ്വാതന്ത്ര്യം കൂടുതൽ ആഴത്തിലുള്ള അടിമത്തത്തിലേക്ക് നയിക്കുന്നുവെന്ന് കണ്ടെത്തുന്നതിനായി, വേദനയിൽ നിന്ന് രക്ഷപ്പെടാനുള്ള മനുഷ്യരാശിയുടെ നിലവിളി. യഥാർത്ഥ രക്ഷപ്പെടൽ യേശുക്രിസ്തുവിൽ മാത്രമേ കണ്ടെത്താൻ കഴിയൂ.)

ഒന്നാം അധ്യായത്തിൽ നിന്നുള്ള ഡെലിവറൻസ് കീകൾ

- നിങ്ങളുടെ ജീവിതത്തെക്കുറിച്ചുള്ള ദൈവത്തിന്റെ പദ്ധതി ദുരന്തത്തിലൂടെ പോലും നിലനിൽക്കുന്നു.
- കയ്പ്പ് അടിമത്തത്തിലേക്കുള്ള വാതിൽ തുറക്കുന്നു; ക്ഷമ സ്വാതന്ത്ര്യത്തിലേക്കുള്ള വാതിൽ തുറക്കുന്നു.
- പുനർജന്മമില്ലാതെ പള്ളിയിൽ പോകുന്നത് ഒരു മറയും നൽകുന്നില്ല.

- ക്രിസ്തുവിന് പുറത്ത് "രക്ഷപ്പെടാൻ" നടത്തുന്ന ഓരോ ശ്രമവും ശത്രുവിന്റെ കെണിയായി മാറുന്നു.

ധ്യാന പ്രാർത്ഥന

കർത്താവായ യേശുവേ, കഷ്ടപ്പാടിലും എന്നെ ഒരിക്കലും കൈവിടാത്തതിന് നന്ദി. എല്ലാ മറഞ്ഞിരിക്കുന്ന വേദനകളും, എല്ലാ ഭയങ്ങളും, നിങ്ങളെക്കൂടാതെ രക്ഷപ്പെടാനുള്ള എല്ലാ ശ്രമങ്ങളും ഞാൻ സമർപ്പിക്കുന്നു. തലമുറകളുടെ എല്ലാ ശാപങ്ങളിൽ നിന്നും എന്നെ വിടുവിച്ച് നിങ്ങളുടെ ലക്ഷ്യത്തിലേക്ക് എന്നെ നയിക്കണമേ. ആമേൻ.

അദ്ധ്യായം 2 – ആരംഭം

(2025 വിപുലീകരിച്ച പതിപ്പ് – ഹ്രസ്വമായ കുറിപ്പുകൾ)

« ഒരു വഴി മനുഷ്യന്നു ചൊവ്വായി തോന്നുന്നു ; അതിന്റെ അവസാനമോ മരണവഴികൾ അത്രേ. » സദൃശവാക്യങ്ങൾ 14:12
« ദുഷ്ടന്മാരോ കലങ്ങിമറിയുന്ന കടൽ പോലെയാകുന്നു; അതിന്നു അടങ്ങിയിരിപ്പാൻ കഴികയില്ല; അതിലെ വെള്ളം ചേറും ചെളിയും മേലോട്ടു തള്ളുന്നു. സമാധാനമില്ല എന്നു എന്റെ ദൈവം ദുഷ്ടന്മാരോടു പറയുന്നു. » യെശയ്യാവു 57: 20-21

(ഉൾക്കാഴ്ച: ഈ വാക്യങ്ങൾ അധ്യായത്തെ രൂപപ്പെടുത്തുന്നു - ക്രിസ്തുവിന് പുറത്തുള്ള "സഹായം", "സ്വാതന്ത്ര്യം" എന്നിവ പോലെ കാണപ്പെടുന്നത് അടിമത്തത്തിലേക്കും അസ്വസ്ഥതയിലേക്കുമുള്ള ഒരു ഇടനാഴിയാണ്. യോഹന്നാൻ 8:44; യോഹന്നാൻ 10:10 കാണുക.)

യേശുക്രിസ്തുവിന് പുറത്തുള്ള ജീവിതം മുകളിൽ പറഞ്ഞ തിരുവെഴുത്തുകളിൽ പറഞ്ഞിരിക്കുന്നതുപോലെ തന്നെയാണ്. ഞാൻ എന്റെ ഗ്രാമം വിട്ട് N50 ഉം ആലീസ് എനിക്ക് നൽകിയ വിലാസവും ധരിച്ച്, സ്വാതന്ത്ര്യത്തിലേക്കും, സ്വാതന്ത്ര്യത്തിലേക്കും,

ആസ്വാദനത്തിലേക്കും, അവയോടൊപ്പമുള്ള എല്ലാത്തിലേക്കും രക്ഷപ്പെട്ടു: പക്ഷേ പിന്നീട് നിങ്ങൾക്ക് കാണാൻ കഴിയുന്നതുപോലെ, അത് എന്റെ യുവ ഹൃദയത്തിൽ ഞാൻ സങ്കൽപ്പിച്ചതിൽ നിന്ന് വളരെ അകലെയായിരുന്നു. ഞാൻ ലാഗോസിൽ എത്തിയപ്പോൾ, അത് എന്റെ കണ്ണുകളിൽ വളരെ മനോഹരമായിരുന്നു, ഞാൻ അതിനെ സ്വർഗ്ഗവുമായി താരതമ്യം ചെയ്തു, സ്വർഗ്ഗം എങ്ങനെയായാലും. ആ ഉയരവും മനോഹരവുമായ കെട്ടിടങ്ങളെല്ലാം ഞാൻ കണ്ടു, ഓരോ മുഖത്തും എനിക്ക് സന്തോഷം കാണാൻ കഴിഞ്ഞു (അങ്ങനെ ഞാൻ കരുതി). ആളുകൾ ഓരോരുത്തരും അവരവരുടെ കാര്യങ്ങൾ നോക്കുന്നതിൽ വളരെ തിരക്കിലായിരുന്നു. ഞാൻ ആവേശഭരിതനായി സ്വയം പറഞ്ഞു, "ഇപ്പോൾ ഞാൻ സ്വതന്ത്രനാണെന്ന് എനിക്കറിയാം!"

(ചരിത്രക്കുറിപ്പ്: 1970 കളുടെ അവസാനത്തിൽ, അന്ന് നൈജീരിയയുടെ തലസ്ഥാനമായിരുന്ന ലാഗോസ് സമൃദ്ധിയും ആധുനികതയും പ്രവചിച്ചു. നിരവധി ഗ്രാമീണ യുവാക്കൾ അവിടേക്ക് കുടിയേറി, നഗരത്തെ പള്ളികൾക്കും രഹസ്യ നിഗൂഢ സമൂഹങ്ങൾക്കും ഒരു കേന്ദ്രമാക്കി മാറ്റി.)

വിക്ടോറിയ ഐലൻഡിലെ അകിന്റോല റോഡിൽ ഞാൻ എത്തി, ആലീസും അവളുടെ മാതാപിതാക്കളും എന്നെ നന്നായി സ്വീകരിച്ചു. ഞങ്ങൾ ഒരേ ഗ്രാമത്തിൽ നിന്നുള്ളവരായതിനാൽ മാതാപിതാക്കൾക്ക് എന്നെയും എന്റെ പശ്ചാത്തലത്തെയും അറിയാമായിരുന്നു, പക്ഷേ അവരുടെ മകളുമായുള്ള എന്റെ ബന്ധത്തെക്കുറിച്ച് അവർക്ക് ഒരിക്കലും അറിയില്ലായിരുന്നു. തുടർന്ന് ആലീസ് എന്നെ വിവാഹം കഴിക്കാൻ 'തിരഞ്ഞെടുത്ത' ഒരു പുരുഷനാണെന്ന് അവരെ പരിചയപ്പെടുത്തി. മാതാപിതാക്കൾ ഞെട്ടിപ്പോയി, പക്ഷേ അവളുമായി ചില ചർച്ചകൾക്ക് ശേഷം, എന്റെ വിദ്യാഭ്യാസം തുടരുമെന്ന വ്യവസ്ഥയിൽ സമ്മതിച്ചു. ആലീസ് അവരുടെ വാഗ്ദാനം നിരസിക്കുകയും അവളുടെ സ്വന്തം ഫ്ലാറ്റിൽ അവളോടൊപ്പം താമസിക്കാൻ എന്നെ അനുവദിക്കണമെന്ന് അഭ്യർത്ഥിക്കുകയും ചെയ്തു. മാതാപിതാക്കൾക്ക് ഇത് അംഗീകരിക്കാൻ കഴിഞ്ഞില്ല, പക്ഷേ അവൾ നിർബന്ധിച്ചു. നാല് ദിവസത്തേക്ക് അവർ തമ്മിൽ ശക്തമായ തർക്കമുണ്ടായിരുന്നു, വിശദീകരിക്കാനാകാത്ത സ്വാധീനത്തിൽ അവർ സമ്മതിച്ചു, ഞാൻ ആലീസിനൊപ്പം താമസം മാറി.

(വിവേചനാത്മക സൂചന: കൃത്രിമ സമ്മർദ്ദം + "വിശദീകരിക്കാനാവാത്ത സ്വാധീനം" എന്നിവ

ആത്മീയ നിയന്ത്രണത്തിന്റെ ഉത്തമ സൂചകങ്ങളാണ്. ഗലാത്യർ 3:1; 2 കൊരിന്ത്യർ 11:3 കാണുക.)

ആലീസ് എന്ന അതിസുന്ദരിയായ പെൺകുട്ടി സ്റ്റാൻഡേർഡ് ബാങ്കിലെ ഒരു അക്കൗണ്ടന്റാണെന്നും എന്നെ സമ്പന്നയാക്കുമെന്നും ഈ ജീവിതത്തിൽ എനിക്ക് ആവശ്യമുള്ളതെല്ലാം തരുമെന്നും പറഞ്ഞു, "താമസിച്ച് സുഖമായി ജീവിക്കൂ!" എന്ന് പറഞ്ഞു. ലാഗോസിനെക്കുറിച്ചുള്ള എന്റെ ആദ്യ ധാരണ സത്യമായിരുന്നു; കുറച്ച് മാസങ്ങൾക്ക് മുമ്പ് ഞാൻ വെറുപ്പും പട്ടിണിയും കഷ്ടപ്പാടും കൊണ്ട് ചുറ്റപ്പെട്ട ഒരു ചെറിയ ഗ്രാമത്തിലെ ഒരു ചെറിയ കുടിലിലായിരുന്നു, ഇവിടെ ഞാൻ ഒരു വലിയ നഗരത്തിൽ, നന്നായി സജ്ജീകരിച്ച ഒരു ഫ്ലാറ്റിൽ, ജീവിതം വാഗ്ദാനം ചെയ്യുന്നതെല്ലാം എനിക്ക് നൽകുമെന്ന് വാഗ്ദാനം ചെയ്ത ഒരു സുന്ദരിയായ 'ഭാര്യ'യോടൊപ്പം താമസിക്കുന്നു. സമ്മാനങ്ങൾ, പണം, വസ്ത്രങ്ങൾ, 'സ്നേഹം' മുതലായവ അവൾ എനിക്ക് നൽകി. ലോകം ഈ 'നല്ല കാര്യങ്ങൾ' കൊണ്ട് നിറഞ്ഞിരിക്കുന്നുവെന്ന് ഞാൻ ഒരിക്കലും അറിഞ്ഞിരുന്നില്ല . പിശാച് തീർച്ചയായും ഒരു വഞ്ചകനാണ്! തിരുവെഴുത്ത് ശരിയായി പറയുന്നു: "കള്ളൻ വരുന്നത് മോഷ്ടിക്കാനും കൊല്ലാനും നശിപ്പിക്കാനും മാത്രമാണ്. മനുഷ്യപുത്രന്

(യേശുക്രിസ്തു) മാത്രമേ ജീവൻ നൽകാനും അത് സമൃദ്ധമായി നൽകാനും കഴിയൂ3" (യോഹന്നാൻ 10:10). പ്രിയ വായനക്കാരാ, പിശാചിന് സൗജന്യ സമ്മാനമില്ല! അവൻ നിങ്ങൾക്ക് നൽകുന്നതെന്തും നിങ്ങളുടെ ആത്മാവുമായുള്ള കൈമാറ്റത്തിനുവേണ്ടിയാണ്. മൂന്ന് മാസത്തെ ഇടവേളയ്ക്ക് ശേഷം വിചിത്രമായ കാര്യങ്ങൾ സംഭവിക്കാൻ തുടങ്ങിയതിനാൽ, ഈ ആനന്ദാവസ്ഥ അധികകാലം നീണ്ടുനിന്നില്ല.

(ആത്മീയ നിയമം: സാത്താന്റെ "ദാനങ്ങൾ" കടം (ബന്ധനം) സൃഷ്ടിക്കുന്നു. യേശുവിന്റെ ദാനം സ്വാതന്ത്ര്യം (കൃപ) സൃഷ്ടിക്കുന്നു. റോമർ 6:23; എഫെസ്യർ 2:8–9.)

നിഗൂഢമായ അനുഭവങ്ങൾ

ഒരു രാത്രിയിൽ, രാത്രിയുടെ മറവിൽ ഞാൻ ഉണർന്നു, എന്റെ അരികിൽ ഒരു ബോവ-കൺസ്ട്രിക്റ്റർ കണ്ടെത്തി. എനിക്ക് നിലവിളിക്കാൻ ആഗ്രഹമുണ്ടായിരുന്നു, പക്ഷേ കഴിഞ്ഞില്ല. ചില രാത്രികളിൽ, ആലീസിന്റെ ശരീരം ഒരു സെലോഫെയ്ൻ ബാഗ് പോലെ സുതാര്യമായി കാണുന്നത് ഞാൻ ഉണർന്നെഴുന്നേൽക്കുമായിരുന്നു. ചില രാത്രികളിൽ, അവൾ അപ്രത്യക്ഷയായി വീണ്ടും പ്രത്യക്ഷപ്പെടും. ചില രാത്രികളിൽ

ഞാൻ സ്വീകരണമുറിയിൽ വിചിത്രമായ ശബ്ദങ്ങളോ നൃത്തമോ കേൾക്കും. ഈ ഭയാനകമായ സംഭവങ്ങൾ എനിക്ക് ഇനി സഹിക്കാൻ കഴിഞ്ഞില്ല, അതിനാൽ ഞാൻ അവളോട് ചോദിക്കാൻ തീരുമാനിച്ചു, ആദ്യ പ്രതികരണം അക്രമവും ഗുരുതരമായ മുന്നറിയിപ്പുമായിരുന്നു. അവൾ പറഞ്ഞു: "ഈ ചോദ്യം വീണ്ടും എന്നോട് ചോദിക്കരുത്, അല്ലെങ്കിൽ ഞാൻ നിങ്ങളോട് ഇടപെടും."

(പ്രകടനങ്ങൾ: പൈശാചിക പീഡനത്തിൽ പക്ഷാഘാതം, രൂപമാറ്റം വരുത്തുന്ന മിഥ്യാധാരണകൾ, പോൾട്ടർജിസ്റ്റ് പ്രവർത്തനങ്ങൾ എന്നിവ സാധാരണമാണ്. ലൂക്കോസ് 4:33–36; മർക്കോസ് 9:17–27.)

അന്നുമുതൽ എന്റെ ജീവൻ അപകടത്തിലാണെന്ന് എനിക്കറിയാമായിരുന്നു. പിന്നെ ഞാൻ കണ്ടെത്തിയതിനേക്കാൾ ഗ്രാമത്തിലെ കഷ്ടപ്പാടുകളാണ് എനിക്ക് ഇഷ്ടപ്പെട്ടത്. എനിക്ക് അവളെ പേടിയായി. രണ്ട് ദിവസം കഴിഞ്ഞപ്പോൾ അവൾ പുഞ്ചിരിയും സമ്മാനങ്ങളുമായി വന്നു എന്നെ കെട്ടിപ്പിടിച്ചു. അവൾ എന്നെ എത്രമാത്രം സ്നേഹിക്കുന്നുവെന്നും കരുതുന്നുണ്ടെന്നും പറഞ്ഞു, ഭയപ്പെടേണ്ടതില്ലെന്ന് എന്നെ പ്രോത്സാഹിപ്പിച്ചു, പിന്നീട് കാര്യങ്ങൾ എനിക്ക് വിശദീകരിക്കാമെന്ന് വാഗ്ദാനം

ചെയ്തു. അവൾ എന്നെ ഒരു നൈറ്റ് ക്ലബ്ബിലേക്ക് കൊണ്ടുപോയി, അവിടെ എന്നെ സമ്പന്നനാക്കുമെന്ന അവളുടെ വാഗ്ദാനം ഓർമ്മിപ്പിച്ചു, എന്നിട്ട് എന്നോട് പറഞ്ഞു: "ഒരു ദിവസം എനിക്കറിയാവുന്നതെല്ലാം നീ അറിയും!" ഞങ്ങൾ തിരിച്ചെത്തി, ഞങ്ങൾക്കിടയിൽ ജീവിതം സാധാരണപോലെ തുടർന്നു. ഉള്ളിൽ ഞാൻ അപകടത്തിലാണെന്ന് എനിക്കറിയാമായിരുന്നു, പക്ഷേ എനിക്ക് എങ്ങനെ രക്ഷപ്പെടാൻ കഴിയും, ഞാൻ എവിടേക്ക് രക്ഷപ്പെടും? ഇവിടെ ശ്രദ്ധിക്കേണ്ടത് പ്രധാനമാണ്, അവരുടെ മകൾ ചെറുപ്പമായിരുന്നിട്ടും ഗൂഢവിദ്യയിലും ആത്മീയതയിലും ഗൗരവമായി ഏർപ്പെട്ടിരുന്നുവെന്ന് ആലീസിന്റെ മാതാപിതാക്കൾക്ക് അറിയില്ലായിരുന്നു, എന്റെ ജീവിതത്തെ ഞാൻ സ്നേഹിക്കുന്നുണ്ടോ എന്ന് ഒരിക്കലും അവരോട് പറയരുതെന്ന് അവൾ ഗൗരവമായി മുന്നറിയിപ്പ് നൽകി. പ്രിയ വായനക്കാരാ, ഇതെല്ലാം ചെയ്യുന്ന 20 വയസ്സുള്ള ഒരു പെൺകുട്ടിക്ക് സങ്കൽപ്പിക്കാൻ കഴിയുമോ? പുറം ലോകം അവളെ ഒരു വലിയ ബാങ്കിൽ ജോലി ചെയ്യുന്ന വളരെ സുന്ദരിയും നിരുപദ്രവകാരിയുമായ പെൺകുട്ടിയായിട്ടാണ് കണ്ടത്, പക്ഷേ അവൾ പിശാചിന്റെ ഏജന്റായിരുന്നു. ഈ പുസ്തകത്തിൽ പിന്നീട് പഠിക്കുന്നതുപോലെ, ഇന്ന് ലോകത്ത് ധാരാളം ആലീസുകളുണ്ട്.

(കുടുംബങ്ങൾക്കുള്ള മുന്നറിയിപ്പ്: രഹസ്യം+ ഭീകരാക്രമണ ഭീഷണികൾ ("പറയരുത്, അല്ലെങ്കിൽ അങ്ങനെ ചെയ്യരുത്") എന്നിവ മുന്നറിയിപ്പ് അടയാളങ്ങളാണ്. മാതാപിതാക്കൾ/രക്ഷകർത്താക്കൾ— ആത്മീയമായും പ്രായോഗികമായും ജാഗ്രത പാലിക്കുക. 1 പത്രോസ് 5:8.)

ഒരു ഭയാനകമായ കണ്ടെത്തൽ
ഒരു ദിവസം, അവൾ ജോലിക്ക് പോയതിനുശേഷം, ഫ്ലാറ്റ് പരിശോധിക്കാൻ ഞാൻ തീരുമാനിച്ചു. അവൾ വളരെ ചെറുപ്പമായിരുന്നിട്ടും, ഫ്ലാറ്റ് നന്നായി സജ്ജീകരിച്ചിരുന്നു. അവൾക്ക് നാല് റഫ്രിജറേറ്ററുകൾ ഉണ്ടായിരുന്നു, ഒന്ന് തുറന്നപ്പോൾ, മനുഷ്യ തലയോട്ടികൾ, മനുഷ്യ ശരീരത്തിന്റെ വിവിധ ഭാഗങ്ങൾ, പുതുമയുള്ളതും വരണ്ടതും. സീലിംഗിനുള്ളിൽ അസ്ഥികൂടങ്ങൾ ഉണ്ടായിരുന്നു. ഒരു മുറിയുടെ മറ്റൊരു മൂലയിൽ ഞാൻ കണ്ടു (പിന്നീട് ഞാൻ 'അറ' എന്ന് അറിയപ്പെട്ടു) രക്തം നിറഞ്ഞ ഒരു വെള്ളം കുടവും കലത്തിന്റെ മധ്യഭാഗത്ത് ഒരു ചെറിയ മരവും , ഒരു കലബാഷും അതിനടുത്തായി ഒരു ചുവന്ന തുണിയും. എനിക്ക് തുടരാൻ കഴിഞ്ഞില്ല. ഇപ്പോൾ ഞാൻ മരിച്ച മനുഷ്യനാണെന്ന് എനിക്കറിയാമായിരുന്നു, എനിക്ക് ഓടിപ്പോകാൻ ഒരിടവുമില്ലാത്തതിനാൽ.

വരുന്നതെന്തും, ജീവിതത്തിനോ മരണത്തിനോ, എന്റെ ജീവിതം ഞാൻ സമർപ്പിച്ചു, അടച്ച ചുണ്ടുകൾ സൂക്ഷിച്ചു. ആലീസ് ജോലി കഴിഞ്ഞ് തിരിച്ചെത്തി, അവൾ എന്നെ നോക്കിയ രീതിയിൽ നിന്ന്, അവളുടെ ഓഫീസിൽ തന്നെ ഞാൻ വീട്ടിൽ എന്താണ് ചെയ്യുന്നതെന്ന് അവൾക്ക് അറിയാമെന്ന് എനിക്കറിയാമായിരുന്നു.

(നിഗൂഢ സാങ്കേതിക വിദ്യ: "ജീവനുള്ള വൃക്ഷത്തോടുകൂടിയ രക്തക്കുടം" = ഉടമ്പടികൾ പോറ്റുന്നതിനും പുതുക്കുന്നതിനുമുള്ള ബലിപീഠം. കലബാഷ്/ചുവന്ന തുണി= ആചാരപരമായ പാത്രങ്ങൾ/മുദ്രകൾ. യെഹെസ്കേൽ 8; സങ്കീർത്തനം 16:4.)

നിഗൂഢ ലോകവുമായുള്ള കൂടിക്കാഴ്ച പിറ്റേന്ന് അവൾ എന്നോട് ഒരു മീറ്റിംഗിലേക്ക് പോകാൻ ആവശ്യപ്പെട്ടു. ഞാൻ ഇതിനകം ഒരു തടവുകാരനായിരുന്നു, മറ്റ് മാർഗമില്ലായിരുന്നു. ഞങ്ങൾ ലാഗോസിന്റെ പ്രാന്തപ്രദേശത്തുള്ള ഒരു വലിയ കെട്ടിടത്തിലേക്ക് പോയി. എത്തിയപ്പോൾ (കെട്ടിടത്തിന് ഒരു ഭൂഗർഭ കോൺഫറൻസ് ഹാൾ ഉണ്ടായിരുന്നു), ആലീസ് പിന്നിലേക്ക് പ്രവേശിക്കാൻ എന്നോട് നിർദ്ദേശിച്ചു. ഞാൻ അനുസരിച്ചു, എന്റെ പുറകിലേക്ക് പ്രവേശിച്ചു, അവളും അതുതന്നെ ചെയ്തു.

ഹാൾ വളരെ വലുതായിരുന്നു, ഏകദേശം 500 യുവാക്കളും സ്ത്രീകളും ഒരു വൃത്താകൃതിയിൽ ഇരുന്നു, അവരുടെ മുകളിൽ ഇരുന്നു തല മാത്രം കാണാൻ കഴിയുന്ന ഒരു പുരുഷൻ ഉണ്ടായിരുന്നു, നേതാവായി ഒരു ശരീരവുമില്ല. ഈ യുവാക്കളിൽ ചിലർ വിദ്യാർത്ഥികളും, ബിരുദ വിദ്യാർത്ഥികളും, ബിരുദധാരികളും, അധ്യാപകരും തുടങ്ങിയവരായിരുന്നു. ആലീസ് ചുമരിലെ ഒരു ബട്ടൺ അമർത്തി, നിലത്തു നിന്ന് ഒരു സീറ്റ് ഉയർന്നുവന്നു, ഞാൻ ഇരുന്നു. അവളും അങ്ങനെ ചെയ്തു, അവൾക്കായി മറ്റൊരു സീറ്റ് പുറത്തുവന്നു, അവൾ ഇരുന്നു. അവൾ എന്നെ ഒരു പുതിയ അംഗമായി സഭയിലേക്ക് പരിചയപ്പെടുത്തി, അവർ കൈയടിച്ച് എന്നെ സ്വാഗതം ചെയ്തു. ഇതിന്റെ ഫലമായി ആലീസിന് സ്ഥാനക്കയറ്റം ലഭിച്ചു. മീറ്റിംഗിൽ അവർ ചർച്ച ചെയ്തതെല്ലാം എനിക്ക് ഒരിക്കലും മനസ്സിലായില്ല. അവസാനം ഞങ്ങൾ പോകാൻ പോകുമ്പോൾ, അടുത്ത ദിവസം ഒറ്റയ്ക്ക് തിരിച്ചുവരാൻ ലീഡർ എന്നോട് ആവശ്യപ്പെട്ടു. ഇത് നിഗൂഢ ലോകവുമായുള്ള എന്റെ ആദ്യ കൂടിക്കാഴ്ചയായിരുന്നു.

(കുറിപ്പ്: പിന്നോട്ടുള്ള പ്രവേശനം വിപരീതത്തെ അനുകരിക്കുന്നു - ദൈവിക

ക്രമത്തിന്റെ മനഃപൂർവ്വമായ വിപരീതം. യെശയ്യാവ് 5:20; 2 തെസ്സലൊനീക്യർ 2:9–10.)

അതേ രാത്രി, പുലർച്ചെ 2.00 മണിക്ക് (ഇത് എല്ലാ ഇരുട്ടിന്റെ ശക്തികളുടെയും അവരുടെ ഏജന്റുമാരുടെയും മീറ്റിംഗുകളുടെയും അപകടകരമായ പ്രവർത്തനങ്ങളുടെയും പതിവ് സമയമാണ്), ആലീസ് എന്നെ ഉണർത്തി ചില കാര്യങ്ങൾ എനിക്ക് വെളിപ്പെടുത്തി. അവൾ പറഞ്ഞു: "ഞാൻ ഒരു സാധാരണ മനുഷ്യനല്ല. ഞാൻ പകുതി മനുഷ്യനും പകുതി ആത്മാവുമാണ്, പക്ഷേ പ്രധാനമായും ആത്മാവിന്റെ ആളാണ്. എന്റെ മുറിയിൽ നിങ്ങൾ കാണുന്നത് എല്ലാ ദിവസവും രാവിലെ എന്റെ പ്രാർത്ഥനയ്ക്കിടെ ഞാൻ ഉപയോഗിക്കുന്നതാണ്, അതിനാൽ ആത്മാക്കൾ എന്നെ ദിവസം മുഴുവൻ നയിക്കും. അസ്ഥികൂടങ്ങളെക്കുറിച്ച് ഞാൻ പിന്നീട് പറയാം."

(സമയം: പുലർച്ചെ 12–3 വരെ പലപ്പോഴും മന്ത്രവാദ പ്രവർത്തനങ്ങൾക്ക് ഇരയാകാറുണ്ട്. വിശ്വാസികൾ ജാഗ്രതയോടെയുള്ള പ്രാർത്ഥനയിലൂടെ പ്രതിരോധിക്കും - ലൂക്കോസ് 6:12; പ്രവൃത്തികൾ 16:25.)

ഞാൻ ഒരു വാക്കുപോലും മിണ്ടിയില്ല. ലോക രഹസ്യങ്ങളെക്കുറിച്ചുള്ള ചില പുസ്തകങ്ങൾ അവൾ എനിക്ക് വായിക്കാൻ കൊണ്ടുവന്നു, എന്റെ ജിജ്ഞാസ നിറഞ്ഞ മനസ്സോടെ ഞാൻ അവ വായിക്കാൻ തീരുമാനിച്ചു. താമസിയാതെ എനിക്ക് താൽപ്പര്യം തോന്നി, എനിക്ക് ഇപ്പോൾ താൽപ്പര്യമുണ്ടെന്ന് അവൾ പെട്ടെന്ന് മനസ്സിലാക്കി. എനിക്കറിയില്ല, അവൾ എന്റെ പേര് ഇന്ത്യയിലെ ഒരു നിഗൂഢ സമൂഹത്തിലേക്ക് അയച്ചു. മുമ്പ് നിർദ്ദേശിച്ചതുപോലെ, അടുത്ത ദിവസം ഞാൻ ഒറ്റയ്ക്ക് സൊസൈറ്റിയിലേക്ക് മടങ്ങി, അവിടെ മറ്റ് ഒമ്പത് പേരെയും ചില സാക്ഷികളെയും കണ്ടുമുട്ടി. ഞങ്ങൾക്ക് ദീക്ഷ നൽകേണ്ടതായിരുന്നു. ഞങ്ങളെ ഹാളിന്റെ മധ്യഭാഗത്തേക്ക് വിളിപ്പിച്ചു, താഴെപ്പറയുന്ന കാര്യങ്ങൾ ഞങ്ങൾക്ക് ചെയ്തു:

1. പുട്ടി പോലെ തോന്നിക്കുന്ന ഒരു മിശ്രിതം ഞങ്ങളുടെ ശരീരത്തിൽ പുരട്ടി. ഇത് നിങ്ങളെ ഒരു പൂർണ്ണ അംഗമാകാൻ യോഗ്യനാക്കുന്നു.
2. ഒരു ഗ്ലാസ് എണ്ണ പോലുള്ള ദ്രാവകം ഞങ്ങൾക്ക് കുടിക്കാൻ തന്നു. ഇത് നിങ്ങളെ ഒരു ഏജന്റാകാൻ യോഗ്യനാക്കുന്നു.
3. ഞങ്ങളുടെ തലയിൽ വെടിമരുന്ന് പോലുള്ള ഒരു വസ്തു പുരട്ടി. ഇത്

അവരുടെ രഹസ്യങ്ങൾ പഠിക്കാൻ നിങ്ങളെ യോഗ്യരാക്കുന്നു. എനിക്ക് അജ്ഞാതമായി, ഈ ദീക്ഷാ ചടങ്ങ് ഇന്ത്യയിൽ റെക്കോർഡ് ചെയ്യുകയായിരുന്നു, അടുത്ത ദിവസം എനിക്ക് അവരിൽ നിന്ന് ഒരു കത്ത് ലഭിച്ചു. കത്തിൽ, എന്റെ സ്വന്തം രക്തം കൊണ്ട് കത്ത് കറ പുരട്ടാനും പോസ്റ്റ് ഓഫീസിന് അല്ല, അവർ വിവരിച്ച ഒരു മാർഗത്തിലൂടെ അത് അവർക്ക് തിരികെ അയയ്ക്കാനും എനിക്ക് നിർദ്ദേശം ലഭിച്ചു. ഞാൻ ചെയ്തു. ഈ നിമിഷം മുതൽ, ഒരു തിരിച്ചുപോക്കും ഉണ്ടായിരുന്നില്ല; തിരിച്ചുപോക്ക് മരണമാണെന്ന് അർത്ഥമാക്കുന്നു, എപ്പോഴും ഓർമ്മിപ്പിച്ചതുപോലെ, എനിക്ക് ഇനി പ്രതീക്ഷയില്ലെന്ന് എനിക്കറിയാമായിരുന്നു.

(ആത്മീയ നിയമം: രക്തത്തിൽ ഒപ്പിട്ട രേഖകൾ ആത്മാവിൽ നിയമപരമായ അവകാശവാദങ്ങളായി പ്രവർത്തിക്കുന്നു. യേശുവിന്റെ രക്തം മാത്രമേ അത്തരം അവകാശവാദങ്ങളെ റദ്ദാക്കൂ. കൊലോസ്യർ 2:14–15; എബ്രായർ 9:14.)

ആലീസുമായുള്ള ഉടമ്പടി

ഒരു ദിവസം അതിരാവിലെ, വീട്ടിൽ ഒരു പ്രധാന ചടങ്ങ് നടത്താനുണ്ടെന്ന് അവൾ

എന്നോട് പറഞ്ഞു. പുലർച്ചെ 2.00 മണിക്ക് അവൾ ഒരു ഇഴയുന്ന കുട്ടിയെ, ഒരു പെൺകുട്ടിയെ, ജീവനോടെ കൊണ്ടുവന്നു. എന്റെ കൺമുന്നിൽ, ആലീസ് തന്റെ വിരലുകൾ ഉപയോഗിച്ച് കുട്ടിയുടെ കണ്ണുകൾ പറിച്ചെടുത്തു. ആ കുട്ടിയുടെ നിലവിളി എന്റെ ഹൃദയം തകർത്തു. തുടർന്ന് അവൾ കുട്ടിയെ കഷണങ്ങളാക്കി കൊന്ന് രക്തവും മാംസവും ഒരു ട്രേയിൽ ഒഴിച്ച് എന്നോട് ഭക്ഷണം കഴിക്കാൻ ആവശ്യപ്പെട്ടു. ഞാൻ വിസമ്മതിച്ചു. അവൾ നേരെ എന്നെ നോക്കി, അവളുടെ കണ്ണുകളിൽ നിന്ന് പുറത്തുവന്നത് എഴുത്തിൽ വിശദീകരിക്കാൻ കഴിയില്ല. എന്താണ് സംഭവിക്കുന്നതെന്ന് എനിക്ക് മനസ്സിലാകുന്നതിന് മുമ്പ്, ഞാൻ മാംസം ചവയ്ക്കുക മാത്രമല്ല, രക്തം നക്കുകയും ചെയ്തു. ഇത് സംഭവിക്കുമ്പോൾ അവൾ പറഞ്ഞു: "ഇത് നമുക്കിടയിലുള്ള ഒരു ഉടമ്പടിയാണ്, ഞാൻ ചെയ്യുന്നതോ എന്നെക്കുറിച്ചോ ഭൂമിയിലെ ഒരു മനുഷ്യനോടും നിങ്ങൾ കാണുന്നതോ ഒന്നും ഒരിക്കലും പറയരുത്. നിങ്ങൾ ഈ ഉടമ്പടി ലംഘിക്കുന്ന ദിവസം നിങ്ങളുടെ സ്വന്തം ഇല്ലാതാകും." അതായത് ഞാൻ ഈ ഉടമ്പടി ലംഘിക്കുന്ന ദിവസം ഞാൻ കൊല്ലപ്പെടും.

(പാസ്റ്ററൽ കെയർ: ഈ ഭാഗം ആഘാതകരമാണ്. വായിക്കുമ്പോൾ നിങ്ങൾക്ക് ഞെട്ടലോ ദുഃഖമോ

അനുഭവപ്പെടുന്നുണ്ടെങ്കിൽ, സങ്കീർത്തനം 91; ഫിലിപ്പിയർ 4:7 എന്നിവ നിർത്തി പ്രാർത്ഥിക്കുക. ആഘാതം ക്രിസ്തുവിന്റെ സമാധാനത്തിന് വഴിയൊരുക്കുന്നു.)

ഈ സംഭവത്തിനുശേഷം എന്റെ ഉള്ളിൽ വിചിത്രമായ വികാരങ്ങൾ ഉടലെടുക്കാൻ തുടങ്ങി. ഞാൻ മാറിപ്പോയി, എന്നെത്തന്നെ നിയന്ത്രിക്കാൻ കഴിഞ്ഞില്ല. അമ്മമാർക്ക് ഒരു മുന്നറിയിപ്പ്. നിങ്ങളുടെ വീട് സഹായിക്കുമെന്ന് നിങ്ങൾക്കറിയാമോ? അവന്റെ/അവളുടെ പശ്ചാത്തലം എങ്ങനെയുള്ളതാണെന്ന് നിങ്ങൾക്കറിയാമോ? നിങ്ങളുടെ കുട്ടികളുടെ ജീവിതം മുതലായവ അവനെ/അവളെ ഏൽപ്പിക്കുന്നതിനുമുമ്പ് അവനെക്കുറിച്ച് എല്ലാം അറിയാൻ നിങ്ങൾ ആഗ്രഹിക്കുന്നുണ്ടോ? ആലീസ് താൻ കൊന്ന കൊച്ചുകുട്ടിയെ എങ്ങനെയാണ് കിട്ടിയതെന്ന് നിങ്ങൾ ചോദിച്ചേക്കാം. അതിനാൽ മാതാപിതാക്കളേ, നിങ്ങളുടെ വീടിന്റെ പശ്ചാത്തലം സഹായിക്കുമെന്ന് അറിയുക.

(ഇടയൻ കുറിപ്പ്: മൃഗഡോക്ടർമാർ; ഉത്തരവാദിത്തം നിലനിർത്തുക; നിങ്ങളുടെ വീടിനു വേണ്ടി ദിവസവും പ്രാർത്ഥിക്കുക. ഇയ്യോബ് 1:5; സങ്കീർത്തനം 127:1.)

എന്നെ ആത്മവിദ്യയിൽ പൂർണ്ണമായി ഉൾപ്പെടുത്തുന്നതിൽ ആലീസ് വിജയിച്ചുവെന്നും അതിൽ അതിവേഗം വളർന്നുവരുന്നുണ്ടെന്നും കണ്ടപ്പോൾ, തന്റെ ദൗത്യം പൂർത്തീകരിച്ചുവെന്ന് അവൾ സംതൃപ്തയായി. അവൾ എനിക്ക് ഒരു ഫ്ലാറ്റ് കണ്ടെത്തി, അത് നൽകാൻ സഹായിച്ചു, അതിനുശേഷം ബന്ധം വിച്ഛേദിച്ചു.

(തന്ത്രം: അടിമത്തം ഉറപ്പിച്ചുകഴിഞ്ഞാൽ, മറ്റെവിടെയെങ്കിലും സ്വാധീനത്തിന്റെ വല കൂടുതൽ ആഴത്തിലാക്കാൻ ഹാൻഡ്ലർമാർ പലപ്പോഴും റിക്രൂട്ട് ചെയ്യുന്നവരെ "വിടുവിക്കും".)

ഇന്ത്യയിലെ ഉടമ്പടി

ഇന്ത്യയിലെ ഡൽഹിയിലുള്ള സൊസൈറ്റി എനിക്ക് ഇന്ത്യയിലേക്ക് വരാൻ ആവശ്യപ്പെട്ടുകൊണ്ട് രണ്ടാമത്തെ കത്ത് അയച്ചു. അതിൽ താഴെപ്പറയുന്ന കാര്യങ്ങൾ ചെയ്യാനും എനിക്ക് നിർദ്ദേശം നൽകി: “വിസർജ്യം കഴിക്കുക, ചീഞ്ഞളിഞ്ഞ ദുർഗന്ധം വമിക്കുന്ന എലികളെ തിന്നുക, രാത്രിയിൽ സെമിത്തേരിയിൽ ആത്മാക്കളുമായി ലൈംഗിക ബന്ധത്തിൽ ഏർപ്പെടുക.” മുകളിൽ പറഞ്ഞ കാര്യങ്ങൾ നിറവേറ്റിയ ശേഷം ഭൂമിയിലെ ഒരു സ്ത്രീയുമായും ലൈംഗിക ബന്ധത്തിൽ ഏർപ്പെടാൻ ഞാൻ ബാധ്യസ്ഥനായിരുന്നു.

എനിക്ക് വിസയില്ലെന്നും ഇന്ത്യയിലേക്ക് എങ്ങനെ പോകണമെന്ന് എനിക്കറിയില്ലെന്നും അറിയിച്ചുകൊണ്ട് അവരുടെ കത്തിന് ഞാൻ മറുപടി അയച്ചു. ഈ സമയത്ത് ഞാൻ 'ബിസിനസ്സ്' ചെയ്യാൻ തുടങ്ങിയിരുന്നു. ഞാൻ ഒരു ഗുരുതരമായ കള്ളക്കടത്തുകാരനായിരുന്നു, പക്ഷേ എന്റെ പിന്നിലുള്ള ഈ ശക്തികൾ കാരണം എനിക്ക് കസ്റ്റംസ് മുതലായവയിൽ ഒരു പ്രശ്നവുമില്ലായിരുന്നു.

(അപമാന ചടങ്ങുകൾ: മനുഷ്യനിലെ ദൈവത്തിന്റെ പ്രതിച്ഛായയെ വികൃതമാക്കുന്നതിനും സ്വാഭാവിക സ്നേഹബന്ധങ്ങൾ വിച്ഛേദിക്കുന്നതിനും പൈശാചിക ഉടമ്പടികൾ പലപ്പോഴും അശുദ്ധമായ പ്രവൃത്തികൾ ആവശ്യപ്പെടുന്നു. റോമർ 1:24–28.)

എനിക്ക് ധാരാളം പണമുണ്ടായിത്തുടങ്ങി, ഭക്ഷണത്തിനും സാധനങ്ങൾക്കും ക്ഷാമം നേരിട്ടില്ല. ഒരു ദിവസം, ഞാൻ എന്റെ ഫ്ലാറ്റ് പൂട്ടി പുറത്തിറങ്ങി; തിരിച്ചുവന്നപ്പോൾ വാതിൽ തുറന്നപ്പോൾ പാർലറിൽ ഒരാൾ ഇരിക്കുന്നത് കണ്ടു. എനിക്ക് ഭയമായി. അവൻ പറഞ്ഞു: "നീ ഇമ്മാനുവൽ ആമോസ് അല്ലേ?" ഞാൻ പറഞ്ഞു. അവൻ പറഞ്ഞു: "നിങ്ങളെ ഇന്ത്യയിലേക്ക് കൊണ്ടുവരാൻ എന്നെ അയച്ചിരിക്കുന്നു, അതിനാൽ

തയ്യാറാകൂ." ഞാൻ എല്ലായിടത്തും പൂട്ടി, പോയി അടുത്ത ഓർഡറിനായി തയ്യാറായി അവന്റെ അരികിൽ തലയണയിൽ ഇരുന്നു. പക്ഷേ മിന്നൽ പോലെ, അവൻ എന്നെ സ്പർശിച്ചു, ഞങ്ങൾ അപ്രത്യക്ഷരായി. അടുത്തതായി ഞാൻ എന്നെ കണ്ടത് ഇന്ത്യയിലെ ഡൽഹിയിലെ ഒരു വലിയ കോൺഫറൻസ് ഹാളിലായിരുന്നു, ഞങ്ങളെ സ്വാഗതം ചെയ്യാൻ ഇതിനകം തന്നെ ഇരുന്നുകൊണ്ട് ഒരു വലിയ സഭ ഉണ്ടായിരുന്നു. എന്റെ പേര് ഇതിനകം എഴുതിയിരുന്ന ഫയലുകൾ അവർ പുറത്തെടുത്തു, അതിനടുത്തായി ഒപ്പിടാൻ എന്നോട് ആവശ്യപ്പെട്ടു. ഞാൻ ചെയ്തു. രക്തം പുരണ്ട ഒരു പാത്രത്തിൽ കഷണങ്ങളായി മുറിച്ച മനുഷ്യ മാംസം അടങ്ങിയ ഒരു ട്രേ കൊണ്ടുവന്നു. ഓരോരുത്തർക്കും ഒരു ഒഴിഞ്ഞ കുടം നൽകി, തുടർന്ന് തലയില്ലാത്ത ഒരാൾ രക്തവും മാംസവും കുടങ്ങളിലേക്ക് ഒഴിച്ചു. വ്യത്യസ്ത മെഴുകുതിരികളും ധൂപവർഗ്ഗങ്ങളും കത്തിച്ചു. തലയില്ലാത്ത ആ മനുഷ്യൻ എന്തൊക്കെയോ മന്ത്രങ്ങൾ ഉരുവിട്ടു, എല്ലാവരും രക്തം കുടിക്കുകയും മാംസം കഴിക്കുകയും ചെയ്തു, അതോടെ യോഗം അവസാനിച്ചു.

(കുറിപ്പ്: വ്യാജ കൂട്ടായ്മ - രക്തം/മാംസ ആചാരങ്ങൾ കർത്താവിന്റെ അത്താഴത്തെ

അനുകരിക്കുന്നു, ആരാധകരെ പൈശാചിക "മേശകളിലേക്ക്" ബന്ധിക്കുന്നു. 1 കൊരിന്ത്യർ 10:20–21.)

ഇന്ത്യയിലെ പ്രാരംഭ നടപടികൾ ഇപ്പോൾ എന്റെ പരീക്ഷണത്തിന്റെ സമയം വന്നിരിക്കുന്നു. ഏകദേശം 200 മീറ്റർ ആഴമുള്ള ഒരു താഴ്വരയിലേക്ക് എന്നെ അയച്ചു . അതിൽ പലതരം അപകടകാരികളായ ഉരഗങ്ങളും വന്യമൃഗങ്ങളും ഉണ്ടായിരുന്നു. അവ എന്നെ പീഡിപ്പിക്കാനായിരുന്നു. ഞാൻ നിലവിളിക്കാൻ പാടില്ലായിരുന്നു, കാരണം ഞാൻ അങ്ങനെ ചെയ്താൽ, ഞാൻ പരീക്ഷയിൽ പരാജയപ്പെട്ടു, അതിന്റെ ഫലം മരണമായിരുന്നു. ഏഴ് ദിവസത്തെ വേദനയ്ക്ക് ശേഷം എന്നെ പുറത്തുകൊണ്ടുവന്ന് 'ഇന്ത്യ ജംഗിൾ' എന്ന സ്ഥലത്തേക്ക് അയച്ചു.
ഈ കാട്ടിൽ, ഞാൻ പലതരം പൈശാചിക പക്ഷികളെ കണ്ടു; പൈശാചികമായ പക്ഷികൾക്ക് നായ്ക്കളെപ്പോലെ മുഖങ്ങളും ചിലതിന് പൂച്ചകളെപ്പോലെ മുഖങ്ങളുമുണ്ട്. പക്ഷേ ചിറകുകളുണ്ട്. ഈ കാട്ടിനുള്ളിൽ ഒരു ഗുഹ ഉണ്ടായിരുന്നു, ഈ ഗുഹ ഈ പൈശാചിക പക്ഷികൾ മാത്രമേ തുറക്കുന്നുള്ളൂ. അവർ ഗുഹ തുറന്നു, ഞാൻ അകത്തേക്ക് പോയി. ഞാൻ കണ്ട കാര്യങ്ങൾ വിശദീകരിക്കാൻ പ്രയാസമാണ്. ഭയങ്കര

ജീവികളുണ്ടായിരുന്നു, ചിലത് മനുഷ്യരെപ്പോലെ കാണപ്പെട്ടു, പക്ഷേ വാലുള്ളതും മനുഷ്യ മുഖമില്ലാത്തതുമാണ്. ഇത് മറ്റൊരു പീഡന സ്ഥലമായിരുന്നു. അവിടെയുള്ള പീഡനത്തെ അർദ്ധ നരകം എന്ന് വിശേഷിപ്പിക്കാം. ഞാൻ 7 ദിവസം ആ അവസ്ഥയിലായിരുന്നു, പുറത്തുകൊണ്ടുവന്നു. പിന്നീട് പഠിക്കാൻ വലിയ അളവിലുള്ള മിസ്റ്റിക് പുസ്തകങ്ങൾ അടങ്ങിയ ഒരു വലിയ ലൈബ്രറിയിലേക്ക് എന്നെ അയച്ചു. പിന്നീട് ഞാൻ രണ്ട് പുസ്തകങ്ങൾ തിരഞ്ഞെടുത്തു: അബ്ബിസീനിയ , അതായത് നാശം, അസീന , അതായത് ജീവൻ നൽകുക അല്ലെങ്കിൽ രോഗശാന്തി നൽകുക. പിന്നീട് എനിക്ക് കൂടുതൽ പുസ്തകങ്ങൾ ലഭിച്ചു. നൈജീരിയയിലേക്ക് മടങ്ങുമ്പോൾ തന്നെ ഒരു അറ നിർമ്മിക്കാൻ എനിക്ക് നിർദ്ദേശം ലഭിച്ചു, അതിൽ ഇനിപ്പറയുന്ന കാര്യങ്ങൾ ഉണ്ടായിരുന്നു: "മനുഷ്യ രക്തം നിറച്ച ഒരു നാടൻ ജലപാത്രം, ഉള്ളിൽ ഒരു ജീവനുള്ള വൃക്ഷം, ഒരു മനുഷ്യ തലയോട്ടി, കഴുകന്റെ തൂവലുകൾ, കാട്ടുമൃഗങ്ങളുടെ തൊലികൾ, ബോവയുടെ തൊലി, കലത്തിനരികിൽ ഒരു വലിയ തിളങ്ങുന്ന ലാറ്ററൈറ്റുകൾ ." ജലപാത്രത്തിനുള്ളിലെ രക്തം എല്ലാ ദിവസവും രാവിലെ ഒരു മന്ത്രവാദത്തോടെ എടുക്കണം. മനുഷ്യർ പാകം ചെയ്ത ഭക്ഷണം ഒരിക്കലും കഴിക്കരുതെന്നും, പക്ഷേ എനിക്ക്

അമാനുഷികമായി ഭക്ഷണം നൽകുമെന്നും എനിക്ക് നിർദ്ദേശം നൽകി. ഈ നിർദ്ദേശങ്ങളെല്ലാം പാലിച്ചുകൊണ്ട് ഞാൻ പോയ അതേ വഴിയിൽ തന്നെ നൈജീരിയയിലേക്ക് മടങ്ങി, എല്ലാം നിറവേറ്റി.

(നിരീക്ഷണം: നിഗൂഢ വിജ്ഞാന ഗ്രന്ഥശാലകൾ = ഇരുട്ടിനുള്ള ശിഷ്യത്വ സംവിധാനങ്ങൾ. ദൈവത്തിന്റെ മറുമരുന്ന് വചനവും ആത്മാവുമാണ് (എബ്രായർ 4:12; യോഹന്നാൻ 16:13).)

നൈജീരിയയിൽ തിരിച്ചെത്തിയ ഞാൻ ഇപ്പോൾ ആത്മലോകത്തിന്റെ ഒരു ഭാഗമായി മാറിയിരുന്നു, ഇഷ്ടാനുസരണം ലോകത്തിന്റെ ഏത് ഭാഗത്തേക്കും സഞ്ചരിക്കാൻ കഴിയും. ഞാൻ കൊണ്ടുവന്ന പുസ്തകങ്ങൾ അനുസരിച്ച്, ആത്മജീവികൾ ബഹിരാകാശത്ത് വസിക്കുന്നു. ഒരുപക്ഷേ അവ എന്റെ ശക്തി വർദ്ധിപ്പിക്കും, അതിനാൽ ഞാൻ ശ്രമിക്കാൻ തീരുമാനിച്ചു. ഞാൻ എന്റെ വീട്ടിൽ നിന്ന് പുറത്തുവന്ന് ചില മന്ത്രങ്ങൾ ഉരുവിട്ടു, ചുഴലിക്കാറ്റ് എന്ന് വിളിച്ച് അപ്രത്യക്ഷനായി. ഞാൻ ബഹിരാകാശത്ത് എന്നെ കണ്ടെത്തി, ഈ ആത്മജീവികളെ കണ്ടു. നിങ്ങൾക്ക് എന്താണ് വേണ്ടതെന്ന് അവർ ചോദിച്ചു; എനിക്ക് ശക്തികൾ വേണമെന്ന് ഞാൻ അവരോട്

പറഞ്ഞു. അവരിൽ നിന്ന് ശക്തികൾ നേടിയ ശേഷം രണ്ടാഴ്ചയ്ക്ക് ശേഷം ഞാൻ ഭൂമിയിലേക്ക് മടങ്ങി. ഞാൻ നേരത്തെ പറഞ്ഞതുപോലെ, എനിക്ക് എന്നെത്തന്നെ നിയന്ത്രിക്കാൻ കഴിഞ്ഞില്ല. ഈ ശക്തികളെല്ലാം എനിക്ക് ഇതിനകം ലഭിച്ചിട്ടുണ്ടെങ്കിലും, എനിക്ക് ഇപ്പോഴും കൂടുതൽ കൂടുതൽ ശക്തികൾ ആവശ്യമാണ്! എനിക്ക് നൽകിയ പുസ്തകങ്ങളിൽ എന്താണ് എഴുതിയിരിക്കുന്നതെന്ന് തെളിയിക്കാൻ ഞാൻ പാതാളത്തിലേക്ക് പോകാൻ തീരുമാനിച്ചു. ഒരു ദിവസം ഞാൻ കുറ്റിക്കാട്ടിലെ ഒരു മറഞ്ഞിരിക്കുന്ന സ്ഥലത്ത് പോയി, പുസ്തകങ്ങളിൽ പറഞ്ഞിരിക്കുന്നതുപോലെ ചില മന്ത്രങ്ങൾ ഉരുവിട്ടു, നിലം തുറക്കാൻ ആജ്ഞാപിച്ചു. നിലം തുറന്നു, ഭൂതങ്ങൾ ഉടൻ തന്നെ പടികൾ സൃഷ്ടിച്ചു. ഞാൻ അകത്തുകടന്ന് നിലത്തേക്ക് പോയി. ബൈബിളിൽ രേഖപ്പെടുത്തിയിരിക്കുന്നതുപോലെ ഈജിപ്തിൽ ഉണ്ടായ ഒരു മഹാമാരിയോട് താരതമ്യപ്പെടുത്താവുന്ന പൂർണ്ണമായ അന്ധകാരം അവിടെ ഉണ്ടായിരുന്നു. വിശദീകരിക്കാൻ പ്രയാസമുള്ള ഒരുപാട് കാര്യങ്ങൾ ഞാൻ കണ്ടു. ആളുകളെ ചങ്ങലയിൽ ബന്ധിച്ചിരിക്കുന്നതും, പണം സമ്പാദിക്കാൻ ഉപയോഗിക്കുന്നതും ഞാൻ കണ്ടു - അവരുടെ കടമകൾ രാവും പകലും ജോലി ചെയ്ത് തടവുകാർക്ക് പണം നൽകുക

എന്നതാണ്. ചില ത്യാഗങ്ങൾ ചെയ്യാൻ വന്ന ചില ഉന്നത സമൂഹ അംഗങ്ങളെ ഞാൻ കണ്ടു, സ്ഥലത്തെ നിയന്ത്രിക്കുന്ന ആത്മാക്കൾ നൽകിയ ചില സമ്മാനങ്ങളുമായി അവർ ലോകത്തിലേക്ക് മടങ്ങും.
അധികാരങ്ങൾക്കായി വന്ന ചില സഭാ നേതാക്കളെ ഞാൻ കണ്ടു, സഭയിൽ ചോദ്യം ചെയ്യാതെ അംഗീകരിക്കപ്പെടുന്ന ഒരു കാര്യം പറയാൻ അധികാരങ്ങൾ. ഞാൻ രണ്ടാഴ്ച താമസിച്ചു, കൂടുതൽ അധികാരങ്ങൾ ലഭിച്ച ശേഷം തിരിച്ചുവന്നു. ആളുകൾ എന്നെ ചെറുപ്പമായും നിരപരാധിയായും കണ്ടു, പക്ഷേ ഞാൻ അപകടകാരിയാണെന്ന് ഒരിക്കലും അറിഞ്ഞിരുന്നില്ല.
അത്തരത്തിലുള്ള ധാരാളം ആളുകൾ ചുറ്റും ഉണ്ട്; ക്രിസ്തുയേശുവിൽ ഉള്ളവർ മാത്രമേ യഥാർത്ഥ സുരക്ഷിതത്വത്തിൽ സുരക്ഷിതരുള്ളൂ.

(സത്യം ഗൌരവമുള്ളത്: മതനേതാക്കളെപ്പോലും അധികാരത്താൽ പരീക്ഷിക്കാൻ കഴിയും. ദൈവദാസന്റെ യഥാർത്ഥ ലക്ഷണം താഴ്മ, വിശുദ്ധി, ആത്മാവിന്റെ ഫലം എന്നിവയാണ്. മത്തായി 7:15–23.)

എബ്യൂട്ട്
മെട്ട ബസ് സ്റ്റോപ്പിലൂടെ, ഒരു സുന്ദരിയായ യുവതി നിൽക്കുന്നത് ഞാൻ കണ്ടു. ഞാൻ

അവളോട് ഒരു വാക്കുപോലും സംസാരിച്ചില്ല. പിറ്റേന്ന് കടന്നുപോകുമ്പോൾ അവൾ ഇപ്പോഴും അതേ സ്ഥലത്ത് തന്നെയുണ്ടെന്ന് ഞാൻ കണ്ടു. മൂന്നാം ദിവസം ഞാൻ അവളെ അതേ സ്ഥലത്ത് തന്നെ കണ്ടു, കടന്നുപോകുമ്പോൾ അവൾ എന്നെ വിളിച്ചു. ഞാൻ നിർത്തി ഇമ്മാനുവൽ ആമോസ് എന്ന് പരിചയപ്പെടുത്തി, അവൾ സ്വയം പരിചയപ്പെടുത്താൻ വിസമ്മതിച്ചു. ഞാൻ അവളുടെ പേരും വിലാസവും ചോദിച്ചു, പക്ഷേ അവൾ ചിരിച്ചു. അവൾ എന്നോട് എന്റെ ചോദ്യം ചോദിച്ചു, ഞാൻ അവളോട് തെരുവ് മാത്രമേ പറഞ്ഞുള്ളൂ. ഞാൻ പോകാൻ പോകുമ്പോൾ, ഒരു ദിവസം എന്നെ സന്ദർശിക്കുമെന്ന് അവൾ പറഞ്ഞു. എന്റെ മനസ്സിൽ ഞാൻ പറഞ്ഞു, അത് അസാധ്യമാണെന്ന്, എന്റെ വീടിന്റെ നമ്പർ ഞാൻ അവൾക്ക് നൽകിയില്ല, പിന്നെ എങ്ങനെ വരാൻ കഴിയും. പക്ഷേ അവളുടെ വാക്കുകൾ സത്യമായി, ബസ് സ്റ്റോപ്പിൽ നടന്ന ആ കൂടിക്കാഴ്ചയ്ക്ക് ശേഷം ഒരു ആഴ്ച കഴിഞ്ഞ് എന്റെ വാതിലിൽ മുട്ടുന്നത് ഞാൻ കേട്ടു. അതാ അവൾ, ആ നിഗൂഢയായ സ്ത്രീ! ഞാൻ അവളെ മനസ്സിൽ സ്വാഗതം ചെയ്തു. (ഈ സുന്ദരിയായ സ്ത്രീ ആരാണെന്ന് ഞാൻ ചിന്തിച്ചു, അവൾ അപകടകരമായ സ്ഥലത്താണ് നടക്കുന്നതെന്ന് അവൾക്കറിയാമോ?) ഞാൻ അവളെ രസിപ്പിച്ചു, അവൾ പോയി. ഈ ആദ്യ

സന്ദർശനത്തിനുശേഷം, ബന്ധങ്ങളൊന്നുമില്ലാതെ അവളുടെ സന്ദർശനങ്ങൾ പതിവായി. അവളുടെ സന്ദർശനങ്ങളിൽ അവൾ ഒരു പ്രത്യേക സമയത്തേക്ക് മാത്രം നീങ്ങിയിരുന്നതായും ഒരു മിനിറ്റ് മുമ്പോ ശേഷമോ വന്നില്ലെന്നും ഞാൻ ശ്രദ്ധിച്ചു! അവളുടെ ചില സന്ദർശനങ്ങളിൽ ഞാൻ അവളെ ലാഗോസ് ബാർബീച്ചിലേക്കോ , പാരാമൗണ്ട് ഹോട്ടലിലേക്കോ, അംബാസഡർ ഹോട്ടലിലേക്കോ കൊണ്ടുപോകുമായിരുന്നു. ഇക്കാലമത്രയും , അവൾ ഇപ്പോഴും അവളുടെ പേര് എന്നോട് പറഞ്ഞില്ല. ബന്ധം അതിൽ കൂടുതൽ വികസിക്കില്ലെന്ന് എനിക്കറിയാമായിരുന്നതിനാൽ വിഷമിക്കേണ്ടെന്ന് ഞാൻ തീരുമാനിച്ചു. ഒരു സ്ത്രീയെയും തൊടരുതെന്ന് എനിക്ക് ഇതിനകം നിർദ്ദേശം നൽകിയിരുന്നു. പെട്ടെന്ന് അവൾ പകൽ സന്ദർശനങ്ങൾ രാത്രികളാക്കി മാറ്റി. ഒരു സന്ദർശനത്തിനിടെ അവൾ എന്നോട് പറഞ്ഞു: "ഇപ്പോൾ നിങ്ങൾ എന്നെ സന്ദർശിക്കേണ്ട സമയമായി." ആ രാത്രി ഞങ്ങൾ ഒരുമിച്ച് താമസിച്ചു, പിറ്റേന്ന് രാവിലെ 8.00 ന് ഞങ്ങൾ പുറപ്പെട്ടു. ഞങ്ങൾ ഒരു ബസിൽ കയറി, ഡ്രൈവറോട് ബാർബീച്ചിൽ നിർത്താൻ പറഞ്ഞു . ഞങ്ങൾ നിർത്തിയപ്പോൾ, ഞാൻ അവളോട് ചോദിച്ചു: "നമ്മൾ എവിടേക്കാണ് പോകുന്നത്?" അവൾ പറഞ്ഞു: "വിഷമിക്കേണ്ട, നിനക്ക് എന്റെ

വീട് അറിയാം." അവൾ എന്നെ ബാർബീച്ചിന്റെ ഒരു മൂലയിലേക്ക് കൊണ്ടുപോയി , ഒരു ബെൽറ്റ് പോലുള്ള ഒന്ന് ഉപയോഗിച്ച് ഞങ്ങളെ ചുറ്റിപ്പിടിച്ചു, ഉടനെ ഒരു ശക്തി പിന്നിൽ നിന്ന് വന്ന് ഞങ്ങളെ കടലിലേക്ക് തള്ളി. ഞങ്ങൾ വെള്ളത്തിന്റെ ഉപരിതലത്തിലൂടെ പറന്നു തുടങ്ങി, നേരെ സമുദ്രത്തിലേക്ക്. പ്രിയ വായനക്കാരാ, ഇതെല്ലാം എന്റെ ശാരീരിക രൂപത്തിലാണ് സംഭവിച്ചത്! ഒരു ഘട്ടത്തിൽ ഞങ്ങൾ കടൽത്തീരത്തേക്ക് മുങ്ങിപ്പോയി, എന്നെ അത്ഭുതപ്പെടുത്തിക്കൊണ്ട് ഞങ്ങൾ ഒരു എക്സ്പ്രസ് വഴിയിലൂടെ നടക്കുന്നത് ഞാൻ കണ്ടു. വളരെ തിരക്കേറിയ ഒരു നഗരത്തിലേക്ക് ഞങ്ങൾ താമസം മാറി.

(സമുദ്ര മേഖല കുറിപ്പ്: പ്രദേശങ്ങളിലുടനീളമുള്ള സാക്ഷ്യങ്ങൾ സംഘടിത ജലാന്തര നഗരങ്ങളെയും ഉടമ്പടികളെയും വിവരിക്കുന്നു. തിരുവെഴുത്ത് പ്രാദേശിക അധികാരങ്ങളെ അംഗീകരിക്കുന്നു (യെഹെസ്കേൽ 29:3; മർക്കോസ് 5:10).

ആത്മലോകം.
സയൻസ് ലാബ്, ഡിസൈനിംഗ് ലാബ്, ഒരു തിയേറ്റർ തുടങ്ങിയ ലബോറട്ടറികൾ ഞാൻ കണ്ടു. നഗരത്തിന്റെ പിൻഭാഗത്ത്, സുന്ദരികളായ ചെറുപ്പക്കാരായ

പെൺകുട്ടികളെയും സുന്ദരന്മാരായ യുവാക്കളെയും ഞാൻ കണ്ടു. പ്രായമായവരില്ല. അവർ എന്നെ അവർക്ക് പരിചയപ്പെടുത്തി, എന്നെ സ്വാഗതം ചെയ്തു. "ഡാർക്ക് റൂം", "ഡ്രൈയിംഗ് റൂം", "പാക്കിംഗ് റൂം" തുടങ്ങിയ സ്ഥലങ്ങളിലേക്ക് അവൾ എന്നെ കൊണ്ടുപോയി. പിന്നീട് അവൾ എന്നെ ഒരു പ്രധാന ഫാക്ടറിയിലേക്കും വെയർഹൗസിലേക്കും കൊണ്ടുപോയി, തുടർന്ന് അവളുടെ സ്വകാര്യ മാളികയിലേക്ക് വന്നു. അവിടെ അവൾ എന്നെ ഇരുത്തി എന്നോട് പറഞ്ഞു: "ഞാൻ തീരത്തിന്റെ രാജ്ഞിയാണ്, നിന്നോടൊപ്പം പ്രവർത്തിക്കാൻ വളരെയധികം ആഗ്രഹിക്കുന്നു. നിനക്ക് സമ്പത്തും അതിനോടൊപ്പമുള്ളതെല്ലാം, സംരക്ഷണവും അതിനോടൊപ്പമുള്ളതെല്ലാം, ജീവൻ, നിന്നെ നയിക്കാൻ ഒരു 'മാലാഖ' എന്നിവ നൽകുമെന്ന് ഞാൻ വാഗ്ദാനം ചെയ്യുന്നു." അവൾ ഒരു ബട്ടൺ അമർത്തി, അതിൽ മനുഷ്യ മാംസം (കഷണങ്ങളായി) ഉള്ള ഒരു ട്രേ പുറത്തുവന്നു, ഞങ്ങൾ ഒരുമിച്ച് ഭക്ഷണം കഴിച്ചു. അവൾ ഒരു ബോവയെ പ്രത്യക്ഷപ്പെടാൻ ആജ്ഞാപിച്ചു, അത് വിഴുങ്ങാൻ എന്നോട് ആവശ്യപ്പെട്ടു. എനിക്ക് കഴിഞ്ഞില്ല. അവൾ നിർബന്ധിച്ചു, പക്ഷേ എനിക്ക് കഴിഞ്ഞില്ല, എനിക്ക് എങ്ങനെ ഒരു ജീവനുള്ള ബോവയെ വിഴുങ്ങാൻ കഴിയും. പിന്നെ അവൾ തന്റെ ശക്തികൾ ഉപയോഗിച്ചു, ഞാൻ അത്

വിഴുങ്ങി. ഇവ മൂന്ന് ഉടമ്പടികളായിരുന്നു: മനുഷ്യമാംസവും രക്തവും, ബോവയും, പൈശാചിക മാലാഖയും ഒരു രഹസ്യവും വെളിപ്പെടുത്താതിരിക്കാൻ എപ്പോഴും അവിടെ ഉണ്ടായിരുന്നു. എന്നാൽ ഞാൻ വഴിതെറ്റിപ്പോയാൽ എന്നെ ശിക്ഷിക്കാനും ഭൂമിയിലായിരിക്കുമ്പോഴെല്ലാം കടലിൽ നിന്ന് ഭക്ഷണം കൊണ്ടുവരാനും 'മാലാഖ'യ്ക്ക് അധികാരം നൽകി. ഞാൻ എപ്പോഴും അവളെ അനുസരിക്കുമെന്ന് വാഗ്ദാനം ചെയ്തു. ഈ വാഗ്ദാനത്തിനുശേഷം അവൾ എന്നെ സമുദ്രത്തിന്റെ മറ്റൊരു ഭാഗത്തേക്ക് കൊണ്ടുപോയി, ഇത്തവണ ഒരു ദ്വീപ്. അവിടെ മരങ്ങളുണ്ടായിരുന്നു, ഈ മരങ്ങളിൽ ഓരോന്നിനും വ്യത്യസ്ത കടമകളുണ്ടായിരുന്നു:

- വിഷബാധയ്ക്കുള്ള മരം, - കൊല്ലാനുള്ള മരം, - വിളിക്കുന്നതിനുള്ള മരം, കൂടാതെ - രോഗശാന്തിക്കുള്ള മരം. ഹിപ്പോപ്പൊട്ടാമസ്, ബോവ കൺസ്ട്രക്റ്റർ, മുതല തുടങ്ങിയ എല്ലാത്തരം കടൽ ജീവികളിലേക്കും മാറാനുള്ള ശക്തി അവൾ എനിക്ക് നൽകി, പിന്നീട് അവൾ അപ്രത്യക്ഷയായി. ഞാൻ ഒരു ആഴ്ച കടലിൽ താമസിച്ചു, മുകളിൽ സൂചിപ്പിച്ച ഒരു മാർഗത്തിലൂടെ (മുതല

പോലുള്ളവ) ഞാൻ ലോകത്തിലേക്ക്
തിരിച്ചുവന്നു.

(നിരീക്ഷണം: വ്യാജ "ദൂതന്മാർ" ഉടമ്പടികൾ നടപ്പിലാക്കുന്നു (2 കൊരിന്ത്യർ 11:14). ക്രിസ്തുവിന്റെ ദൂതന്മാർ രക്ഷയും സംരക്ഷണവും ശുശ്രൂഷിക്കുന്നു, ഒരിക്കലും ബന്ധനമല്ല (എബ്രായർ 1:14).)

അണ്ടർവേൾഡ് ലബോറട്ടറികൾ
ഞാൻ ലാഗോസിൽ ഒരു ആഴ്ച താമസിച്ചു, ഇത്തവണ രണ്ട് മാസത്തേക്ക് കടലിലേക്ക് മടങ്ങി. എന്താണ് സംഭവിക്കുന്നതെന്ന് കാണാൻ ഞാൻ ശാസ്ത്ര ലബോറട്ടറികളിൽ പോയി. സൈക്യാട്രിസ്റ്റുകളും ശാസ്ത്രജ്ഞരും എല്ലാവരും വളരെ ഗൗരവമായി പ്രവർത്തിക്കുന്നത് ഞാൻ കണ്ടു. മിന്നുന്ന കാറുകൾ, ഏറ്റവും പുതിയ ആയുധങ്ങൾ തുടങ്ങിയ മനോഹരമായ വസ്തുക്കൾ രൂപകൽപ്പന ചെയ്യുക, ഈ ലോകത്തിന്റെ നിഗൂഢത അറിയുക എന്നിവയാണ് ഈ ശാസ്ത്രജ്ഞരുടെ ജോലി. അവർക്ക് ഉണ്ടായിരിക്കാവുന്ന ലോകത്തിന്റെ സ്തംഭം അറിയാൻ കഴിയുമെങ്കിൽ, പക്ഷേ ദൈവത്തിന് നന്ദി, ദൈവത്തിന് മാത്രമേ അറിയൂ.
ഞാൻ ഡിസൈനിംഗ് റൂമിലേക്ക് മാറി, അവിടെ തുണികളുടെയും സുഗന്ധദ്രവ്യങ്ങളുടെയും വിവിധതരം

സൗന്ദര്യവർദ്ധക വസ്തുക്കളുടെയും നിരവധി സാമ്പിളുകൾ ഞാൻ കണ്ടു. ലൂസിഫറിന്റെ അഭിപ്രായത്തിൽ ഇതെല്ലാം സർവ്വശക്തനായ ദൈവത്തിൽ നിന്ന് മനുഷ്യന്റെ ശ്രദ്ധ തിരിക്കാനാണ്. ഇലക്ട്രോണിക്സ്, കമ്പ്യൂട്ടറുകൾ, അലാറങ്ങൾ എന്നിവയുടെ വ്യത്യസ്ത ഡിസൈനുകളും ഞാൻ കണ്ടു. ലോകത്ത് വീണ്ടും ജനിച്ച ക്രിസ്ത്യാനികളെ അവർ അറിയുന്ന ഒരു ടിവിയും ഉണ്ടായിരുന്നു. പള്ളിയിൽ പോകുന്നവരെയും യഥാർത്ഥ ക്രിസ്ത്യാനികളെയും അവിടെ നിന്ന് നിങ്ങൾ കാണുകയും വേർതിരിക്കുകയും ചെയ്യുന്നു. പിന്നീട് ഞാൻ ലബോറട്ടറികളിൽ നിന്ന് 'ഇരുട്ടുള്ള മുറി'യിലേക്കും 'ഉണക്കുന്ന മുറി'യിലേക്കും മാറി. അനുസരണക്കേട് കാണിക്കുന്ന ഏതൊരു അംഗത്തെയും അവർ കൊല്ലുന്ന സ്ഥലമാണ് ഇരുണ്ട മുറി. ആദ്യം ആ വ്യക്തിയുടെ രക്തം ഊറ്റിയെടുത്ത് അവർ കൊല്ലുന്നു, തുടർന്ന് ആ വ്യക്തിയെ മെഷീൻ റൂമിലേക്ക് അയയ്ക്കുന്നു, അവിടെ അവനെ/അവളെ പൊടിയാക്കും, തുടർന്ന് പൊടി 'സാക്ക് റൂമിലേക്ക്' അയയ്ക്കുന്നു, അവിടെ അവ ബാഗുകളിലാക്കി നാടൻ ഡോക്ടർമാർക്ക് അവരുടെ മനോഹാരിതയ്ക്കായി ശേഖരിക്കാൻ സൂക്ഷിക്കും. എഴുത്തിൽ വിശദീകരിക്കാൻ പ്രയാസമുള്ള കൂടുതൽ കാര്യങ്ങൾ ഉണ്ടായിരുന്നു. ഈ ശക്തികളെല്ലാം എന്നിൽ

ഉണ്ടായിരുന്നിട്ടും, ലൂസിഫറിനെ കാണാൻ എനിക്ക് ഇതുവരെ യോഗ്യത ലഭിച്ചിരുന്നില്ല, മറിച്ച് അവന്റെ ഏജന്റാകാൻ മാത്രമേ എനിക്ക് യോഗ്യത ലഭിച്ചിരുന്നുള്ളൂ. എന്നിരുന്നാലും, എനിക്ക് ഇപ്പോൾ ശക്തികളുണ്ടെന്നും ഇഷ്ടാനുസരണം കാര്യങ്ങളെ നേരിടാനും വെല്ലുവിളിക്കാനും നശിപ്പിക്കാനും കഴിയുമെന്നും ഞാൻ സംതൃപ്തനായിരുന്നു. എന്റെ മനസ്സിൽ എവിടെയെങ്കിലും മറ്റേതെങ്കിലും ശക്തികൾ ഉണ്ടാകുമോ എന്ന് ഞാൻ ചിന്തിച്ചു.

(അധ്യായത്തിന്റെ അവസാന കുറിപ്പ്: "കൂടുതൽ ശക്തി" എന്നതിനായുള്ള അഭിനിവേശം ഇരുട്ടിലെ അനന്തമായ ഒരു സർപ്പിളമാണ്. ക്രിസ്തുവിനുള്ള കീഴടങ്ങൽ മാത്രമാണ് ചക്രം തകർക്കുന്നത്. മത്തായി 11:28–30.)

രണ്ടാം അധ്യായത്തിൽ നിന്നുള്ള ഡെലിവറൻസ് കീകൾ

- നരകത്തിന്റെ വാഗ്ദാനങ്ങൾ *സഹായത്തിൽ നിന്ന്* ഭീതിയിലേക്ക് *ഉയരുന്നു*; വില എപ്പോഴും രക്തമാണ്.
- ലിഖിത/രക്ത ഉടമ്പടികളും പ്രാരംഭ ചടങ്ങുകളും നിയമപരമായ

വാതിലുകളാണ് - **എന്നാൽ ക്രിസ്തുവിന്റെ കുരിശ് നമുക്കെതിരായ രേഖ റദ്ദാക്കുന്നു** (കൊലോസ്യർ 2:14-15).

- **ആത്മീയ യുദ്ധത്തിൽ** സമുദ്ര/അധോലോക ഘടനകൾ യഥാർത്ഥമാണ്, എന്നിട്ടും **എല്ലാ നാമങ്ങളും യേശുവിനെ വണങ്ങുന്നു** (ഫിലി 2:9–11).
- **കുടുംബങ്ങൾക്കുള്ള** വിവേചനാധികാരം: രഹസ്യം, ഭീഷണിപ്പെടുത്തൽ, പെട്ടെന്നുള്ള സമ്പത്ത്, രാത്രിയിലെ ആചാരങ്ങൾ എന്നിവ അപകട സൂചനകളാണ് - **പ്രാർത്ഥനാ കവചങ്ങൾ ഉയർത്തി** ജ്ഞാനപൂർവമായ ഉപദേശം തേടുക.

പരിത്യാഗ പ്രാർത്ഥനയും മൂടൽമഞ്ഞും

കർത്താവായ യേശുക്രിസ്തുവേ, ഞാൻ അല്ലെങ്കിൽ എനിക്ക് വേണ്ടി ചെയ്ത എല്ലാ ഉടമ്പടികളും, ശപഥങ്ങളും, ദീക്ഷകളും ഇരുട്ടുകൊണ്ട് ഞാൻ ഉപേക്ഷിക്കുന്നു. നിന്റെ രക്തത്താൽ, എനിക്കെതിരായ എല്ലാ കൈയക്ഷരങ്ങളും മായ്ച്ചുകളയുക. സമുദ്ര, അധോലോക, ജ്യോതിഷ മേഖലകളുമായുള്ള ബന്ധം ഞാൻ തകർക്കുന്നു. നിന്റെ

ദത്തെടുക്കലിന്റെ ആത്മാവും, നിന്റെ സമാധാനവും, എന്റെയും എന്റെ കുടുംബത്തിന്റെയും മേലുള്ള നിന്റെ സംരക്ഷണവും എനിക്ക് ലഭിക്കുന്നു. നിന്റെ നാമത്തിൽ ഞാൻ എല്ലാ പൈശാചിക കവാടങ്ങളും അടച്ച് എന്റെ ജീവിതം നിന്റെ കർത്തൃത്വത്തിന് മാത്രം തുറക്കുന്നു. ആമേൻ.

അധ്യായം 3: ദുഷ്ട ഭരണം

(റവ. ഇമ്മാനുവൽ ആമോസ് എനി എഴുതിയ യഥാർത്ഥ വിവരണം • അംബാസഡർ തിങ്കളാഴ്ച ഒ. ഒഗ്ബെയുടെ സംക്ഷിപ്ത വ്യാഖ്യാനം)

"മോഷ്ടിക്കാനും കൊല്ലാനും നശിപ്പിക്കാനും അല്ലാതെ കള്ളൻ വരുന്നില്ല; അവർക്ക് ജീവൻ ഉണ്ടാകുവാനും അത് സമൃദ്ധമായി ഉണ്ടാകുവാനും ഞാൻ വന്നിരിക്കുന്നു." - **യോഹന്നാൻ 10:10**

(ഉൾക്കാഴ്ച: ഇവിടെ വിവരിച്ചിരിക്കുന്ന ഓരോ പ്രവൃത്തിയും ആ വാക്യത്തെ പ്രതിഫലിപ്പിക്കുന്നു - സാത്താന്റെ മാതൃക മോഷണം, മരണം, നാശം എന്നിവയാണ്; ക്രിസ്തുവിന്റെ പ്രതിദൗത്യം സമൃദ്ധമായ ജീവിതമാണ്.)

ആദ്യ നിയമനം - രക്തത്തിന് രക്തം

ലാഗോസിലേക്ക് മടങ്ങിയെത്തിയ ഞാൻ എന്റെ ബിസിനസ്സിൽ തുടർന്നു, രണ്ടാഴ്ച കഴിഞ്ഞ് ഞാൻ വീണ്ടും കടലിലേക്ക് പോയി. തീരദേശ രാജ്ഞി എനിക്ക് "ആദ്യത്തെ

നിയമനം" നൽകി. എന്റെ ഗ്രാമത്തിലേക്ക് പോയി എന്റെ അമ്മാവനെ കൊല്ലണം, എന്റെ മാതാപിതാക്കളുടെ മരണത്തിന് ഉത്തരവാദിയായ ഒരു പ്രമുഖ ശക്തനായ തദ്ദേശീയ ഡോക്ടറെയാണ് ഞാൻ കൊല്ലേണ്ടത്.

ഞാൻ അനുസരിച്ചു പോയി, പക്ഷേ മുമ്പ് കൊന്നിട്ടില്ലാത്തതിനാൽ, അവനെ കൊല്ലാൻ എനിക്ക് ധൈര്യമില്ലായിരുന്നു, പകരം ഞാൻ അവന്റെ മരുന്നുകൾ നശിപ്പിച്ചു, അവനെ ശക്തിയില്ലാത്തവനാക്കി. ഈ പ്രവൃത്തിയുടെ ഫലമായി , ഇന്നുവരെയുള്ള അവന്റെ എല്ലാ ഉപഭോക്താക്കളെയും ഞാൻ നഷ്ടപ്പെട്ടു. ഒരു റിപ്പോർട്ട് നൽകാൻ ഞാൻ തിരിച്ചുവന്നു, പക്ഷേ അവൾ എന്നോട് കോപിച്ചു. അവളുടെ നിർദ്ദേശങ്ങൾ അനുസരിക്കാത്തതിന്റെ ഫലം മരണമാണെന്ന് അവൾ പറഞ്ഞു, പക്ഷേ എന്നോടുള്ള സ്നേഹം കാരണം എന്റെ മാതാപിതാക്കളെ കൊല്ലാൻ സഹായിച്ച രണ്ട് മുതിർന്നവരെ കൊല്ലാൻ അവൾ എന്നെ അതേ ഗ്രാമത്തിലേക്ക് തിരിച്ചയക്കും. ഇത് അവളെ അനുസരിക്കാത്തതിനുള്ള ശിക്ഷയാണോ അല്ലയോ എന്ന് എനിക്കറിയില്ല.

എന്നിരുന്നാലും, ഞാൻ അനുസരിച്ചു ഗ്രാമത്തിലേക്ക് തിരിച്ചുപോയി ഈ പുരുഷന്മാരെ കൊല്ലാനും അവരുടെ രക്തം അവൾക്ക് അയച്ചുകൊടുക്കാനും 'സജ്ജമായി'.

(അഭിപ്രായം: ശത്രു എപ്പോഴും പാപം വർദ്ധിപ്പിക്കുന്നു - ഒരിക്കൽ നിങ്ങൾ വഴങ്ങുമ്പോൾ, അവൻ കൂടുതൽ ആവശ്യപ്പെടുന്നു. റോമർ 6: 16.)

അവരുടെ മരണത്തിലെ ദുരൂഹ സാഹചര്യങ്ങളുടെ ഫലമായി, ഗ്രാമത്തിലെ മുതിർന്നവർ മറ്റൊരു ശക്തനായ തദ്ദേശീയ ഡോക്ടറെ അന്വേഷിക്കാൻ പോയി, സാധാരണയായി കൊലയാളിയെ അന്വേഷിക്കാൻ മിന്നൽ അയയ്ക്കാറുണ്ടായിരുന്നു. നിർഭാഗ്യവശാൽ, ഞാൻ ആ നാട്ടുകാരനായ ആ ഡോക്ടറെ കണ്ടുമുട്ടി, അവിടെ അദ്ദേഹം ആത്മാക്കളുമായി കൂടിയാലോചിച്ചു, ജീവനെ സ്നേഹിക്കുന്നുണ്ടെങ്കിൽ ഒന്നും പറയരുതെന്ന് മുന്നറിയിപ്പ് നൽകി. അദ്ദേഹം പുറത്തുവന്ന് മൂപ്പന്മാരോട് വീട്ടിലേക്ക് പോയി അവർ വ്രണപ്പെടുത്തിയ അവരുടെ മക്കളിൽ ഒരാളോട് എന്റെ പേര് ഒരിക്കലും പരാമർശിക്കരുതെന്ന് യാചിക്കാൻ പറഞ്ഞു. അദ്ദേഹം അയച്ച മിന്നൽ തിരിച്ചുവന്ന് അവരുടെ ഇടയിൽ അടിച്ചു, ചിലരെ കൊല്ലുകയും പലരെയും മുറിവേൽപ്പിക്കുകയും ചെയ്തു.

ഈ ആദ്യ പ്രവൃത്തിക്ക് ശേഷം, എന്നിലെ ശക്തികൾ സ്വയം പ്രകടമാകാൻ തുടങ്ങി.

സൗഹൃദം നിരസിച്ചാലും മറ്റും ഒരു പെൺകുട്ടിയെ ഞാൻ വികൃതമാക്കും.

(വിചിന്തനം: ക്രിസ്തുവിന് പുറത്തുള്ള എല്ലാ "ശക്തിയും" നിയന്ത്രിക്കാനാവാത്ത തിന്മയായി മാറുന്നു; ലൂക്കോസ് 9:55 കാണുക.)

സാത്താനുമായുള്ള എന്റെ കൂടിക്കാഴ്ച

പിന്നീട് ഞാൻ ലാഗോസിലേക്ക് തിരിച്ചുപോയി. ഒരു ദിവസം, **നിന എന്നൊരു പെൺകുട്ടി** എന്റെ അടുക്കൽ വന്നു. അനമ്പ്ര സംസ്ഥാനക്കാരായ നിന വളരെ സുന്ദരിയായ ഒരു പെൺകുട്ടിയായിരുന്നു, പക്ഷേ അവൾ കൂടുതലും കടലിലാണ്, അതായത് അണ്ടർവാട്ടർ സ്പിരിറ്റ് ലോകത്താണ് താമസിക്കുന്നത്. അവൾ തീരദേശ രാജ്ഞിയുടെ തീക്ഷ്ണ ഏജന്റും വളരെ ദുഷ്ടയുമായിരുന്നു. അവൾ ക്രിസ്ത്യാനികളെ ഉള്ളിൽ തന്നെ വെറുത്തു, ക്രിസ്തുമതത്തിനെതിരെ പോരാടാൻ ഏതറ്റം വരെയും പോകുമായിരുന്നു. കടൽ സന്ദർശനത്തിനിടെയാണ് ഞാൻ അവളെ ആദ്യമായി കണ്ടത്. തീരദേശ രാജ്ഞിയുടെ ഒരു കാര്യത്തിനായി നിന എത്തി.

ലൂസിഫറുമായി ഒരു കോൺഫറൻസ് ഉണ്ടെന്ന് ഞാൻ അറിഞ്ഞു .

ഈ യോഗത്തിൽ സാത്താൻ നമുക്ക് താഴെപ്പറയുന്ന നിർദ്ദേശങ്ങൾ നൽകി: അവിശ്വാസികളോട് പോരാടാതെ വിശ്വാസികളോട് പോരാടുക, കാരണം അവിശ്വാസികൾ ഇതിനകം തന്നെ അവന്റേതായിരുന്നു.

അവൻ ഇത് പറഞ്ഞപ്പോൾ, ഞങ്ങളിൽ ഒരാൾ ചോദിച്ചു: "എന്തുകൊണ്ട്?" ദൈവം അവനെ "ആ സ്ഥലത്ത്" നിന്ന് പുറത്താക്കിയതാണ് കാരണമെന്ന് അവൻ പറഞ്ഞു (അദ്ദേഹം *സ്വർഗ്ഗം എന്ന വാക്ക് വിളിക്കാൻ വിസമ്മതിച്ചു* , അദ്ദേഹവുമായുള്ള ഞങ്ങളുടെ കൂടിക്കാഴ്ചകളിലെല്ലാം അദ്ദേഹം ഒരിക്കലും *സ്വർഗ്ഗം എന്ന വാക്ക് പരാമർശിച്ചില്ല). പകരം,* വിദ്വേഷം നിമിത്തം അവൻ എപ്പോഴും *ആ സ്ഥലം എന്ന* വാക്ക് ഉപയോഗിക്കുമായിരുന്നു .

അഹങ്കാരം മൂലമാണ് തന്നെ പുറത്താക്കിയതെന്നും അതിനാൽ ഒരു ക്രിസ്ത്യാനിയും അവിടെ (സ്വർഗ്ഗം) എത്താൻ താൻ ആഗ്രഹിക്കുന്നില്ലെന്നും അദ്ദേഹം പറഞ്ഞു.

കപടനാട്യക്കാരോട് യുദ്ധം ചെയ്യരുതെന്നും അദ്ദേഹം ഞങ്ങളോട് പറഞ്ഞു. “അവരും എന്നെപ്പോലെയാണ്,” അദ്ദേഹം പറഞ്ഞു. അദ്ദേഹം തുടർന്നു: “നമ്മൾ യഥാർത്ഥ

ക്രിസ്ത്യാനികളോട് മാത്രമേ യുദ്ധം ചെയ്യാവൂ. എന്റെ സമയം അടുത്തിരിക്കുന്നു , അതിനാൽ നമ്മൾ മുമ്പെങ്ങുമില്ലാത്തവിധം പോരാടുകയും ആരും ആ സ്ഥലത്ത് പ്രവേശിക്കുന്നില്ലെന്ന് ഉറപ്പാക്കുകയും വേണം."

(കുറിപ്പ്: നരകം ഭയക്കുന്നത് നാമമാത്ര വിശ്വാസികളെയല്ല, യഥാർത്ഥ ശിഷ്യന്മാരെയാണ് - യാക്കോബ് 2:19 ; പ്രവൃത്തികൾ 19:15.)

അപ്പോൾ ഞങ്ങളിൽ ഒരാൾ അവനോട് പറഞ്ഞു: "മനുഷ്യരാശിയെ ദൈവത്തിലേക്ക് തിരികെ കൊണ്ടുവരാൻ ദൈവം ഒരാളെ അയച്ചിട്ടുണ്ടെന്ന് ഞങ്ങൾ കേട്ടു." അപ്പോൾ സാത്താൻ ചോദിച്ചു: "ആരാണ് അത്?" ഒരു അംഗം "യേശു" എന്ന് ഉത്തരം പറഞ്ഞു, ഞങ്ങളെ ഏറ്റവും അത്ഭുതപ്പെടുത്തിക്കൊണ്ട്, **ലൂസിഫർ തന്റെ ഇരിപ്പിടത്തിൽ നിന്ന് വീണു.**

അയാൾ ആ മനുഷ്യനോട് ആക്രോശിച്ചു, അവന്റെ ജീവനെ സ്നേഹിക്കുന്നുണ്ടെങ്കിൽ ഞങ്ങളുടെ ഒരു മീറ്റിംഗിലും ആ പേര് ഒരിക്കലും പറയരുതെന്ന് മുന്നറിയിപ്പ് നൽകി.

സാത്താൻ ഉൾപ്പെടെ എല്ലാവരുടെയും മുട്ടുകൾ മടങ്ങണമെന്നത് സത്യമാണ്"

(ഫിലിപ്പിയർ 2:10) എന്ന് ഇമ്മാനുവൽ എഴുതുന്നു.

ഈ സംഭവത്തിനുശേഷം അദ്ദേഹം ഞങ്ങളെ പ്രോത്സാഹിപ്പിക്കുകയും "ഈ ക്രിസ്ത്യാനികളെ" കാര്യമാക്കരുതെന്ന് ഞങ്ങളോട് പറയുകയും ചെയ്തു, ലൂസിഫർ ഉടൻ തന്നെ ലോകത്തെ ഭരിക്കാൻ വരുമെന്നും, അദ്ദേഹത്തിന്റെ ഏജന്റുമാരായ നമുക്ക്, ലോകത്തിന്റെ മറ്റു ഭാഗങ്ങളെപ്പോലെ കഷ്ടപ്പെടാതിരിക്കാൻ മെച്ചപ്പെട്ട ഒരു സ്ഥലം നൽകുമെന്നും, അവൻ നമ്മെ ഭരണാധികാരികളാക്കുമെന്നും.

മനുഷ്യൻ മിന്നുന്നതും ഭാവനാത്മകവുമായ കാര്യങ്ങൾ ഇഷ്ടപ്പെടുന്നതിനാൽ, അവൻ ഈ വസ്തുക്കൾ നിർമ്മിക്കുന്നത് തുടരുകയും മനുഷ്യന് തന്റെ ദൈവത്തിനായി സമയമില്ലെന്ന് ഉറപ്പാക്കുകയും ചെയ്യുമെന്നും സഭയെ നശിപ്പിക്കാൻ അവൻ ഇനിപ്പറയുന്നവ ഉപയോഗിക്കുമെന്നും അദ്ദേഹം തുടർന്നു:

1. പണം
2. സമ്പത്ത്
3. സ്ത്രീകൾ

പ്രസംഗത്തിന്റെ അവസാനം അദ്ദേഹം മീറ്റിംഗ് പിരിച്ചുവിട്ടു. സാത്താനുമായുള്ള എന്റെ ആദ്യ കൂടിക്കാഴ്ചയായിരുന്നു ഇത്. മറ്റു പലരും പിന്നാലെ വന്നു.

(ഉൾക്കാഴ്ച: സ്വർണ്ണം, മഹത്വം, പെൺകുട്ടികൾ എന്നീ മൂന്ന് ആയുധങ്ങൾ ഇന്നും ശുശ്രൂഷകളെ നശിപ്പിക്കുന്നു. 1 യോഹന്നാൻ 2: 15 - 17 കാണുക.)

രാജ്ഞിയുടെ ശക്തി വർദ്ധിപ്പിക്കൽ

ഞങ്ങൾ പോകുമ്പോൾ, ഇപ്പോൾ വ്യത്യസ്ത രൂപങ്ങളിൽ പ്രത്യക്ഷപ്പെടുന്ന തീരദേശ രാജ്ഞി എന്നെ അവളുടെ മാളികയിലേക്ക് ക്ഷണിച്ചു. എന്റെ രണ്ട് കാലുകളുടെ അസ്ഥികൾക്കുള്ളിൽ മനുഷ്യ ചാരം മറ്റ് വസ്തുക്കളോടൊപ്പം തിരുകി, എന്റെ വിരലിൽ ഒരു കല്ല് (സാധാരണ കല്ലല്ല) എന്റെ വലതുകൈയുടെ അസ്ഥിക്കുള്ളിൽ മറ്റെന്തോ തിരുകി.

ഇവയിൽ ഓരോന്നിനും അതിന്റേതായ കടമകൾ ഉണ്ടായിരുന്നു.

- എന്റെ വിരലിലെ കല്ല് എനിക്കെതിരായ ആരുടെയെങ്കിലും ചിന്ത അറിയാനായിരുന്നു.
- എന്റെ വലതു കൈയിലുള്ളത് എന്നെ നശിപ്പിക്കാൻ പ്രാപ്തനാക്കുന്നതായിരുന്നു.
- കാലുകളിലുള്ളവ എന്നെ കൂടുതൽ കഠിനനും അപകടകാരിയുമാക്കുകയും

ഒരു സ്ത്രീ, മൃഗം, പക്ഷി, പൂച്ച
എന്നിങ്ങനെ മാറാൻ എന്നെ
പ്രാപ്തനാക്കുകയും ചെയ്തു.

അവൾ എന്നെ ഒരു ലബോറട്ടറിയിലേക്ക് കൊണ്ടുപോയി, വീണ്ടും ജനിച്ച ക്രിസ്ത്യാനികളെയും പള്ളികൾക്കുള്ളിലെ വെറും പള്ളിയിൽ പോകുന്നവരെയും കണ്ടെത്താൻ ഒരു ടെലിസ്കോപ്പ്, ഒരു ടിവി, ഒരു വീഡിയോ - സാധാരണയല്ല - എനിക്ക് തന്നു.

ഒടുവിൽ, അവൾ എനിക്ക് പതിനാറ് പെൺകുട്ടികളെ എന്റെ ഏജന്റുമാരായി ജോലി ചെയ്യാൻ തന്നു. അവരിൽ ഒരാളായിരുന്നു നീന. ഈ "സമ്മാനങ്ങളുമായി" ഞാൻ ലാഗോസിലേക്ക് മടങ്ങി.

(അഭിപ്രായം: വ്യാജമായ വിവേചനാ ഉപകരണങ്ങൾ - പരിശുദ്ധാത്മാവിന്റെ വിവേചനാ ദാനത്തെ സാത്താൻ വളച്ചൊടിക്കുന്നു (1 കൊരിന്ത്യർ 12:10).

സാത്താന്റെ ഏജന്റായി രൂപാന്തരപ്പെട്ടു

എന്റെ ഹൃദയത്തിൽ ഇനി മാനുഷിക വികാരങ്ങളോ കരുണയോ ഉണ്ടായിരുന്നില്ല. ഞാൻ ഉടൻ തന്നെ പ്രവർത്തനത്തിലേക്ക് പോയി അഞ്ച് ഡ്യൂപ്ലെക്സുകൾ ഒറ്റയടിക്ക് നശിപ്പിച്ചു. അവയെല്ലാം അവയുടെ നിവാസികളോടൊപ്പം നിലത്ത് മുങ്ങി. 1982 ഓഗസ്റ്റിൽ ലാഗോസിലാണ് ഇത് സംഭവിച്ചത്. നല്ല അടിത്തറ പാകാത്തതിന് കരാറുകാരനെ കുറ്റപ്പെടുത്തി, അതിന് വലിയ വില നൽകി.

ഇന്ന് ലോകത്ത് നടക്കുന്ന പല നാശങ്ങളും മനുഷ്യനിർമിതമല്ല. പിശാചിന്റെ കടമ മോഷ്ടിക്കുക, കൊല്ലുക, നശിപ്പിക്കുക എന്നിവയാണ്. ഞാൻ വീണ്ടും പറയുന്നു, **സാത്താന് സൗജന്യമായി ഒരു സമ്മാനവുമില്ല.**

(പ്രധാന സത്യം: ഇരുട്ടിൽ നിന്നുള്ള എല്ലാ പ്രത്യക്ഷ നേട്ടങ്ങളും ദുരന്തത്തിൽ അവസാനിക്കുന്നു.)

വിശ്വാസികളെ ലക്ഷ്യം വയ്ക്കുന്നു

റോഡുകളിൽ അപകടങ്ങൾ ഉണ്ടാക്കുന്നതിലും മറ്റും ഞാൻ ഏർപ്പെട്ടിട്ടുണ്ട്. ഞാൻ പരാമർശിക്കാൻ ആഗ്രഹിക്കുന്ന ഒരു കേസ്, തന്റെ രക്ഷയെയും വിടുതലിനെയും കുറിച്ച് സാക്ഷ്യപ്പെടുത്താൻ ചുറ്റിനടന്ന ഒരു യുവ മതപരിവർത്തനം ചെയ്തയാളെക്കുറിച്ചാണ്. ഇത് ചെയ്തതിന് അവൻ ആത്മലോകത്ത് വളരെയധികം ദോഷം വരുത്തിക്കൊണ്ടിരുന്നു, അതിനാൽ ഞാൻ അവനു വേണ്ടി ഒരു അപകടം ആസൂത്രണം ചെയ്തു.

ഒരു ദിവസം അദ്ദേഹം സാക്ഷ്യത്തിനായി ലാഗോസിലേക്കുള്ള ഒരു ആഡംബര ബസിൽ പോവുകയായിരുന്നു. ബസ് അമിത വേഗതയിലായിരുന്നതിനാൽ, ഞാൻ അത് റോഡിൽ നിന്ന് മാറ്റി, അത് ഒരു മരത്തിൽ ഇടിച്ചു. ഈ യുവ മതപരിവർത്തനം ഒഴികെ എല്ലാ യാത്രക്കാരും മരിച്ചു.

വാഹനത്തിന്റെ ബൂട്ടിലൂടെ പുറത്തേക്ക് വന്ന് "ഞാൻ സുരക്ഷിതനാണ്! ഞാൻ സുരക്ഷിതനാണ്!" എന്ന് വിളിച്ചുപറഞ്ഞതിനാൽ അദ്ദേഹം രക്ഷപ്പെട്ടത്

അത്ഭുതകരമായിരുന്നു.
സാക്ഷ്യപ്പെടുത്തുന്നതിൽ നിന്ന് ഞങ്ങൾ അദ്ദേഹത്തെ തടയാൻ ശ്രമിച്ചു, പക്ഷേ ഞങ്ങൾ പരാജയപ്പെട്ടു.

(പാഠം: സാക്ഷ്യം യുദ്ധമാണ് - വെളിപ്പാട് 12:11 .)

ടിവിയിലൂടെ, പുതുതായി പശ്ചാത്തപിച്ച ഒരു മനുഷ്യനെ നമുക്ക് പരിചയപ്പെടാം, അവനെ പിന്തിരിപ്പിക്കാൻ കഴിയുമോ എന്ന് ഗൗരവമായി അന്വേഷിക്കും. ആറ് മാസത്തിന് ശേഷവും നമുക്ക് വിജയിച്ചില്ലെങ്കിൽ, നമ്മൾ അവന്റെ ബിസിനസ്സിൽ പ്രവേശിച്ച് അത് പാപ്പരാക്കും. അവൻ/അവൾ ഒരു സിവിൽ സർവീസ് ആണെങ്കിൽ, ബോസ് വഴി നമ്മൾ അവനെ/അവളെ അടിച്ചമർത്തും, സാധ്യമെങ്കിൽ ബോസിനെ അവന്റെ/അവളുടെ നിയമനം അവസാനിപ്പിക്കാൻ പ്രേരിപ്പിക്കും. ഇതെല്ലാം കഴിഞ്ഞിട്ടും അവൻ പിന്മാറാൻ വിസമ്മതിച്ചാൽ നമ്മൾ അവനെ/അവളെ ഉപേക്ഷിക്കും. എന്നാൽ അവൻ പിന്മാറുകയാണെങ്കിൽ , പശ്ചാത്തപിക്കാൻ രണ്ടാമതൊരു അവസരം ലഭിക്കാതിരിക്കാൻ അവനെ കൊല്ലും.

(ഓർമ്മപ്പെടുത്തൽ: മതപരിവർത്തനത്തിനു ശേഷം ഉറച്ചുനിൽക്കുന്നത് നരകചക്രത്തെ തകർക്കുന്നു - എഫെസ്യർ 6:13 .)

വിസാർഡ്സിന്റെ ചെയർമാൻ

ലൂസിഫർ വളരെ സന്തോഷിക്കുകയും എന്നെ മാന്ത്രികരുടെ ചെയർമാനാക്കുകയും ചെയ്യുന്നിടത്തോളം ഞാൻ ജീവിതങ്ങൾ നശിപ്പിച്ചു.

എന്റെ ചെയർമാൻ സ്ഥാനത്തിന് ഒരു മാസത്തിനുശേഷം, ഒരു യോഗം വിളിച്ചു. പക്ഷികളായും പൂച്ചകളായും പാമ്പുകളായും ഞങ്ങൾ ആ യോഗത്തിൽ പങ്കെടുത്തു. ഈ ജീവികളെ ഇനിപ്പറയുന്ന കാരണങ്ങളാൽ ഉപയോഗിക്കുന്നു:

1. പക്ഷികളിലേക്ക് തിരിയുന്നത് മാന്ത്രികരെ കൂടുതൽ അപകടകാരികളാക്കുന്നു.
2. പൂച്ചകളിലേക്ക് തിരിയുന്നത് അവയെ ആത്മാക്കളെയും മനുഷ്യരെയും ബന്ധപ്പെടാൻ പ്രാപ്തമാക്കുന്നു.
3. എലികളെ ആശ്രയിക്കുന്നത് അവയ്ക്ക് എളുപ്പത്തിൽ ഒരു വീട്ടിൽ പ്രവേശിക്കാനും പിന്നീട് രാത്രിയിൽ നിഴലിലേക്കും പിന്നീട് മനുഷ്യനിലേക്കും തിരിഞ്ഞ് ഇരയുടെ രക്തം കുടിക്കാനും സഹായിക്കുന്നു.

ഈ യോഗത്തിൽ ഞങ്ങളുടെ അജണ്ടയിൽ ഒരു ഇനം മാത്രമേ ഉണ്ടായിരുന്നുള്ളൂ: **"ക്രിസ്ത്യാനികൾ."**

1983-ൽ ബെനിൻ സിറ്റിയിൽ ഒരു ആഫ്രിക്കൻ മാന്ത്രിക സമ്മേളനം നടത്താൻ ഞങ്ങൾ തീരുമാനിച്ചു. എല്ലാ ദിനപത്രങ്ങളിലും എല്ലാ പൊതു മാധ്യമങ്ങളിലും ഞങ്ങൾ അത് പ്രസിദ്ധീകരിച്ചു. എല്ലാ അന്ധകാരശക്തികളും അണിനിരന്നു, ഈ യോഗത്തെ ഒന്നും തടസ്സപ്പെടുത്തില്ലെന്ന് ഞങ്ങൾക്ക് ഉറപ്പുണ്ടായിരുന്നു.

പെട്ടെന്ന്, **നൈജീരിയയിലെ ക്രിസ്ത്യാനികൾ അവരുടെ ദൈവത്തെ പ്രാർത്ഥിക്കുകയും സ്തുതിക്കുകയും ചെയ്തു** , ഞങ്ങളുടെ എല്ലാ പദ്ധതികളും തകർന്നു. അവ തകർന്നു എന്നു മാത്രമല്ല, അന്ധകാരരാജ്യത്തിൽ യഥാർത്ഥ ആശയക്കുഴപ്പവും ഉണ്ടായി.

തൽഫലമായി, മന്ത്രവാദികളുടെയും മന്ത്രവാദികളുടെയും സമ്മേളനം നൈജീരിയയിൽ നടത്താൻ കഴിഞ്ഞില്ല.

ക്രിസ്ത്യാനികൾ ശ്രദ്ധിക്കേണ്ടത്, സർവ്വശക്തനായ ദൈവത്തെ സ്തുതിക്കുന്ന നിമിഷം മുതൽ, കടലിലും വായുവിലും കുഴപ്പങ്ങളും ആശയക്കുഴപ്പങ്ങളും ഉണ്ടാകുമെന്നും, സാത്താന്റെ ഏജന്റുമാർക്ക് വിശ്രമിക്കാൻ

ഇടമുണ്ടാകില്ലെന്നും ആണ്. പ്രാർത്ഥന നമ്മുടെ ഇടയിൽ ഒരു ടൈം ബോംബ് എറിയുന്നത് പോലെയാണ്, എല്ലാവരും സ്വന്തം ജീവൻ രക്ഷിക്കാൻ രക്ഷപ്പെടും.

ദൈവം തങ്ങൾക്ക് നൽകിയ ശക്തിയും അധികാരവും ക്രിസ്ത്യാനികൾ തിരിച്ചറിഞ്ഞ് ഉപയോഗിക്കുകയാണെങ്കിൽ, അവർ അവരുടെ രാജ്യത്തിന്റെ കാര്യങ്ങൾ നിയന്ത്രിക്കും! ക്രിസ്ത്യാനികൾക്ക് മാത്രമേ നമ്മുടെ രാജ്യത്തെ രക്ഷിക്കാൻ കഴിയൂ.

(വിശ്വാസത്തിന്റെ താക്കോൽ: കോർപ്പറേറ്റ് പ്രശംസ ഒരു ആയുധമാണ് – 2 ദിനവൃത്താന്തം 20 : 21-22; പ്രവൃത്തികൾ 16 : 25-26.)

സമ്മേളനത്തിന്റെ പരാജയത്തിനു ശേഷം

പിന്നീട് ദക്ഷിണാഫ്രിക്കയിൽ നടന്ന ഈ സമ്മേളനം പരാജയപ്പെട്ടതിനെത്തുടർന്ന്, എന്നെ കടലിലേക്ക് തിരികെ വിളിച്ചു. ഞാൻ എത്തിയപ്പോൾ, ആ നിമിഷം മുതൽ കടലിനെ എന്റെ വീടാക്കി മാറ്റുമെന്നും സങ്കീർണ്ണമായ പ്രവർത്തനങ്ങൾക്ക് മാത്രമേ ലോകം സന്ദർശിക്കൂ എന്നും എന്നോട് പറഞ്ഞു.

എനിക്ക് ഒരു പുതിയ നിയമനം ലഭിച്ചു: തദ്ദേശീയ ഡോക്ടർമാർക്കായി മന്ത്രങ്ങൾ കണ്ടുപിടിക്കുക, കൺട്രോൾ റൂമിന്റെ ചുമതല വഹിക്കുക, സമ്മാനങ്ങൾ അയയ്ക്കുക, ഉദാഹരണത്തിന് വെള്ള വസ്ത്രം ധരിച്ച പള്ളികൾ (പ്രാർത്ഥനാലയങ്ങൾ) തുറക്കുക, പ്രസവചികിത്സകൾ തുറക്കുക, കടകൾ തുറന്ന് അവരെ അഭിവൃദ്ധിപ്പെടുത്തുക, "കുട്ടികളെയും" പണത്തെയും നൽകുക.

ഇവ ഒന്നിനുപുറകെ ഒന്നായി വിശദീകരിക്കും:

1. വൈറ്റ് ഗാർമെന്റ് പള്ളികൾ തുറക്കൽ

ഒരു പ്രാർത്ഥനാലയം പണിയുന്നതിനും രോഗശാന്തികൾ ചെയ്യുന്നതിനും മറ്റും സഹായം തേടി ഒരാൾ നമ്മുടെ അടുക്കൽ വരുമ്പോൾ, അയാൾക്ക് ചില നിബന്ധനകൾ നൽകും:
a) എല്ലാ വർഷവും ഒന്നോ രണ്ടോ ആത്മാക്കളെ നമുക്ക് ദാനം ചെയ്യാൻ അദ്ദേഹം സമ്മതിക്കും. b) പള്ളിയിലെ ഒരു പ്രത്യേക തലത്തിലുള്ള ഓഫീസിൽ ആ വ്യക്തിക്ക് നമ്മുടെ സമൂഹത്തിലേക്ക് ദീക്ഷ നൽകും. c) ഒരു അംഗത്തെയും ചെരുപ്പ് ധരിച്ച്

പ്രാർത്ഥനാലയത്തിൽ പ്രവേശിക്കാൻ അനുവദിക്കില്ല.

ഈ നിബന്ധനകൾ അദ്ദേഹം അംഗീകരിക്കുമ്പോൾ, ഒരു വെളുത്ത ചരൽ, മനുഷ്യന്റെ അസ്ഥികൾ, രക്തം, അമ്മലകൾ എന്നിവയെല്ലാം ഒരു നാടൻ കലത്തിൽ നൽകും. ഈ കലം അതിന്റെ മുഴുവൻ ഉള്ളടക്കവും പള്ളിയുടെ മുന്നിൽ കുഴിച്ചിടാനും അതിന്റെ മുകളിൽ കുരിശ് കുഴിച്ചിടാനും അദ്ദേഹത്തോട് നിർദ്ദേശിക്കും. ശവസംസ്കാരത്തിനുശേഷം, കുരിശ് മാത്രമേ കാണാവൂ.

ഒരു കുളം പണിയാനോ അല്ലെങ്കിൽ ആത്മാക്കൾ പ്രത്യേക വെള്ളം വിതരണം ചെയ്യുന്ന ഒരു തടം സൂക്ഷിക്കാനോ അദ്ദേഹത്തെ ഉപദേശിക്കും. ഈ വെള്ളമാണ് അവർ **"വിശുദ്ധജലം" എന്ന് വിളിക്കുന്നത്.**

ദുരാത്മാക്കൾ ശല്യപ്പെടുത്തുമ്പോൾ പലരും ഈ "പ്രവാചകന്മാരുടെ" അടുത്തേക്ക് അവരെ പുറത്താക്കാൻ പോകുന്നു. സത്യം പറഞ്ഞാൽ, അവർ അവരിലേക്ക് കൂടുതൽ ഭൂതങ്ങളെ ചേർക്കുക മാത്രമേ ചെയ്യുന്നുള്ളൂ. ഒരു പിശാചിനും പിശാചിനെ പുറത്താക്കാൻ കഴിയില്ല (ലൂക്കോസ് 11: 17-19).

പ്രവാചകൻ പ്രാർത്ഥിക്കുകയും അംഗത്തിന് വീട്ടിൽ സൂക്ഷിക്കാൻ ഒരു ചുവന്ന തുണി

കൊടുക്കുകയും, മെഴുകുതിരികളും ധൂപങ്ങളും ഉപയോഗിച്ച് പ്രാർത്ഥിക്കാൻ ഉപദേശിക്കുകയും ചെയ്യുക എന്നതാണ് - അങ്ങനെ ഭൂതങ്ങളെ ക്ഷണിക്കുക.

ചിലപ്പോൾ അംഗത്തോട് ബലിയർപ്പിക്കാൻ ഒരു ആടിനെ കൊണ്ടുവരാൻ ആവശ്യപ്പെടും. ഈ യാഗങ്ങൾ നമ്മൾ വന്ന് ആ മനുഷ്യനെ സുഖപ്പെടുത്താൻ "സഹായിക്കുന്നതിന്" വേണ്ടിയുള്ളതാണ്. പ്രവാചകന് സുഖപ്പെടുത്താൻ അധികാരമില്ല.

(വിവേചനം: ക്രിസ്തുവിന് പുറത്തുള്ള വിടുതൽ ബന്ധനമാണ്. പ്രവൃത്തികൾ 19 : 13-16.)

2. പ്രസവാവധി തുറക്കൽ

ഒരു പ്രസവ ആശുപത്രി തുറക്കുന്നതിനും അത് അഭിവൃദ്ധിപ്പെടുത്തുന്നതിനും സഹായം തേടി ഒരു സ്ത്രീ ഞങ്ങളുടെ അടുത്തെത്തിയാൽ, അവർക്ക് ഈ നിബന്ധന നൽകും: *പ്രസവ ആശുപത്രിയിൽ ജനിക്കുന്ന എല്ലാ കുട്ടികളും മരിക്കുന്ന ഒരു മാസം ഞങ്ങൾ തിരഞ്ഞെടുക്കും, എന്നാൽ മറ്റ് മാസങ്ങൾ കുട്ടികൾ ജീവിക്കും.*

അവൾ സമ്മതിച്ചാൽ, പ്രസവത്തിലേക്ക് ആളുകളെ ആകർഷിക്കാൻ അവൾക്ക് ഒരു

ആകർഷണം നൽകും. ഒനിറ്റ്ഷ, ലാഗോസ് തുടങ്ങിയ സ്ഥലങ്ങളിലും അത്തരം പ്രസവ ആശുപത്രികളുണ്ട്; ഷൂസ് അകത്ത് അനുവദനീയമല്ല.

(ഓർമ്മപ്പെടുത്തൽ: ശത്രു ഫലഭൂയിഷ്ഠതയെ വ്യാജമാക്കുന്നു - എന്നാൽ ദൈവം മാത്രമാണ് യഥാർത്ഥ ജീവൻ നൽകുന്നത്. സങ്കീർത്തനം 127: 3.)

3. ഫാൻസി സ്റ്റോറുകൾ തുറക്കൽ

ഒരു പുരുഷൻ സഹായത്തിനായി നമ്മെ സമീപിക്കുമ്പോൾ, അയാൾക്ക് ഒരു മോതിരം നൽകും, അതിൽ ഒരു സ്ത്രീയും തൊടാൻ പാടില്ല എന്ന നിബന്ധനയോടെ. ഞങ്ങളുടെ അംഗമാകാനും അയാൾ സമ്മതിക്കണം. അയാൾ സമ്മതിച്ചാൽ, അവന്റെ കടയിൽ എപ്പോഴും ഏറ്റവും മികച്ചതും ഏറ്റവും പുതിയതുമായ വസ്തുക്കൾ ഞങ്ങൾ സ്റ്റോക്ക് ചെയ്യും.

(വഞ്ചന: ചരടുകൾ ചേർത്തുള്ള സമൃദ്ധി അടിമത്തത്തിലേക്ക് നയിക്കുന്നു - സദൃശവാക്യങ്ങൾ 10:22 vs മത്തായി 4:9.)

4. കുട്ടികളെ കൊടുക്കൽ

ഒരു വന്ധ്യയായ സ്ത്രീ പരാതി പറഞ്ഞ ശേഷം ഏതെങ്കിലും നാടൻ വൈദ്യന്മാരുടെ അടുത്ത് പോയാൽ അവളോട് കൊണ്ടുവരാൻ ആവശ്യപ്പെടും: ഒരു വെളുത്ത കോഴി, ഒരു ആട്, നാടൻ ചോക്ക്, ശിശു സംരക്ഷണ വസ്തുക്കൾ.

അവളോട് പോകാൻ നിർദ്ദേശിക്കും, അവളുടെ അഭാവത്തിൽ, നാട്ടിലെ ഡോക്ടർ ഈ സാധനങ്ങൾ കൊണ്ടുവന്ന് ഞങ്ങളുടെ അടുത്തേക്ക് വരും. പിന്നെ ഞങ്ങൾ മനുഷ്യ ചാരം ഉൾപ്പെടെ ചില സാധനങ്ങൾ കലർത്തും. അയാൾ ഈ ചാരം ഉപയോഗിച്ച് ആ സ്ത്രീക്ക് ഭക്ഷണം പാകം ചെയ്യും.

അവൾ ഗർഭിണിയാകുകയും പ്രസവിക്കുകയും ചെയ്യും, പക്ഷേ അത് ഒരു സാധാരണ മനുഷ്യനല്ല. കുഞ്ഞ് പെണ്ണാണെങ്കിൽ, അവൾ ജീവിക്കും, വിവാഹം കഴിക്കും, പക്ഷേ ജീവിതകാലം മുഴുവൻ വന്ധ്യയായി തുടരും. പുരുഷനാണെങ്കിൽ, അവൻ ജീവിക്കും, പെട്ടെന്ന് മരിക്കാൻ പോലും പരിശീലിപ്പിക്കപ്പെടും. മാതാപിതാക്കളെ അടക്കം ചെയ്യാൻ അവർ ഒരിക്കലും ജീവിക്കുന്നില്ല.

വന്ധ്യതയ്ക്ക് കാരണം പ്രധാനമായും ഭൂതങ്ങളാണെന്ന് ഞാൻ ഇവിടെ പരാമർശിക്കാൻ ആഗ്രഹിക്കുന്നു. ഭൂമിയിൽ വന്ധ്യയായ ഒരു സ്ത്രീയെ നിങ്ങൾ കണ്ടേക്കാം, പക്ഷേ അവൾക്ക് കടലിൽ കുട്ടികൾ ഉണ്ടാകുമായിരുന്നു. അതിനാൽ ദൈവമക്കൾ ദൈവത്തിനായി മാത്രം കാത്തിരിക്കണമെന്ന് ഞാൻ ഉപദേശിക്കുന്നു, കാരണം ദൈവം മാത്രമേ യഥാർത്ഥ കുട്ടികളെ നൽകുന്നുള്ളൂ.

(സത്യം: 1 ശമുവേൽ 2: 5 – "മച്ചി ഏഴു കുട്ടികളെ പ്രസവിച്ചു.")

5. പണം ദാനം ചെയ്യൽ

ഒരു പുരുഷൻ പണത്തിനായി നമ്മുടെ അടുക്കൽ വന്നാൽ, അയാൾക്ക് ഈ നിബന്ധനകൾ നൽകും: അവന്റെ ശരീരത്തിന്റെ ഒരു ഭാഗം നൽകാൻ അവനോട് ആവശ്യപ്പെടും, അല്ലെങ്കിൽ അയാൾക്ക് ഒരു കുടുംബമുണ്ടെങ്കിൽ അവന്റെ മകനെ കൊണ്ടുവരാൻ ആവശ്യപ്പെടും; അവിവാഹിതനാണെങ്കിൽ, അവന്റെ മൂത്ത സഹോദരനോ ഇളയ സഹോദരനോ - ഒരേ ഗർഭപാത്രത്തിൽ നിന്നുള്ള ഒരാൾ.

കൊല്ലുമ്പോൾ ദാതാവിന് ഒരു കുന്തമോ അമ്പോ നൽകും. അയാളുടെ ബന്ധുക്കൾ ഒരു

കണ്ണാടിയുടെ മുന്നിൽ മുഖം കുനിച്ചു നിൽക്കും; അയാൾ ദാനം ചെയ്തയാൾ കടന്നുപോകുമ്പോൾ, അവനോട് അടിക്കാൻ ആവശ്യപ്പെടും, അങ്ങനെ സംഭവിക്കുമ്പോൾ ഇര അവിടെ തന്നെ മരിക്കും.

മറ്റ് രീതികളുണ്ട്, എന്നാൽ സാത്താൻ ചെയ്യുന്ന ഒരു കാര്യം, എല്ലാ രീതികളിലും, ദാതാവ് ഇരയെ അടിക്കുന്നതിലൂടെ, ഇരയുടെ മരണത്തിന് ഉത്തരവാദിയാകുന്നുവെന്ന് അവൻ ഉറപ്പാക്കുന്നു എന്നതാണ്.

ഓർക്കുക, സാത്താന് സൗജന്യ ദാനമില്ല!

(അന്തിമ സത്യം: സമ്പത്തിലേക്കുള്ള എല്ലാ കുറുക്കുവഴികളും ഒരു കെണിയാണ് - മത്തായി16:26 .)

വിടുതൽ ചിന്തകൾ

- നരകം രക്തം ആവശ്യപ്പെടുന്നു; സ്വർഗ്ഗം ക്രിസ്തുവിന്റെ രക്തം എന്നെന്നേക്കുമായി ഒരിക്കൽ അർപ്പിച്ചു (എബ്രായർ 9:12).
- ഭയത്തിലൂടെ ഉണ്ടാക്കുന്ന എല്ലാ ഉടമ്പടിയും മാനസാന്തരത്തിലൂടെയും കുരിശിലൂടെയും മാത്രമേ തകർക്കാൻ കഴിയൂ.

- ക്രിസ്ത്യാനികൾ സ്തുതിയിലൂടെയും പ്രാർത്ഥനയിലൂടെയും സ്ഫോടനാത്മകമായ ശക്തി വഹിക്കുന്നു - അത് ഉപയോഗിക്കുക!
- യഥാർത്ഥ അഭിവൃദ്ധി, രോഗശാന്തി, കുട്ടികൾ എന്നിവ ദൈവത്തോടുള്ള അനുസരണത്തിൽ നിന്നാണ് ലഭിക്കുന്നത്.

ത്യാഗത്തിന്റെയും സംരക്ഷണത്തിന്റെയും പ്രാർത്ഥന

കർത്താവായ യേശുക്രിസ്തുവേ, ശത്രുവിന്റെ വഞ്ചന തുറന്നുകാട്ടിയതിന് ഞാൻ നന്ദി പറയുന്നു. പൈശാചിക ഉടമ്പടികളോ, മന്ത്രങ്ങളോ, വ്യാജ പ്രവാചകന്മാരോ ആയ എല്ലാ ഇടപെടലുകളും ഞാൻ അറിഞ്ഞോ അറിയാതെയോ ഉപേക്ഷിക്കുന്നു. യേശുവിന്റെ രക്തം എനിക്ക് വേണ്ടി മെച്ചപ്പെട്ട കാര്യങ്ങൾ സംസാരിക്കട്ടെ. ജിജ്ഞാസ, ഭയം അല്ലെങ്കിൽ അജ്ഞത എന്നിവയിലൂടെ തുറക്കപ്പെട്ട എല്ലാ വാതിലുകളും ഞാൻ അടയ്ക്കുന്നു. നീ വാഗ്ദാനം ചെയ്ത സമൃദ്ധമായ ജീവിതം എനിക്ക് ലഭിക്കുന്നു. സത്യത്തിലും

വിശുദ്ധിയിലും വിവേചനത്തിലും നടക്കാൻ എന്നെ ശക്തിപ്പെടുത്തണമേ. ആമേൻ.

അധ്യായം 4: സാത്താൻ ക്രിസ്ത്യാനികളോട് എങ്ങനെ പോരാടുന്നു

(മൂല വാചകം സംരക്ഷിക്കപ്പെട്ടിരിക്കുന്നു; സംക്ഷിപ്ത വ്യാഖ്യാനങ്ങൾ)

"നമ്മൾ പോരാടുന്നത് മാംസരക്തങ്ങളോടല്ല, മറിച്ച് വാഴ്ചകളോടാണ്, അധികാരങ്ങളോടാണ്, ഉന്നതങ്ങളിലെ ദുഷ്ടാത്മാക്കൾക്കെതിരെയാണ് ." എഫെ. 6:10-12
[കുറിപ്പ്: ഇത് മുഴുവൻ അധ്യായത്തെയും രൂപപ്പെടുത്തുന്നു: യഥാർത്ഥ പോരാട്ടം ആത്മീയമാണ്; ആയുധങ്ങൾ ആത്മീയമായിരിക്കണം - എഫെ. 6:13–18.]

ക്രിസ്ത്യാനികളോട് പോരാടുന്നു

ക്രിസ്ത്യാനികളോട് യുദ്ധം ചെയ്യാനുള്ള ലൂസിഫറിന്റെ കൽപ്പനയ്ക്ക് ശേഷം, ഞങ്ങൾ ഇരുന്ന് അവരോട് പോരാടാനുള്ള വഴികൾ ഇനിപ്പറയുന്ന രീതിയിൽ ആസൂത്രണം ചെയ്തു:

1. രോഗങ്ങൾക്ക് കാരണമാകുന്നു.

2. വന്ധ്യതയ്ക്ക് കാരണമാകുന്നു.
3. സഭയിൽ ഉറക്കം ഉണ്ടാക്കുന്നു.
4. സഭയിൽ ആശയക്കുഴപ്പം സൃഷ്ടിക്കുന്നു.
5. സഭയിൽ താപ നില സൃഷ്ടിക്കുന്നു.
6. ദൈവവചനത്തെക്കുറിച്ച് അവരെ അജ്ഞരാക്കുന്നു.
7. ഫാഷനിലൂടെയും അനുകരണത്തിലൂടെയും.
8. അവരോട് ശാരീരികമായി പോരാടുന്നു.
[**കമന്റ്:** ***ഇവ പ്രാർത്ഥന, വിശുദ്ധി, ഐക്യം, തിരുവെഴുത്ത് എന്നിവയെ ലക്ഷ്യം വയ്ക്കുന്നു - സഭയ്ക്ക് ശക്തി നൽകുന്നത് ഇതാണ്. പ്രവൃത്തികൾ 2:42–47; യാക്കോബ് 4:7–8 കാണുക.]***

മുകളിൽ പറഞ്ഞവയിൽ രണ്ടെണ്ണം ഞാൻ വിശദീകരിക്കാൻ ആഗ്രഹിക്കുന്നു:

1. ശാരീരികമായി പോരാടുക

എനിക്ക് ടിവി തന്നാൽ, വീണ്ടും ജനിച്ച ക്രിസ്ത്യാനികളെ കാണാൻ കഴിയും. കപടനാട്യക്കാരോട് ഞങ്ങൾ പോരാടില്ല, കാരണം അവർ ഇതിനകം നമ്മുടേതാണ്. പിന്നീട് ഞങ്ങൾ ആദ്യം ഞങ്ങളുടെ പെൺകുട്ടികളെ വലിയ പള്ളികളിലേക്ക് അയയ്ക്കും. പള്ളിക്കുള്ളിൽ അവർ ച്യൂയിംഗ് ഗം ചവയ്ക്കുകയോ ഒരു കുട്ടിയെ കരയിപ്പിക്കുകയോ ദൈവവചനം

കേൾക്കുന്നതിൽ നിന്ന് ആളുകളെ വ്യതിചലിപ്പിക്കുന്ന എന്തെങ്കിലും ചെയ്യുകയോ ചെയ്യും. പ്രസംഗം നടക്കുമ്പോൾ അവർ ആത്മീയമായി വന്ന് ആളുകളെ ഉറങ്ങാൻ ഇടയാക്കാൻ തീരുമാനിച്ചേക്കാം. പ്രസംഗം കാരണം നിങ്ങൾക്ക് ഒരു ശാന്തമായ ചിന്ത തോന്നുന്നത് അവർ കാണുന്ന നിമിഷം, അവർ പള്ളിക്ക് പുറത്ത് നിങ്ങൾക്കായി കാത്തിരിക്കും, നിങ്ങൾ പുറത്തുവന്നയുടനെ, അവരിൽ ഒരാൾ നിങ്ങളെ അഭിവാദ്യം ചെയ്യുകയും നിങ്ങൾക്ക് ഒരു സമ്മാനം പോലും നൽകുകയും ചെയ്യും (അത് എല്ലായ്പ്പോഴും നിങ്ങൾ ഇഷ്ടപ്പെടുന്ന കാര്യമാണ്) വളരെ സൗഹൃദപരമായി കാണപ്പെടും. അവൾ എല്ലാം ചെയ്യും, എന്താണ് സംഭവിക്കുന്നതെന്ന് നിങ്ങൾ അറിയുന്നതിനുമുമ്പ് നിങ്ങൾ പള്ളിയിൽ പഠിച്ചതെല്ലാം മറന്നുപോയിരിക്കും. എന്നാൽ ഒരു യഥാർത്ഥ ക്രിസ്ത്യാനിയെ സംബന്ധിച്ചിടത്തോളം, ഈ പെൺകുട്ടികളിൽ ഒരാൾ, ശുശ്രൂഷയ്ക്ക് ശേഷം, നിങ്ങളെ അഭിവാദ്യം ചെയ്യാൻ പുറത്തേക്ക് ചാടുകയും അവൾ പട്ടണത്തിൽ പുതിയ ആളാണെന്നും ചുറ്റുമുള്ള നിരവധി ക്രിസ്ത്യാനികളെ അറിയില്ലെന്നും വ്യാജമായി നിങ്ങളുടെ വീട് അറിയാൻ ആഗ്രഹിക്കുകയും ചെയ്യും. അവളെ വീട്ടിലേക്ക് കൊണ്ടുപോകുമ്പോൾ, അവൾ വേഗത്തിൽ വാഴപ്പഴം വാങ്ങും, ക്രിസ്ത്യാനി ഇത് സ്നേഹത്തിന്റെ ഒരു

ആംഗ്യമായി കണക്കാക്കും. നിങ്ങളിൽ ക്രിസ്തുവിന്റെ വെളിച്ചം കെടുത്തിക്കളയുകയും പിന്നീട് വരുന്നത് നിർത്തുകയും ചെയ്യുന്നതുവരെ അവൾ തന്റെ സന്ദർശനങ്ങൾ തുടരും.
ജീവിച്ചിരിക്കുന്ന സഭകളിലെയും കൂട്ടായ്മകളിലെയും പ്രധാന പ്രവർത്തനങ്ങൾ ഇവയാണ്: ദൈവവചനം വായിക്കുന്നതിൽ നിന്നും പഠിക്കുന്നതിൽ നിന്നും ക്രിസ്ത്യാനികളെ നിരുത്സാഹപ്പെടുത്തുക, അതുവഴി അവരുടെ അധികാരത്തെയും ദൈവത്തിന്റെ വാഗ്ദാനങ്ങളെയും കുറിച്ച് അവരെ അജ്ഞരാക്കുക.
കുരിശുയുദ്ധസ്ഥലങ്ങളിൽ ഈ പെൺകുട്ടികളെ അഭിപ്രായവ്യത്യാസങ്ങളും വഴക്കുകളും ഉണ്ടാക്കാൻ അയയ്ക്കും.
[**ഗാർഡ്റെയിലുകൾ:** *(എ) വചനത്തിൽ നിറഞ്ഞിരിക്കുക (കൊലോ. 3:16), (ബി) "പുതിയ ബന്ധങ്ങൾ" ഉപയോഗിച്ച് അതിരുകൾ സൂക്ഷിക്കുക, (സി) സമ്മാനങ്ങൾ വിവേചനത്തെ മറികടക്കാൻ അനുവദിക്കരുത് (1 യോഹന്നാൻ 4:1), (ഡി) ഉഷേഴ്സ്/മധ്യസ്ഥരെ കാണാനും പ്രാർത്ഥിക്കാനും നിയോഗിക്കുക—മത്തായി 26:41.]*

ക്രിസ്ത്യാനികൾ എങ്ങനെയാണ് അറിയപ്പെടുന്നത്?

വീണ്ടും ജനിച്ച ക്രിസ്ത്യാനികളെ അവർ എപ്പോഴും കൊണ്ടുപോകുന്ന ബൈബിളോ അവർ പങ്കെടുക്കുന്ന നിരവധി കൂട്ടായ്മകളോ അല്ല അറിയപ്പെടുന്നത്. ഹൃദയത്തിൽ വളരെ തിളക്കമുള്ള ഒരു മെഴുകുതിരി പോലെയോ തലയ്ക്ക് ചുറ്റും ഒരു പ്രകാശവൃത്തം പോലെയോ അവരുടെ ചുറ്റും ഒരു തീ മതിൽ പോലെയോ നിരന്തരം പ്രകാശിക്കുന്ന വെളിച്ചത്താലാണ് അവർ ആത്മലോകത്തിൽ അറിയപ്പെടുന്നത്. ഒരു ക്രിസ്ത്യാനി നടക്കുമ്പോൾ, ദൂതന്മാർ അവനോടൊപ്പം/അവളോടൊപ്പം നടക്കുന്നതായി നാം കാണുന്നു, ഒരാൾ വലതുവശത്തും ഒരാൾ ഇടതുവശത്തും ഒരാൾ പിന്നിൽ. ഇത് നമുക്ക് അവന്റെ/അവളുടെ അടുത്തേക്ക് വരുന്നത് അസാധ്യമാക്കുന്നു. നമുക്ക്
വിജയിക്കാനുള്ള ഏക മാർഗം ക്രിസ്ത്യാനിയെ പാപം ചെയ്യിപ്പിക്കുകയും അതുവഴി നമുക്ക് അകത്തേക്ക് വരാൻ ഒരു പഴുതുണ്ടാക്കുകയും ചെയ്യുക എന്നതാണ്. ഒരു ക്രിസ്ത്യാനി ഒരു കാർ ഓടിക്കുമ്പോൾ നമ്മൾ അവനെ/അവളെ ഉപദ്രവിക്കാൻ ആഗ്രഹിക്കുമ്പോൾ, അവൻ/അവൾ ഒരിക്കലും കാറിൽ ഒറ്റയ്ക്കല്ലെന്ന് നമുക്ക്

മനസ്സിലാകും. അവന്റെ/അവളുടെ അടുത്ത് എപ്പോഴും ഒരു ദൂതൻ ഉണ്ട്. ഓ, ദൈവത്തിന് അവനുവേണ്ടിയുള്ളതെല്ലാം ക്രിസ്ത്യാനിക്ക് മാത്രമേ അറിയൂ എങ്കിൽ, അവൻ പാപത്തിൽ ഇടപെടുകയോ അശ്രദ്ധമായി ജീവിക്കുകയോ ചെയ്യില്ല!
[**താക്കോൽ:** *പാപം വാതിലുകൾ തുറക്കുന്നു (എഫെ. 4:27). വിശുദ്ധി വേലി സംരക്ഷിക്കുന്നു (സദൃ. 25:28; സെഖ. 2:5)* .

2. പിന്മാറ്റക്കാരായ ക്രിസ്ത്യാനികളുടെ രൂപീകരണം

ലൂസിഫർ നിയമിച്ച ഒരു ചെയർമാൻ എന്ന നിലയിൽ, ഞാൻ ഈ പെൺകുട്ടികളെ ലിവിംഗ് പള്ളികളിലേക്കും ഫെലോഷിപ്പുകളിലേക്കും അയയ്ക്കും. ഈ പെൺകുട്ടികൾ നന്നായി വസ്ത്രം ധരിച്ച്, പ്രസംഗത്തിനുശേഷം അൾത്താര വിളിക്കായി പുറത്തുവന്ന്, ക്രിസ്തുവിനെ സ്വീകരിച്ചതായി നടിക്കുകയും അവർക്കുവേണ്ടി പ്രാർത്ഥിക്കുകയും ചെയ്യും. കൂട്ടായ്മയുടെയോ സേവനത്തിന്റെയോ അവസാനം, ഈ പുതിയ മതപരിവർത്തനങ്ങളിൽ സ്വാഭാവികമായും സന്തോഷിക്കുന്ന പ്രസംഗകനെ കാത്തിരിക്കാൻ അവർ ചുറ്റിത്തിരിയുമായിരുന്നു.

മതപരിവർത്തനം ചെയ്തവർക്ക് പ്രസംഗകനെ അവന്റെ വീട്ടിലേക്ക് അനുഗമിക്കാൻ പോലും കഴിയും. പ്രസംഗകന് വിവേചനശക്തിയില്ലെങ്കിൽ അവൾ അവനെ പരസംഗത്തിന്റെയോ വ്യഭിചാരത്തിന്റെയോ പാപത്തിലേക്ക് ആകർഷിക്കും. അവൻ അവളെ കാമത്തോടെ അഭിനന്ദിക്കുന്ന നിമിഷത്തിലാണ് ഇത് സംഭവിക്കുന്നത്. അവനിലുള്ള ദൈവത്തിന്റെ ആത്മാവിനെ ഒടുവിൽ കെടുത്തുന്നതുവരെ അവൻ ഈ പാപത്തിൽ തുടരുന്നുവെന്ന് അവൾ ഉറപ്പാക്കും, തുടർന്ന് അവനെ വിട്ടുപോകും, ദൗത്യം പൂർത്തീകരിക്കും.
[**ശുശ്രൂഷകർക്കുള്ള സംരക്ഷണങ്ങൾ:**
ഒരിക്കലും ഒറ്റയ്ക്ക് ഉപദേശിക്കരുത്; ദൃശ്യമായ മീറ്റിംഗ് ഇടങ്ങൾ; ഇണ/മൂപ്പന്മാർ; കണ്ണുകൾ/ഹൃദയം കാത്തുസൂക്ഷിക്കുക— മത്തായി 5:28; 1 തിമൊഥെയൊസ് 3:2; സദൃശവാക്യങ്ങൾ 4:23.]

ഈ അവസരത്തിൽ, ഒരു ശുശ്രൂഷകന്റെ സാക്ഷ്യം നൽകാൻ ഞാൻ ആഗ്രഹിക്കുന്നു. ദുഷ്ടാത്മാക്കളുടെ ലോകത്ത് അദ്ദേഹം ഒരു ദൈവപുരുഷൻ എന്നാണ് അറിയപ്പെടുന്നത്. അദ്ദേഹം മുട്ടുകുത്തിയാൽ ഞങ്ങൾക്കിടയിൽ ആശയക്കുഴപ്പം ഉണ്ടാകുമായിരുന്നു. അതിനാൽ ഞങ്ങൾ ഈ പെൺകുട്ടികളെ അവന്റെ അടുത്തേക്ക് അയച്ചു. ഈ മനുഷ്യൻ

അവർക്ക് ഭക്ഷണം കൊടുക്കുക പോലും ചെയ്യുമായിരുന്നു, പക്ഷേ വശീകരിക്കപ്പെടാൻ വിസമ്മതിച്ചു. അവർ തങ്ങളാൽ കഴിയുന്നതെല്ലാം ചെയ്തു, പക്ഷേ ഒരിക്കലും വിജയിച്ചില്ല. തൽഫലമായി, ഈ പെൺകുട്ടികൾ അവരുടെ പരാജയത്തിന് കൊല്ലപ്പെട്ടു. പിന്നീട്
ഞാൻ ഒരു സ്ത്രീയായി മാറി അവന്റെ അടുത്തേക്ക് പോയി, വാക്കുകളിലൂടെ ഒരു പ്രവൃത്തികൾ അവനെ വശീകരിക്കാൻ ശ്രമിച്ചു, പക്ഷേ അവൻ ഉറച്ചുനിന്നു. ഇത് എനിക്ക് വളരെ ബുദ്ധിമുട്ടായിരുന്നു, അതിനാൽ ഞാൻ അവനെ ശാരീരികമായി കൊല്ലാൻ തീരുമാനിച്ചു. ഒരു ദിവസം, ഈ മന്ത്രി ഒഡുയെക്പെ റോഡ് മാർക്കറ്റ് ടൗണിലേക്ക് പോയി. ഞാൻ അവനെ നോക്കി, ചില സാധനങ്ങളുടെ വില നിശ്ചയിക്കാൻ അവൻ കുനിഞ്ഞപ്പോൾ, എണ്ണ ഡ്രമ്മുകൾ നിറച്ച ഒരു ട്രെയിലർ ഞാൻ അയാൾ ഉണ്ടായിരുന്ന മാർക്കറ്റിലേക്ക് ഓടിച്ചു. ട്രെയിലർ NEPA ഹൈ ടെൻഷൻ പോസ്റ്റിൽ ഇടിച്ച് മാർക്കറ്റിലേക്ക് വീണു, നിരവധി പേർ മരിച്ചു, പക്ഷേ ഈ മന്ത്രി രക്ഷപ്പെട്ടു. അവൻ രക്ഷപ്പെട്ടത് ഒരു അത്ഭുതമായിരുന്നു. മറ്റൊരു ദിവസം, അയാൾ കാൽനടയായി എൻകെപോർ പട്ടണത്തിലേക്ക് യാത്ര ചെയ്യുന്നത് ഞാൻ കണ്ടു. അയാളെ കൊല്ലാൻ ഞാൻ വീണ്ടും കായകൾ നിറച്ച ഒരു എതിരെ വന്ന സൈനിക ലോറി ചക്രത്തിൽ

ഓടിക്കുന്നത് കണ്ടു. ലോറി നേരെ പുതിയ സെമിത്തേരി റോഡിലേക്ക് പോയി, നിരവധി ആളുകളെ കൊന്നു, പക്ഷേ ഈ മന്ത്രി വീണ്ടും രക്ഷപ്പെട്ടു. ഈ രണ്ടാമത്തെ ശ്രമത്തിനുശേഷം ഞങ്ങൾ ഉപേക്ഷിച്ചു. അവൻ ഇപ്പോഴും ജീവിച്ചിരിക്കുന്നു!

ഒരു ക്രിസ്ത്യാനി കാരണം, പിശാച് അവനെ കൊല്ലാൻ കഴിയുമെന്ന് കരുതി നിരവധി ആത്മാക്കളെ നശിപ്പിക്കാൻ തീരുമാനിച്ചേക്കാം, പക്ഷേ അവൻ എപ്പോഴും പരാജയപ്പെടുന്നു. ഈ സംഭവങ്ങൾ അവർക്ക് അജ്ഞാതരായ നിരവധി ക്രിസ്ത്യാനികൾക്ക് സംഭവിച്ചിട്ടുണ്ട്, പക്ഷേ അവരുടെ ദൈവം എപ്പോഴും അവരെ വിടുവിച്ചു. കുഴപ്പം, പിശാച് ഉപേക്ഷിക്കുന്നില്ല എന്നതാണ്. അവന്റെ ചിന്തകൾ എപ്പോഴും: "എനിക്ക് വിജയിക്കാൻ കഴിയും." പക്ഷേ അവൻ ഒരിക്കലും അങ്ങനെ ചെയ്യുന്നില്ല. ഒരു ക്രിസ്ത്യാനി ദൈവസ്നേഹത്തോടെ നടക്കുകയും അവനിൽ നിലനിൽക്കുകയും ഈ ജീവിതത്തിലെ കാര്യങ്ങളിൽ കുടുങ്ങിപ്പോകാതിരിക്കുകയും ചെയ്യുന്നിടത്തോളം, പിശാച് എത്ര ശ്രമിച്ചാലും അവന് ഒരിക്കലും വിജയിക്കാൻ കഴിയില്ല. അവിശ്വാസി മാത്രമേ അവന്റെ കൈയിലുള്ളൂ.

[പ്രോത്സാഹനം : ദൈവിക സംരക്ഷണം യഥാർത്ഥമാണ്—സങ്കീർത്തനങ്ങൾ 91; യെശയ്യാവ് 54:17; 2 രാജാക്കന്മാർ 6:16–17.]

ക്രിസ്ത്യാനിയുടെ അടിച്ചമർത്തൽ

ഇത് പ്രധാനമായും സ്വപ്നങ്ങളിലാണ് സംഭവിക്കുന്നത്. ഒരു ക്രിസ്ത്യാനി തന്റെ സ്വപ്നങ്ങളിൽ ഇനി പറയുന്നവ കണ്ടേക്കാം:

1. മരിച്ചുപോയ ഒരു ബന്ധു അവനെ/അവളെ സന്ദർശിക്കുന്നു.
2. അവനെ/അവളെ പിന്തുടരുന്ന വേഷപ്രച്ഛന്നരായ ആളുകൾ.
3. നദിയിൽ നീന്തുന്ന കൂട്ടുകാർ.
4. ഇണകൾ ഭക്ഷണം കൊണ്ടുവന്ന് അവനോട്/അവളോട് കഴിക്കാൻ ആവശ്യപ്പെടുന്നു.
5. ഒറ്റയ്ക്കിരിക്കുന്ന സ്ത്രീ ലൈംഗിക ബന്ധത്തിൽ ഏർപ്പെടുന്നത് അല്ലെങ്കിൽ വിവാഹിതയായ സ്ത്രീ പുരുഷനുമായി ലൈംഗിക ബന്ധത്തിൽ ഏർപ്പെടുന്നത്. ഇത് കൈകാര്യം ചെയ്തില്ലെങ്കിൽ ചിലപ്പോൾ വന്ധ്യതയിലേക്ക് നയിക്കുന്നു. അല്ലെങ്കിൽ ഗർഭിണിയായ സ്ത്രീ ഒരു പുരുഷനുമായി ലൈംഗിക ബന്ധത്തിൽ ഏർപ്പെടുന്നതായി കാണുന്നു. ഇത് ഉടനടി കൈകാര്യം ചെയ്തില്ലെങ്കിൽ ഗർഭം അലസലിന് കാരണമാകും.

ഒരു ക്രിസ്ത്യാനിക്ക് സ്വപ്നത്തിൽ മുകളിൽ

പറഞ്ഞ കാര്യങ്ങൾ അനുഭവപ്പെടുകയാണെങ്കിൽ, അയാൾ/അവൾ കൈ വീശി അത് മാറ്റിവെക്കരുത്, മറിച്ച് ഉറക്കത്തിൽ നിന്ന് എഴുന്നേൽക്കുമ്പോൾ അയാൾ/അവൾ സ്വയം പരിശോധിച്ച് ദൈവത്തോട് അറിയപ്പെടുന്ന ഏതെങ്കിലും പാപം ഏറ്റുപറയണം, ആ ഭൂതങ്ങളെയെല്ലാം ബന്ധിച്ച്, താൻ വരുത്തിയതെല്ലാം പുനഃസ്ഥാപിക്കാൻ ദൈവത്തോട് അപേക്ഷിക്കണം. ഇത് വളരെ പ്രധാനമാണ്. വിശ്വാസത്തിൽ പ്രായമേറിയ, പക്വതയുള്ള ഒരു ആത്മാവ് നിറഞ്ഞ ക്രിസ്ത്യാനിയുടെ സഹായവും ഉപദേശവും വ്യക്തി തേടണം. [**ഉണരുമ്പോൾ പ്രവർത്തന പദ്ധതി:** ***(1) യേശുവിന്റെ നാമത്തിൽ ഉപേക്ഷിക്കുക/വിലക്കുക (ലൂക്കോസ് 10:19), (2) രക്തം യാചിക്കുക (വെളി. 12:11), (3) പ്രാർത്ഥനയിൽ ഉടമ്പടികൾ റദ്ദാക്കുക (യെശ. 28:18), (4) സാധ്യമെങ്കിൽ കൂട്ടായ്മ സ്വീകരിക്കുക (1 കൊരി. 11), (5) അജപാലന ആവരണം സ്വീകരിക്കുക.]***

പിശാചിന്റെ ആത്മാവ് വിജയിക്കുന്നു

യേശുക്രിസ്തു ഈ ഭൂമി വിട്ടുപോകുമ്പോൾ, അവൻ തന്റെ ശിഷ്യന്മാർക്ക് ഒരു കൽപ്പന നൽകി: "നിങ്ങൾ ലോകമെമ്പാടും പോയി

എല്ലാ ജനതകളെയും ശിഷ്യരാക്കുവിൻ." ചില ക്രിസ്ത്യാനികൾ ഇപ്പോഴും ഈ കൽപ്പന അനുസരിക്കാൻ കൂടുതൽ അനുയോജ്യവും സൗകര്യപ്രദവുമായ സമയത്തിനായി കാത്തിരിക്കുമ്പോൾ, പിശാച് തന്റെ ഏജന്റുമാർക്കും ഈ കൽപ്പന നൽകിയിട്ടുണ്ട്. വ്യത്യാസം എന്തെന്നാൽ, പിശാചിന്റെ ഏജന്റുമാർ ക്രിസ്ത്യാനികളേക്കാൾ ആത്മാക്കളെ നേടുന്നതിൽ കൂടുതൽ ഗൗരവമുള്ളവരാണ്! പിശാചിന്റെ ആത്മാക്കളെ നേടുന്ന മേഖലകളിൽ ഒന്ന് സെക്കൻഡറി സ്കൂളുകളാണ്, പ്രത്യേകിച്ച് പെൺകുട്ടികളുടെ സ്കൂളുകളാണ്. ഞങ്ങളുടെ ചില പെൺകുട്ടികളെ സ്കൂളുകളിലേക്ക് വിദ്യാർത്ഥികളായി അയയ്ക്കുന്നു. ഞങ്ങൾ അവർക്ക് ഏറ്റവും പുതിയതും വിലകൂടിയതുമായ എല്ലാ അടിവസ്ത്രങ്ങളും നൽകുന്നു. ഇതാണ് പ്രഥമ പരിഗണന, കാരണം പെൺകുട്ടികളുടെ ഹോസ്റ്റലുകളിൽ അവർ അടിവസ്ത്രം മാത്രം ഉപയോഗിക്കാൻ ഇഷ്ടപ്പെടുന്നു. സൗന്ദര്യവർദ്ധക വസ്തുക്കൾ, വസ്ത്രങ്ങൾ, അടിവസ്ത്രങ്ങൾ, പുസ്തകങ്ങൾ, സാധനങ്ങൾ, പണം എന്നിങ്ങനെയുള്ള ഒന്നിനും ഞങ്ങളുടെ ഏജന്റിന് ഒരിക്കലും കുറവുണ്ടാകില്ല. അവളിൽ നിന്ന് സോപ്പ് ആവശ്യപ്പെടുന്ന ഏതൊരു വിദ്യാർത്ഥിക്കും കടം കൊടുക്കാൻ ഒരു പ്രത്യേക കുളി സോപ്പ് അവൾക്ക് നൽകും.

അവളെപ്പോലെയാകാൻ ആഗ്രഹിക്കുന്ന ഒരു പെൺകുട്ടി ആകർഷിക്കപ്പെടുകയും അവളുമായി സൗഹൃദത്തിലാകുകയും ചെയ്യും. ക്രമേണ ഞങ്ങളുടെ ഏജന്റ് ഞങ്ങളെ അവളിലേക്ക് പരിചയപ്പെടുത്തും. ഈ ഘട്ടത്തിൽ ഞങ്ങൾ അവളെ നേരിട്ട് സന്ദർശിക്കുകയും സമ്മാനങ്ങൾ നൽകുകയും അവളുടെ ആവശ്യങ്ങൾ നിറവേറ്റാൻ തുടങ്ങുകയും ചെയ്യും. ഇതോടെ, അവൾ മനസ്സോടെ ഞങ്ങളോടൊപ്പം ചേരും. അവൾ മറ്റൊന്ന് നേടും, അങ്ങനെ പലതും നേടും. ഇതൊരു ദൗത്യമായി കണക്കാക്കുകയും വിജയിക്കാനുള്ള ദൃഢനിശ്ചയത്തോടെയാണ് ഇത് നടപ്പിലാക്കുകയും ചെയ്യുന്നത്.

ഒരു കാര്യം വ്യക്തമാക്കണം: സാത്താൻ ആരെയും നിർബന്ധിക്കുന്നില്ല. അവൻ ചെയ്യുന്നത് നിങ്ങളെ ആകർഷിക്കുകയും സ്വമേധയാ അവന്റെ അടുക്കലേക്ക് കൊണ്ടുവരികയുമാണ്. അതുകൊണ്ടാണ് ബൈബിൾ പറയുന്നത്: "പിശാചിനെ ചെറുക്കുക, അവൻ നിങ്ങളെ വിട്ട് ഓടിപ്പോകും" (യാക്കോബ് 4: 7). പിശാചിന് വേണ്ടി ആത്മാവിനെ നേടുന്നതിനുള്ള മറ്റൊരു മേഖല ലിഫ്റ്റുകൾ നൽകുക എന്നതാണ്. ഞങ്ങൾ ഞങ്ങളുടെ പെൺകുട്ടികളെ റോഡിൽ നിൽക്കാൻ അയയ്ക്കും, സാധാരണയായി അവർ വളരെ സുന്ദരികളും ആകർഷകമായി വസ്ത്രം ധരിച്ചവരുമാണ്. നിങ്ങൾക്ക് അവരെ ഹോട്ടലുകളിലും കാണാം, ഈ വഴികളിലൂടെ

നമുക്ക് പുരുഷന്മാരെയും സ്ത്രീകളെയും ലഭിക്കും. പത്രങ്ങളിൽ കാണാതായതായി പരസ്യം ചെയ്യുന്ന നമ്മൾ കാണുന്ന പലരും, അവർ അറിയാത്ത പെൺകുട്ടികൾക്ക് ലിഫ്റ്റുകൾ നൽകുന്നതിലൂടെ വഴിതെറ്റിപ്പോയി.
അതിനാൽ നിങ്ങളുടെ കാറിൽ ആരെയാണ് നിങ്ങൾ ഉയർത്തുന്നതെന്ന് നിങ്ങൾ ശ്രദ്ധിക്കണം.

[**സഭയോടുള്ള ചുമതല:** *സ്കൂളുകളെയും യുവാക്കളെയും ശ്രദ്ധിക്കാതെ വിടരുത് - ക്യാമ്പസ് ശിഷ്യത്വം, സുരക്ഷിതമായ മാർഗനിർദേശം, മാതാപിതാക്കളുടെ ജാഗ്രത എന്നിവ വിന്യസിക്കുക (സദൃ. 22:6; 2 തിമൊ. 3:14–15). അപരിചിതരുമായി ജ്ഞാനപൂർവമായ അതിരുകൾ പരിശീലിക്കുക / " ലിഫ്റ്റുകൾ."*]

കവിക്ക് മിനിസ്ട്രി ഉപകരണങ്ങൾ (ഒരു പേജ്)

- **ശുശ്രൂഷയിൽ ശ്രദ്ധ വ്യതിചലിക്കുമ്പോൾ:** പിൻനിരയിൽ ഒരു മധ്യസ്ഥ കാവൽ ഏർപ്പെടുത്തുക, സൗമ്യമായി ആമുഖം നൽകുക,

ആത്മാവിൽ നിശബ്ദമായി പ്രാർത്ഥിക്കുക (എഫെ. 6:18).

- **മോഹം/പ്രലോഭനം അടുത്തുവരുമ്പോൾ:** ഓടിപ്പോകുക (2 തിമോ. 2:22), ഏറ്റുപറയുക, ഉത്തരവാദിത്ത പങ്കാളിയെ ഉടൻ വിളിക്കുക.
- **ഞെരുക്കുന്ന സ്വപ്നങ്ങൾ ഉണ്ടാകുമ്പോൾ:** ഉറക്കെ പ്രാർത്ഥിക്കുക; ഉടമ്പടികൾ ലംഘിക്കുക; വാതിലുകൾ അഭിഷേകം ചെയ്യുക; സങ്കീർത്തനങ്ങൾ 91/യെശയ്യാവ് 54 വായിക്കുക; കൂട്ടായ്മ സ്വീകരിക്കുക; മൂപ്പന്മാരോട് പ്രാർത്ഥിക്കാൻ ആവശ്യപ്പെടുക (യാക്കോബ് 5:14-16).
- **ഒരു കൂട്ടായ്മയിൽ ആശയക്കുഴപ്പം/കലഹം ഉയരുമ്പോൾ:** അജണ്ട നിർത്തുക; 10 മിനിറ്റ് സ്തുതിയും തിരുവെഴുത്ത് വായനയും; ദൗത്യം വീണ്ടും സ്ഥിരീകരിക്കുക; ഐക്യത്തിനായി പ്രാർത്ഥിക്കുക (സങ്കീ. 133; യോഹന്നാൻ 17).
- **യുവജന സംരക്ഷണം:** ലജ്ജയല്ല, ശിഷ്യത്വത്തിലൂടെയുള്ള എളിമ സംസ്കാരം; ഡിജിറ്റൽ/മീഡിയ സംരക്ഷണം; ആഴ്ചതോറുമുള്ള വേഡ് ക്ലബ്ബുകൾ; പെൺകുട്ടികൾക്ക് പരിശീലനം ലഭിച്ച വനിതാ

ഉപദേഷ്ടാക്കൾ, ആൺകുട്ടികൾക്ക് പുരുഷ ഉപദേഷ്ടാക്കൾ.

ബലപ്പെടുത്തലിന്റെ പ്രാർത്ഥന

കർത്താവായ യേശുവേ, നീ എന്റെ ആയുധവർഗ്ഗവും എന്റെ വിജയവുമാണ്. പാപത്തിലൂടെയോ അശ്രദ്ധയിലൂടെയോ ഞാൻ തുറന്നിരിക്കുന്ന എല്ലാ വാതിലുകളും അടയ്ക്കുന്നു. സത്യം, നീതി, സമാധാനത്തിന്റെ സുവിശേഷം, വിശ്വാസം, രക്ഷ, ദൈവവചനം എന്നിവയാൽ എന്നെ അണിയിക്കണമേ. യുദ്ധത്തിന് എന്റെ കൈകളെയും സ്നേഹത്തിന് എന്റെ ഹൃദയത്തെയും പഠിപ്പിക്കണമേ. ഞാൻ പിശാചിനെ എതിർക്കുന്നു; അവൻ ഓടിപ്പോകണം. എന്നെയും എന്റെ കുടുംബത്തെയും അഗ്നിയുടെ മതിൽ വലയം ചെയ്യട്ടെ. വിശുദ്ധിയിലും വിവേകത്തിലും ധീരമായ സാക്ഷ്യത്തിലും എന്നെ ഉറപ്പിക്കണമേ - ആമേൻ. *(എഫെ. 6:10–18; സെഖ. 2:5; യാക്കോബ് 4:7)*

അദ്ധ്യായം 5:
യേശുക്രിസ്തുവുമായുള്ള എന്റെ കൂടിക്കാഴ്ച
(സംക്ഷിപ്തമായ പ്രതിഫലനങ്ങളോടെ, യഥാർത്ഥ സാക്ഷ്യം സംരക്ഷിക്കപ്പെട്ടിരിക്കുന്നു)

"1985 ഫെബ്രുവരി മാസത്തിൽ, ഞങ്ങൾ സാധാരണ കടലിൽ ഒരു മീറ്റിംഗ് നടത്തി, അതിനുശേഷം എന്റെ പരേതയായ അമ്മാവന്റെ ഭാര്യയെ കാണാൻ റിവേഴ്സ് സ്റ്റേറ്റിലെ പോർട്ട് ഹാർകോർട്ടിലേക്ക് പോകാൻ ഞാൻ തീരുമാനിച്ചു. ആന്റണി എന്നൊരാളെ ഞാൻ കണ്ടുമുട്ടി. റിവേഴ്സ് സ്റ്റേറ്റിലെ പോർട്ട് ഹാർകോർട്ടിലെ ട്രാൻസ്-അമാഡി റോഡിലുള്ള ന്യൂജ ജംഗ്ഷനിൽ അദ്ദേഹത്തിന് ഒരു വർക്ക്ഷോപ്പ് ഉണ്ട് . അദ്ദേഹം എന്നെ വിളിച്ചു, ഞങ്ങളുടെ സമൂഹത്തിൽ കോളുകൾ ഒരിക്കലും നിരസിക്കരുതെന്ന് ഞങ്ങൾക്ക് ഒരു നിയമമുള്ളതിനാൽ, ഞാൻ അദ്ദേഹത്തിന്റെ കോളിന് ഉത്തരം നൽകാൻ തീരുമാനിച്ചു. ആ ആഴ്ചയിലെ ഒരു വ്യാഴാഴ്ച ഉച്ചകഴിഞ്ഞ് ഞാൻ അദ്ദേഹത്തിന്റെ അടുത്തേക്ക് പോയി.

ദൈവം എനിക്ക് ഒരു സന്ദേശം നൽകിയിട്ടുണ്ടെന്ന് പറഞ്ഞുകൊണ്ടാണ് അദ്ദേഹം ആരംഭിച്ചത്. അദ്ദേഹം തന്റെ ബൈബിൾ പുറത്തെടുത്ത് പ്രസംഗിക്കാൻ തുടങ്ങി. മറ്റ് മൂന്ന് ക്രിസ്ത്യാനികൾ (ഒരു പുരുഷനും രണ്ട് സ്ത്രീകളും) അവിടെ ഇരുന്നു. അദ്ദേഹം വളരെ നേരം പ്രസംഗം തുടർന്നു, അദ്ദേഹം പറഞ്ഞതെല്ലാം ഞാൻ കേട്ടോ എന്ന് എനിക്ക് ഉറപ്പില്ലായിരുന്നു. പ്രാർത്ഥനയ്ക്കായി മുട്ടുകുത്താൻ അദ്ദേഹം എന്നോട് ആവശ്യപ്പെട്ടു. ഞാൻ അനുസരിച്ചു, നിശബ്ദമായി മുട്ടുകുത്തി.
ഉടനെ അദ്ദേഹം പ്രാർത്ഥന ആരംഭിച്ചു. ദൈവത്തിന്റെ ആത്മാവ് എന്നെ വീഴ്ത്തി, ഞാൻ നിലത്തു വീണു. ഞാൻ കഷ്ടപ്പെട്ട് എഴുന്നേറ്റു ഇരുമ്പുപോലെ നിന്നു. വർക്ക്ഷോപ്പിനുള്ളിലെ ഇരുമ്പ് കസേരകൾ ഞാൻ നശിപ്പിച്ചു. ഞാൻ പുറത്തേക്ക് നോക്കിയപ്പോൾ ഞങ്ങളുടെ രഹസ്യ സമൂഹത്തിലെ മൂന്ന് പേരെ കണ്ടു. അംഗങ്ങൾ, ഒരു പുരുഷനും രണ്ട് പെൺകുട്ടികളും. അവർ മനുഷ്യരൂപത്തിൽ വന്ന് വാതിലിനടുത്തേക്ക് നീങ്ങി, പക്ഷേ ദൈവത്തിന്റെ ശക്തി കാരണം അവർക്ക് പ്രവേശിക്കാൻ കഴിഞ്ഞില്ല.

[**കുറിപ്പ്**: നരകത്തിനുപോലും ദൈവത്തിന്റെ അധികാരത്തിന്റെ അതിർത്തി ലംഘിക്കാൻ കഴിയില്ല (സങ്കീർത്തനം 91:1–3; ലൂക്കോസ് 10:19). അഭിഷേകം നുകം തകർക്കുന്നു.]

“കടലിലെ അലാറം അവരെ കുഴപ്പത്തെക്കുറിച്ച് അറിയിച്ചു എന്ന് എനിക്ക് ഉറപ്പുണ്ട്, ടിവി ഉപയോഗിച്ച് അവർക്ക് പ്രശ്നം എവിടെയാണെന്ന് അറിയാമായിരുന്നു, അവർ 'ശക്തിയില്ലാത്ത' രക്ഷാസംഘത്തെ അയച്ചു. ഏതെങ്കിലും അംഗം കുഴപ്പത്തിൽ അകപ്പെടുമ്പോഴാണ് ഇത് എപ്പോഴും സംഭവിക്കുന്നത്. രണ്ട് ക്രിസ്ത്യൻ പുരുഷന്മാർ എന്നെ മുട്ടുകുത്തി വലിച്ചിഴച്ചപ്പോൾ, പെൺകുട്ടികൾ പ്രാർത്ഥിക്കുകയും ഭൂതങ്ങളെ ബന്ധിക്കുകയും ചെയ്തു, പക്ഷേ അവർ വ്യക്തമായി പറഞ്ഞില്ല. ഞാൻ യേശുക്രിസ്തുവിൽ വിശ്വസിക്കുന്നുണ്ടോ എന്ന് അവർ എന്നോട് ചോദിച്ചു, ഞാൻ ഒന്നും പറഞ്ഞില്ല. യേശുവിന്റെ പേര് വിളിക്കാൻ അവർ എന്നോട് ആവശ്യപ്പെട്ടു, ഞാൻ നിരസിച്ചു. അവർ എന്നോട് എന്റെ സ്വന്തം പേര് ചോദിച്ചു, ഞാൻ അവരോട് പറഞ്ഞു. അവർ മണിക്കൂറുകളോളം കഷ്ടപ്പെട്ടു എന്നെ പോകാൻ അനുവദിച്ചു. ഒരു ആത്മാവും എന്നിൽ നിന്ന് നീക്കം ചെയ്യപ്പെട്ടില്ല, അതിനാൽ ഞാൻ അകത്തേക്ക് വന്ന അതേ രീതിയിൽ തന്നെ ഞാൻ പുറപ്പെട്ടു.”

[**പാഠം:** വിടുതലിന് വികാരമല്ല, വെളിപാടും അധികാരവും ആവശ്യമാണ്. പ്രത്യേകതയും വിവേചനാധികാരവുമാണ് പ്രധാനം (**മർക്കോസ്** 9:29; **പ്രവൃത്തികൾ** 19:15–16).]

പള്ളി പരിപാടികൾ

“അടുത്ത ദിവസം വെള്ളിയാഴ്ച ആയിരുന്നതിനാൽ, പോർട്ട് ഹാർകോർട്ടിലെ സിൽവർ വാലിയിലുള്ള അസംബ്ലീസ് ഓഫ് ഗോഡ് പള്ളിയിൽ അവരുടെ രാത്രി ജാഗ്രതാ പരിപാടിയിൽ പങ്കെടുക്കാൻ അതേ ആന്റണി എന്നെ ക്ഷണിച്ചു. ഉറക്കവും ആശയക്കുഴപ്പവും ഉണ്ടാക്കുന്ന പള്ളിയിലെ ശുശ്രൂഷകളിൽ പങ്കെടുക്കുന്നത് ഞങ്ങളുടെ അസൈൻമെന്റുകളുടെ ഭാഗമായിരുന്നതിനാൽ ഞാൻ ഈ ക്ഷണം സ്വീകരിച്ചു. പരിപാടി ഗായകസംഘങ്ങളോടെയാണ് ആരംഭിച്ചത്. യേശുവിന്റെ ശക്തി ഒഴികെയുള്ള മറ്റ് ശക്തികളുടെ ശക്തിയില്ലായ്മയെക്കുറിച്ച് ഒരു പ്രത്യേക ക്രിസ്ത്യൻ ബാൻഡ് അംഗങ്ങളിൽ ഒരാൾ ഒരു ജനപ്രിയ ഗായകസംഘം ഉയർത്തുന്നതുവരെ ഞങ്ങൾ പാടി. പിന്നെ ഞാൻ ചിരിക്കാൻ തുടങ്ങി. ഞാൻ ചിരിച്ചു, കാരണം ആത്മാവിൽ ഞാൻ അവരുടെ ജീവിതത്തിലേക്ക് നോക്കിയപ്പോൾ ഈ ഗായകസംഘം പാടുന്നവരിൽ മുക്കാൽ ഭാഗവും പാപത്തിൽ ജീവിക്കുന്നവരാണ്. അവരുടെ ജീവിതത്തിലെ പാപങ്ങൾ കാരണം, അവർ തുറന്നുകാട്ടപ്പെടുന്നുവെന്നും ഈ ശക്തികളാൽ ഗുരുതരമായി

ഉപദ്രവിക്കപ്പെടാമെന്നും എനിക്കറിയാമായിരുന്നു."

[**ഉൾക്കാഴ്ച:** പരിശുദ്ധിയില്ലാത്ത സ്തുതി സ്വർഗ്ഗത്തിന് ഒരു ശബ്ദമാണ് (യെശയ്യാവ് 1:15; യോഹന്നാൻ 4:24). വിശുദ്ധി ആരാധകരുടെ പരിചയാണ്.]

"ആ ശുശ്രൂഷയിൽ ഞങ്ങൾ നാലുപേരും കടലിൽ നിന്നുള്ളവരായിരുന്നു, അവരോടൊപ്പം പാട്ടുപാടുകയും കൈകൊട്ടുകയും ചെയ്യുകയായിരുന്നു. വീണ്ടും ഞാൻ ഇവിടെ ഊന്നിപ്പറയാൻ ആഗ്രഹിക്കുന്നു, ഒരു ശുശ്രൂഷ ആരംഭിക്കുമ്പോൾ, അംഗങ്ങൾ ആദ്യം അവരുടെ പാപങ്ങൾ ഏറ്റുപറയാനും പിന്നീട് ദൈവത്തെ സ്തുതിക്കുന്ന ഒരു കാലഘട്ടത്തിലേക്ക് കടക്കാനും ഉപദേശിക്കണം. ഇത് സാത്താന്റെ ഒരു ഏജന്റിനെ വളരെ അസ്വസ്ഥരാക്കുകയും വാസ്തവത്തിൽ അവന്റെ/അവളുടെ ജീവൻ രക്ഷിക്കുകയും ചെയ്യും.
ഈ പ്രത്യേക ശുശ്രൂഷയിൽ ഞങ്ങൾ വളരെ സുഖകരമായിരുന്നു, പ്രവർത്തനത്തിലേക്ക് പോലും പ്രവേശിച്ചു. പലരും ഉറങ്ങാൻ തുടങ്ങി, ഗായകസംഘങ്ങൾ ദുർബലമായി പാടുകയും കാര്യങ്ങൾ വളഞ്ഞുപുളഞ്ഞുപോകുകയും ചെയ്തു."

[**കുമ്പസാരവും** അനുതാപവും ദിവ്യാഗ്നിയെ ക്ഷണിക്കുന്നു. വിശുദ്ധി ഇല്ലാത്തിടത്ത് ഇരുട്ട് വീട്ടിൽ അനുഭവപ്പെടുന്നു (2 ദിനവൃത്താന്തം 7:14).]

"സഹോദരൻ ആന്റണി അവരോട് എന്നെക്കുറിച്ച് പറഞ്ഞിരുന്നു, അതിനാൽ പുലർച്ചെ 2.00 മണിയോടെ അവർ എന്നെ എനിക്കുവേണ്ടി പ്രാർത്ഥിക്കാൻ വിളിച്ചു. ഞാൻ മുന്നിലേക്ക് വന്നയുടനെ അവർ യേശുവിന്റെ രക്തം യാചിക്കാൻ തുടങ്ങി. ഞാൻ അവരെ തടഞ്ഞുനിർത്തി പറഞ്ഞു: 'രക്തം യാചിക്കുന്നതല്ല പരിഹാരം. ഞാൻ ഒരു ആഴത്തിലുള്ള രഹസ്യ സൊസൈറ്റി അംഗമാണ്. നിങ്ങൾക്ക് എന്നെ വിടുവിക്കാൻ കഴിയുമെന്ന് നിങ്ങൾ സമ്മതിക്കുന്നുവെങ്കിൽ, ഞാൻ മുട്ടുകുത്താം.' ഞാൻ പറഞ്ഞ ഈ വാക്കുകൾ മുൻകൂട്ടി തയ്യാറാക്കിയതല്ല. യേശുവിന്റെ രക്തം ഭൂതങ്ങളെ ഭയപ്പെടുത്തുകയും വിശ്വാസിയെ സംരക്ഷിക്കുകയും ചെയ്യുന്നു, പക്ഷേ ഭൂതങ്ങളെ ബന്ധിക്കുന്നില്ല. ക്രിസ്ത്യാനി തന്റെ അധികാരം ഉപയോഗിച്ച് കൽപ്പന നൽകുമ്പോൾ മാത്രമേ ഭൂതങ്ങളെ ബന്ധിക്കുന്നത് സംഭവിക്കൂ."

[**വ്യക്തീകരണം:** രക്തം വീണ്ടെടുക്കുകയും പരിചയാക്കുകയും ചെയ്യുന്നു; യേശുവിന്റെ നാമത്തിലുള്ള അധികാരം വിജയം

ഉറപ്പാക്കുന്നു (വെളിപ്പാട് 12:11; മർക്കോസ് 16:17-18).]

"അവർ സമ്മതിച്ചു, ഞാൻ മുട്ടുകുത്തി. ആ സമയത്ത് ദൈവാത്മാവിന്റെ നേതൃത്വത്തിൽ ഒരു സഹോദരി വിളിച്ചു പറഞ്ഞു: 'നിങ്ങൾ യോഗ്യരല്ലെങ്കിൽ, അടുത്തേക്ക് വരരുത്!' ... പാപത്തിൽ ജീവിക്കുന്ന ഒരു ക്രിസ്ത്യാനി ഭൂതങ്ങളെ പുറത്താക്കുന്നത് അപകടകരമാണ്. പലരും പിൻവാങ്ങി, കുറച്ചുപേർ എനിക്കുവേണ്ടി പ്രാർത്ഥിക്കാൻ വന്നു. 'യേശുവിന്റെ നാമത്തിൽ' എന്ന് അവർ പറയാൻ തുടങ്ങിയപ്പോൾ, എന്റെ ഉള്ളിൽ ഒരു വലിയ സ്ഫോടനം ഞാൻ കേട്ടു, അത് തറയിൽ വീണു... രണ്ട് എതിർ ശക്തികൾ പ്രവർത്തിച്ചു, അന്തരീക്ഷം മാറി. "

[കുറിപ്പ്: ശുദ്ധമായ പാത്രങ്ങൾക്ക് മാത്രമേ നിലനിൽക്കുന്ന അധികാരം വഹിക്കാൻ കഴിയൂ (2 തിമോത്തി 2:21). വിടുതൽ ഒരു വിശുദ്ധ യുദ്ധമാണ്.]

"എന്നിൽ നിന്ന് ഒരു ഭൂതം പുറത്തുവന്നു, അവരുടെ ഇടയിൽ ഒരു ആൺകുട്ടിയെ ബാധിച്ചു... സഹോദരന്മാർ ഒരിക്കലും അവനോടൊപ്പം സമയം പാഴാക്കിയില്ല, പകരം അവനെയും ഭയപ്പെട്ട മറ്റുള്ളവരെയും പള്ളിയുടെ വസ്ത്രത്തിലേക്ക് കൊണ്ടുപോയി അകത്ത് പൂട്ടി. ഇത് രാവിലെ 7.00 വരെ

തുടർന്നു... ഞാൻ മോചിതനായി എന്ന് വിശ്വസിക്കാൻ അവർ വഞ്ചിക്കപ്പെട്ടു."

[**പാഠം:** വിവേചനമാണ് പ്രധാനം; **വേരുകൾക്ക് പരിഹാരം കണ്ടെത്തുന്നില്ലെങ്കിൽ ചില വിടുതലുകൾ ഭാഗികമോ വ്യാജമോ ആയിരിക്കും** (**ലൂക്കോസ്** 11:24–26).]

"ശാരീരികമായി വളരെ ദുർബലനായതിനാൽ പള്ളിയിൽ നിന്ന് പുറത്തിറങ്ങാൻ എനിക്ക് ബുദ്ധിമുട്ടായി. പക്ഷേ എന്തോ സംഭവിച്ചു, കാരണം ഞാൻ പള്ളിയിൽ നിന്ന് ഇറങ്ങി റോഡ് മുറിച്ചുകടന്ന ഉടനെ, ഞാൻ ശാരീരികമായി വളരെ ശക്തനായി. ഒരുപക്ഷേ പോയ ചില ഭൂതങ്ങൾ തിരിച്ചുവന്നിരിക്കാം. ഞാൻ വളരെ ദേഷ്യപ്പെടുകയും പള്ളിയോട് പ്രതികാരം ചെയ്യാൻ തീരുമാനിക്കുകയും ചെയ്തു."

[**ചിന്തനം:** സ്വാതന്ത്ര്യത്തിനുമുമ്പ് ശത്രു ഏറ്റവും കൂടുതൽ പോരാടുന്നു; എന്നാൽ പരാജയം പോലെ തോന്നുമ്പോഴും ദൈവം ദിവ്യമായ പതിയിരിപ്പുകൾ സ്ഥാപിക്കുന്നു (**ഉൽപത്തി** 50:20).]

ലാഗോസിലേക്കുള്ള വഴിയിൽ

“എന്റെ അമ്മാവന്റെ ഭാര്യാ വീട്ടിലെത്തിയപ്പോൾ, ഞാൻ അവരോട് ഉടൻ തന്നെ ലാഗോസിലേക്ക് പോകുകയാണെന്ന് പറഞ്ഞു... മൂന്നാം മൈലിൽ ഞങ്ങൾ പറന്നുയർന്നു, ഒമാഗ്‌വേയിൽ എത്തിയപ്പോൾ , ഇന്റർനാഷണൽ എയർപോർട്ട് ജംഗ്ഷനിൽ, എന്റെ ജന്മനാമമായ 'NKEM' എന്ന് വിളിക്കുന്ന ഒരു ശബ്ദം ഞാൻ കേട്ടു. ... ഞാൻ ഇപ്പോഴും ചിന്തിച്ചുകൊണ്ടിരിക്കുമ്പോൾ, വീണ്ടും ശബ്ദം ഉയർന്നു: 'NKEM, നീ എന്നെ വീണ്ടും ഒറ്റിക്കൊടുക്കാൻ പോവുകയാണോ?' ... പെട്ടെന്ന് എനിക്ക് കടുത്ത പനി വന്നു... ഒവേരിയിലെ ഉമുവാക്പയിൽ , ഞാൻ ടാക്സിക്കുള്ളിൽ കുഴഞ്ഞുവീണു.”

[**കുറിപ്പ്:** ദൈവത്തിന്റെ കരുണ നമ്മുടെ യാത്രാമധ്യേ നമ്മെ തടസ്സപ്പെടുത്തുന്നു - ശൗലിന്റെ ദമാസ്കസ് നിമിഷം (പ്രവൃത്തികൾ 9:3–6).]

"അടുത്തതായി എനിക്ക് മനസ്സിലായത് ഉയരവും വലിപ്പവുമുള്ള രണ്ട് പുരുഷന്മാർ എന്നെ കൊണ്ടുപോകാൻ വന്നതാണ്... 'നീ ഒരു അന്വേഷിക്കപ്പെടുന്ന മനുഷ്യനാണ്!' ... ഞങ്ങൾ ഒരു കോൺഫറൻസ് ഹാൾ പോലെ തോന്നിക്കുന്ന വളരെ വലുതും നീളമുള്ളതുമായ ഒരു കെട്ടിടത്തിലേക്ക് നീങ്ങി.

... അവസാനം ഒരു ബലിപീഠം ഉണ്ടായിരുന്നു. സൂര്യനെ ചുറ്റിപ്പറ്റി ഒരു ചന്ദ്രനും നക്ഷത്രങ്ങളും ഞാൻ കണ്ടു. പിന്നെ ഞാൻ ഒരു സിംഹാസനം കണ്ടു, അതിൽ സൂര്യനെപ്പോലെ തിളങ്ങുന്ന വസ്ത്രം ധരിച്ച വളരെ സുന്ദരനായ ഒരു മനുഷ്യൻ ഇരിക്കുന്നു. അവൻ പറഞ്ഞു: 'വരൂ!' ... പിന്നീട് ചന്ദ്രൻ സിംഹാസനത്തിലേക്ക് തിരികെ നീങ്ങി, തുടർന്ന് അതിൽ ഇരുന്നവൻ വീണ്ടും പറഞ്ഞു: 'വരൂ!'"

[**വ്യാഖ്യാനം:** ഇത് മരണത്തിൽ നിന്ന് ജീവിതത്തിലേക്കുള്ള ഒരു ക്ലാസിക് ഏറ്റുമുട്ടലാണ് - ശരീരം തൂക്കിയിടപ്പെട്ടതും, ക്രിസ്തുവിന്റെ ന്യായാസനത്തിനു മുന്നിൽ കൊണ്ടുവരപ്പെട്ടതുമായ ആത്മാവ് (2 കൊരിന്ത്യർ 5:10).]

ആത്മീയ ശുദ്ധീകരണം

"ഞാൻ ഒരു സ്ഥലത്തേക്ക് നടന്നു, അവൻ സിംഹാസനത്തിൽ നിന്ന് എന്റെ അടുത്തേക്ക് വന്നു, എന്റെ കാലുകൾ ഒന്നിനുപുറകെ ഒന്നായി മാറ്റി, അവയ്ക്കുള്ളിലുള്ളത് ഒഴിച്ചു, അവ തിരികെ ഉറപ്പിച്ചു... ഞാൻ എന്റെ മനസ്സിൽ ചിന്തിച്ചു, ഇത് ആരായിരിക്കുമെന്നും, ഈ വസ്തുക്കൾ

സൂക്ഷിച്ചിരിക്കുന്ന പാടുകൾ അവന് എങ്ങനെ അറിയാമെന്നും."

[**അർത്ഥം:** കർത്താവ് പൈശാചികമായ ഇംപ്ലാന്റുകളെ വേരോടെ പിഴുതെറിയുകയും അവയെ തന്റെ പൂർണ്ണത കൊണ്ട് മാറ്റിസ്ഥാപിക്കുകയും ചെയ്യുന്നു— യെഹെസ്കേൽ 36:26.]

"ഇതിനുശേഷം അവൻ തന്റെ സിംഹാസനത്തിലേക്ക് തിരികെ പോയി എന്നോട് വരാൻ ആവശ്യപ്പെട്ടു... അവൻ പറഞ്ഞു: 'അതെ, പക്ഷേ നിങ്ങളുടെ മനസ്സിലുള്ളത് ഞാൻ കാണിച്ചുതരാം.' ... ആ മനുഷ്യൻ എന്നെ ഒരു മുറിയിലേക്ക് കൊണ്ടുപോയി ഒരു ബ്ലാക്ക്ബോർഡ് പോലെയുള്ള ഒന്ന് തുറന്നു ... ക്രിസ്ത്യാനികൾക്കെതിരെ ഞാൻ ആസൂത്രണം ചെയ്തതും അസംബ്ലീസ് ഓഫ് ഗോഡ് ചർച്ച്, സിൽവർ വാലി എന്നിവയ്ക്കെതിരായ എന്റെ പദ്ധതിയും എല്ലാം എന്റെ മുന്നിൽ എഴുതിവച്ചു."

[**പാഠം:** ദൈവത്തിന്റെ കൺമുമ്പിൽ ഒന്നും മറഞ്ഞിരിക്കുന്നില്ല (എബ്രായർ 4:13). കുമ്പസാരവും അനുതാപവും ബോർഡ് മായ്ക്കുന്നു.]

ദിവ്യ വെളിപ്പെടുത്തലുകൾ

"അവൻ സിംഹാസനത്തിൽ നിന്ന് ഇറങ്ങിവന്ന് എന്റെ കൈകളിൽ പിടിച്ചുകൊണ്ട് ചില കാര്യങ്ങൾ എനിക്ക് കാണിച്ചുതരാൻ പോകുകയാണെന്ന് പറഞ്ഞു... 'നീ നശിച്ചുപോകരുതെന്നും നിന്നെ രക്ഷിക്കണമെന്നും ഞാൻ ആഗ്രഹിക്കുന്നു, ഇത് നിന്റെ അവസാന അവസരമാണ്.' ... അവൻ ഇത് പറഞ്ഞപ്പോൾ, അവൻ യേശുക്രിസ്തുവാണെന്ന് എനിക്കറിയാമായിരുന്നു."

[**കൃപ: ഏറ്റവും മലിനമായവരെ പോലും** *അവസാനമായി ഒരിക്കൽ കൂടി* **വിളിക്കാം. കരുണ ഇപ്പോഴും യാചിക്കുന്നു** (യെശ. 1:18).]

"ഞങ്ങൾ ഒരു മുറിയിൽ പ്രവേശിച്ചു, അവൻ ഒരു തിരശ്ശീല പോലെ എന്തോ ഒന്ന് തുറന്നു. ഞാൻ ലോകം മുഴുവൻ കണ്ടു... ഞങ്ങൾ രണ്ടാമത്തെ മുറിയിലേക്ക് പോയി... അവൻ ഈ ആളുകളെ 'കപടനാട്യക്കാർ' എന്ന് വിളിച്ചു. ... ഞങ്ങൾ മൂന്നാമത്തെ മുറിയിലേക്ക് പോയി... 'ഇവർ പ്രതിഫലം കാത്തിരിക്കുന്ന വീണ്ടെടുക്കപ്പെട്ടവരാണ്.' ... ഞങ്ങൾ നാലാമത്തെ മുറിയിലേക്ക് പോയി... തീപിടിച്ച ഒരു നഗരം മുഴുവൻ പോലെ കാണപ്പെട്ടു. നരകം യഥാർത്ഥവും ഭയങ്കരവുമാണ്... വെളിപാട് 21:8-ൽ

രേഖപ്പെടുത്തിയിരിക്കുന്നതുപോലെ അവൻ അവയ്ക്ക് പേരിട്ടു."

[**മുന്നറിയിപ്പ്**: തിരുവെഴുത്തിലെ സ്ഥിരമായ സാക്ഷ്യവുമായി സാക്ഷ്യം യോജിക്കുന്നു - നരകവും സ്വർഗ്ഗവും അക്ഷരാർത്ഥത്തിൽ വിധികളാണ് (മത്തായി 25:41–46).]

"ഞങ്ങൾ അഞ്ചാമത്തെ മുറിയിലേക്ക് പോയി, അവൻ ഒരു തിരശ്ശീല തുറന്നപ്പോൾ, ഞാൻ കണ്ടത് മഹത്വമുള്ളതായി മാത്രമേ വിശേഷിപ്പിക്കാൻ കഴിയൂ... അവൻ പറഞ്ഞു: 'ഇതാണ് വിശുദ്ധന്മാരുടെ പ്രത്യാശ. നിങ്ങൾ അവിടെ ഉണ്ടാകുമോ?' ഉടനെ ഞാൻ 'അതെ!' എന്ന് ഉത്തരം പറഞ്ഞു... അവൻ പറഞ്ഞു: 'ഞാൻ നിങ്ങൾക്കുവേണ്ടി എന്താണ് ചെയ്തതെന്ന് പോയി സാക്ഷ്യപ്പെടുത്തൂ'."

[**കമ്മീഷൻ**: ഓരോ യഥാർത്ഥ കണ്ടുമുട്ടലും ഒരു നിയോഗത്തിന് ജന്മം നൽകുന്നു - *" പോയി പറയൂ."* (മർക്കോസ് 5:19).]

ഭൂമിയിലേക്കുള്ള തിരിച്ചുവരവ്

"വീണ്ടും, അവൻ എന്നെ മറ്റൊരു മുറിയിലേക്ക് കൊണ്ടുപോയി... 'പേടിക്കേണ്ട, പോകൂ, ഞാൻ നിങ്ങളോടൊപ്പമുണ്ടാകും.' അവൻ എന്നെ ഹാളിൽ നിന്ന് പുറത്തേക്ക്

കൊണ്ടുപോയി അപ്രത്യക്ഷനായി, ഞാൻ മറ്റൊരാളുടെ വീട്ടിലെ ഒരു കട്ടിലിൽ ഉണർന്നു.... പിന്നെ ഞാൻ ഒരു ടാക്സിയിൽ കുഴഞ്ഞുവീണതും അവർ എന്നെ ഒവേരിയിലെ കത്തോലിക്കാ കത്തീഡ്രലിലേക്ക് കൊണ്ടുപോയതും ആ മനുഷ്യൻ വിവരിച്ചു... പിന്നെ ആ മനുഷ്യൻ എന്നെ തന്റെ കാറിൽ തന്റെ വീട്ടിലേക്ക് കൊണ്ടുപോയി കാത്തിരിക്കുകയായിരുന്നു... ഞാൻ ഈ ദയയുള്ള കുടുംബത്തോടൊപ്പം രണ്ട് ദിവസം ശാന്തമായി താമസിച്ചു, തുടർന്ന് പുരുഷനും ഭാര്യയും എന്നെ ഒവേരി മോട്ടോർ പാർക്കിലേക്ക് കൊണ്ടുപോയി."

[**നിരീക്ഷണം:** ദൈവിക നിയമനങ്ങളിൽ പലപ്പോഴും ആത്മാവിനാൽ പ്രേരിതരായ അപരിചിതരും ഉൾപ്പെടുന്നു - എബ്രായർ 13:2.]

"എന്റെ യാത്രയെക്കുറിച്ച് കർത്താവ് എനിക്ക് കാണിച്ചുതന്നതെല്ലാം ഒന്നിനുപുറകെ ഒന്നായി സംഭവിച്ചു... ഞാൻ അനുസരിച്ചു ലാഗോസിൽ നിന്ന് പിറ്റേന്ന് രാവിലെ പോർട്ട് ഹാർകോർട്ടിലേക്ക് പോയി. ഞാൻ പലപ്പോഴും സ്വയം ചോദിക്കാറുണ്ട്, എന്നെപ്പോലുള്ള ഒരു മനുഷ്യനെ കർത്താവ് എന്തിനാണ് രക്ഷിക്കുന്നത്. വളരെ ദുഷ്ടനും വിനാശകാരിയുമായ ഒരു മനുഷ്യൻ, സാത്താന്റെ ഏജന്റ്! ഈ മൂന്ന് വാക്കുകളിൽ എനിക്ക് ഉത്തരം ലഭിച്ചു: ദൈവം

സ്നേഹമാണ്. തീർച്ചയായും, ദൈവം സ്നേഹമാണ്! (1 **യോഹന്നാൻ** 4:8, 4:16)"

[**അവസാന കുറിപ്പ്:** ആത്യന്തികമായ വെളിപ്പെടുത്തൽ ന്യായവിധിയല്ല, സ്നേഹമാണ്—**യോഹന്നാൻ** 3:16; **റോമർ** 5:8.]

ഇന്നത്തെ ആത്മീയ താക്കോലുകൾ

1. **അധികാരം:** ക്രിസ്തുവിലുള്ള നിങ്ങളുടെ നിയമപരമായ അവകാശം അറിയുകയും പ്രയോഗിക്കുകയും ചെയ്യുക (**ലൂക്കോസ്** 10:19).
2. **പരിശുദ്ധി:** മാനസാന്തരം കവചം കേടുകൂടാതെ സൂക്ഷിക്കുന്നു; പാപം പുനഃപ്രവേശനത്തെ ക്ഷണിക്കുന്നു.
3. **വിവേചനം:** എല്ലാ ആത്മീയ പ്രകടനങ്ങളും ദൈവികമല്ല; എല്ലാ ആത്മാക്കളെയും പരീക്ഷിക്കുക (1 **യോഹന്നാൻ** 4:1).
4. **സമൂഹം:** നീതിമാനായ മധ്യസ്ഥരുടെ കൂട്ടായ പ്രാർത്ഥനയിലാണ് മോചനം ഏറ്റവും സുരക്ഷിതം.
5. **സാക്ഷി:** ഓരോ മോചനത്തിനും സാക്ഷ്യം ആവശ്യമാണ് - നിശബ്ദത ശത്രുവിനെ സഹായിക്കുന്നു.

പൂർണ്ണ കീഴടങ്ങലിന്റെ പ്രാർത്ഥന

കർത്താവായ യേശുക്രിസ്തുവേ, ഏക സത്യ കർത്താവും രക്ഷകനുമായി ഞാൻ നിന്നെ അംഗീകരിക്കുന്നു. എല്ലാ അന്ധകാര ഉടമ്പടികളിൽ നിന്നും എന്നെ വീണ്ടെടുത്തതിന് നന്ദി. എന്റെ ജീവൻ, ശരീരം, ആത്മാവ്, ആത്മാവ് എന്നിവയെ ഞാൻ നിനക്കു സമർപ്പിക്കുന്നു. ശത്രുവിന്റെ എല്ലാ മറഞ്ഞിരിക്കുന്ന ഉൾച്ചേർത്ത വസ്തുക്കളെയും നീക്കം ചെയ്യണമേ; നിന്റെ രക്തത്താൽ എന്നെ ശുദ്ധീകരിക്കണമേ; പരിശുദ്ധാത്മാവിനാൽ എന്നെ നിറയ്ക്കണമേ; മറ്റുള്ളവരെ സ്വതന്ത്രരാക്കാൻ എന്നെ ഉപയോഗിക്കണമേ. **ദൈവം സ്നേഹമാണെന്ന് എന്റെ ജീവിതം സാക്ഷ്യപ്പെടുത്തട്ടെ** . ആമേൻ. *(യോഹന്നാൻ 3:16 • 1 യോഹന്നാൻ 4:8 • എഫെസ്യർ 6:10-18)*

അധ്യായം 6: പ്രലോഭനവും വിജയവും

"എന്റെ ആടുകൾ എന്റെ ശബ്ദം കേൾക്കുന്നു; ഞാൻ അവയെ അറിയുന്നു; അവ എന്നെ അനുഗമിക്കുന്നു; ഞാൻ അവയ്ക്ക് നിത്യജീവൻ നൽകുന്നു." ജീവൻ; അവ ഒരുനാളും നശിച്ചു പോകയില്ല; ആരും അവയെ എന്റെ കയ്യിൽ നിന്നു പിടിച്ചുപറിക്കയും ഇല്ല. " യോഹന്നാൻ 10:27-28

[അഭിപ്രായം: ഈ വാഗ്ദാനം മുഴുവൻ അധ്യായത്തെയും രൂപപ്പെടുത്തുന്നു: യേശുവിന്റെ പിടി ഏതൊരു പ്രത്യാക്രമണത്തേക്കാളും ശക്തമാണ് (യോഹന്നാൻ 10:27–28).]

ക്രിസ്തുവിലേക്കുള്ള എന്റെ പരിവർത്തനത്തിനുശേഷം, ആദ്യം സംഭവിച്ചത് കടലിൽ നിന്നുള്ള എല്ലാ സമ്മാനങ്ങളും, ദൂരദർശിനി, ടിവി, ഷർട്ടുകൾ, കടൽ പരീക്ഷണശാലകൾക്കുള്ളിൽ ഞാൻ എടുത്ത ഫോട്ടോഗ്രാഫുകൾ, എന്റെ ഫ്ലാറ്റിൽ പ്രദർശിപ്പിച്ചിരുന്ന തീരദേശ രാജ്ഞിയുടെ ഫോട്ടോ എന്നിവ അപ്രത്യക്ഷമായി എന്നതാണ്.

[അഭിപ്രായം: പ്രവൃത്തികൾ 19:19— നിഗൂഢ കലാരൂപങ്ങൾക്ക് ശക്തി നഷ്ടപ്പെടുകയും അവ ഉപേക്ഷിക്കപ്പെടുകയും വേണം; കർത്താവ് പലപ്പോഴും അവയെ പരമാധികാരത്തോടെ നീക്കം ചെയ്യുന്നു.]

പോർട്ട് ഹാർകോർട്ടിൽ തിരിച്ചെത്തിയപ്പോൾ, കർത്താവ് എനിക്കുവേണ്ടി ചെയ്ത കാര്യങ്ങൾക്ക് സാക്ഷ്യം നൽകാനുള്ള ആഗ്രഹം എനിക്കുണ്ടായി, പക്ഷേ പള്ളിയിൽ പ്രവേശിക്കാൻ അനുവദിച്ചില്ല. എന്റെ പരേതയായ അമ്മാവന്റെ ഭാര്യ, ഒരു ക്രിസ്ത്യാനി കൂടിയായിരുന്നു, എന്നെ ഒരു പാസ്റ്റർമാരുടെ അടുത്തേക്ക് കൊണ്ടുപോയി, പക്ഷേ അദ്ദേഹം ചോദിച്ച ചോദ്യം: "അദ്ദേഹം ആ പേപ്പർ കൊണ്ടുവന്നോ?" പിന്നീടാണ് അദ്ദേഹം ഉദ്ദേശിച്ച പേപ്പർ ഒരു 'അംഗത്വ കത്ത്' ആണെന്ന് എനിക്ക് മനസ്സിലായത്. ക്രിസ്തുവിന്റെ ശക്തിയെയും അവൻ എനിക്കുവേണ്ടി ചെയ്ത കാര്യങ്ങളെയും - ദൈവമേ, അന്ധകാരത്തിന്റെ ശക്തിയിൽ നിന്ന് എന്നെ തന്റെ പ്രിയ പുത്രന്റെ രാജ്യത്തിലേക്ക് വിവർത്തനം ചെയ്തതിനെയും സാക്ഷ്യപ്പെടുത്തുന്നതിൽ അംഗത്വ കത്തിന് എന്ത് ബന്ധമുണ്ട്, അവനിൽ അവന്റെ രക്തത്താൽ എനിക്ക് വീണ്ടെടുപ്പുണ്ട്, എന്റെ പാപങ്ങളുടെ മോചനം പോലും?

[അഭിപ്രായം: ഉദ്യോഗസ്ഥവൃന്ദത്തിന്

ദൈവനിമിഷങ്ങൾ നഷ്ടപ്പെടും. എന്നിരുന്നാലും, സാക്ഷ്യം തിരുവെഴുത്തുപരമാണ് (വെളിപാട് 12:11); സമയവും ഇടയകാര്യവും.]

സാത്താൻ യുവ മതപരിവർത്തനം നടത്തിയവരെ സാക്ഷ്യപ്പെടുത്താൻ അനുവദിക്കുന്നില്ലെന്നും, പ്രത്യേകിച്ച് മുമ്പ് തന്റെ പ്രവർത്തനങ്ങളിൽ ആഴത്തിൽ ഏർപ്പെട്ടിരുന്നവരെ, അത്തരം സാക്ഷ്യങ്ങൾ തടയാൻ എല്ലാം ചെയ്യുമെന്നും അറിയാമായിരുന്നതിനാൽ എനിക്ക് സങ്കടമായി. വീണ്ടും ഞാൻ ഓർത്തു, "ഞാൻ നിങ്ങൾക്കുവേണ്ടി എന്താണ് ചെയ്തതെന്ന് പോയി സാക്ഷ്യപ്പെടുത്തുക" എന്ന് കർത്താവ് എന്നോട് വ്യക്തമായി നിർദ്ദേശിച്ചു, ഇവിടെ ഞാൻ നിരസിക്കപ്പെട്ടു. ഒരുപക്ഷേ ഇതുവരെ സമയമായിട്ടില്ലായിരിക്കാം. അതിനാൽ ഞാൻ ആർക്കെങ്കിലും എന്റെ സാക്ഷ്യം നൽകുന്നത് മാറ്റിവയ്ക്കാൻ തീരുമാനിച്ചു. ഒരു ബിസിനസ്സ് യാത്രയ്ക്കായി ഞാൻ അബയിൽ നിന്ന് ടോഗോയിലേക്ക് മൂന്ന് വ്യാപാരികളോടൊപ്പം യാത്ര ചെയ്തു. അവിടെ ഞാൻ 160,000 രൂപയുടെ (ഒരു ലക്ഷത്തി അറുപതിനായിരം നായര) സാധനങ്ങൾ വാങ്ങി. ഈ തുകയിൽ എന്റെ സ്വകാര്യ പണം 70,000 ആയിരുന്നു, ബാക്കി 90,000 അബയിലെ വ്യാപാരികളിൽ നിന്ന് കടം വാങ്ങിയതാണ്. ഞാൻ വാങ്ങിയ വസ്തുക്കളിൽ ലെയ്സുകളുടെ കെട്ടുകൾ,

വിവിധതരം മരുന്നുകൾ (പ്രത്യേകിച്ച് ആൻറിബയോട്ടിക്കുകൾ), കുത്തിവയ്പ്പുകൾ, തെർമോമീറ്ററുകൾ മുതലായവ ഉൾപ്പെടുന്നു. നൈജീരിയൻ അതിർത്തിയിൽ, ഞങ്ങളെ കസ്റ്റംസ് തടഞ്ഞുവച്ചു, പിന്നീട് കുറച്ച് കൈക്കൂലി നൽകാൻ ആവശ്യപ്പെട്ടു. ഞങ്ങൾ വിസമ്മതിച്ചു, എന്റെ സഹപ്രവർത്തകരുടേതുൾപ്പെടെ സാധനങ്ങൾ പിടിച്ചെടുത്തു. ഏതാനും മാസങ്ങൾക്കുശേഷം, എന്റെ സഹപ്രവർത്തകരുടേതായവ വിട്ടയച്ചു, എന്റേത് ഒഴികെ. ഞാൻ പിന്നീട് തിരിച്ചെത്തി, 40,000 രൂപ നൽകാൻ ആവശ്യപ്പെട്ടു, പക്ഷേ സാധനങ്ങൾ പരിശോധിച്ചപ്പോൾ വിലപിടിപ്പുള്ള എല്ലാ സാധനങ്ങളും, ലെയ്സുകളുടെ കെട്ടുകൾ, കുത്തിവയ്പ്പുകൾ, മരുന്നുകൾ മുതലായവ ഇതിനകം മോഷ്ടിക്കപ്പെട്ടതായി ഞാൻ കണ്ടെത്തി. ശേഷിക്കുന്ന സാധനങ്ങൾ ഞാൻ വിലയിരുത്തി, കസ്റ്റംസിന് 40,000 രൂപ നൽകുന്നത് നഷ്ടം വർദ്ധിപ്പിക്കുകയേയുള്ളൂവെന്ന് എനിക്കറിയാമായിരുന്നു, അതിനാൽ ശേഷിക്കുന്ന സാധനങ്ങൾ ഉപേക്ഷിക്കാൻ ഞാൻ തീരുമാനിച്ചു.

[അഭിപ്രായം: പഴയ ആവരണങ്ങൾ ഇല്ലാതാകുമ്പോൾ, ദൈവം നമ്മെ മുൻകാല "സംരക്ഷണങ്ങൾ" വഴിയല്ല, മറിച്ച് അവന്റെ

വഴികളിലൂടെ നടക്കാൻ പരിശീലിപ്പിക്കുന്നു (സദൃശവാക്യങ്ങൾ 3:5–6).]

ഞാൻ കടം വാങ്ങിയ വ്യാപാരികൾ എന്നെ പിന്തുടരാൻ തുടങ്ങി. ചിലർ പോലീസിനെ വിളിച്ചു, മറ്റുള്ളവർ നിയമങ്ങൾ കൈയിലെടുത്തു, എന്റെ ജീവൻ ഇല്ലാതാക്കാൻ പദ്ധതിയിട്ടു. എന്റെ ബാങ്ക് അക്കൗണ്ടുകൾ അടച്ചുപൂട്ടി എന്റെ കൈവശമുള്ള മുഴുവൻ പണവും ഉപയോഗിച്ച് എല്ലാ കടങ്ങളും തീർക്കുക എന്നതായിരുന്നു ഏക പരിഹാരം. ദൈവകൃപയാൽ, ലാഗോസിലെ എന്റെ വീട്ടുടമസ്ഥന് വേണ്ടിയുള്ള 1,000 രൂപ ഒഴികെയുള്ളതെല്ലാം ഞാൻ അടച്ചു. ഞാൻ പൂർണ്ണമായും പാപ്പരായി, ടാക്സി നിരക്കിനായി 20 കോബോ പോലും കടം വാങ്ങുമായിരുന്നു.
[അഭിപ്രായം: പലപ്പോഴും കടുത്ത സമ്മർദ്ദം മോചനത്തെ പിന്തുടരുന്നു; അഹങ്കാരം വിച്ഛേദിക്കാനും പുതിയ ആശ്രയത്വം സ്ഥാപിക്കാനും കർത്താവ് അത് ഉപയോഗിക്കുന്നു.]

ഞാൻ അന്ന് പരിചയമുള്ള കുറച്ച് ബിസിനസ്സ് ക്രിസ്ത്യാനികളുടെ അടുത്തേക്ക് പോയി. ആരും അതെ അല്ലെങ്കിൽ ഇല്ല എന്ന് പറഞ്ഞില്ല, പകരം അടുത്ത ദിവസം ഞാൻ ക്ഷീണിതനാകുകയോ സഹായം

കണ്ടെത്തുകയോ ചെയ്യുന്നതുവരെ ആവർത്തിച്ച് വരാൻ ആവശ്യപ്പെടുമായിരുന്നു. എനിക്ക് ദൈവവചനം അറിയില്ലായിരുന്നു, എന്റെ ഹൃദയത്തിലെ എല്ലാ ആശയക്കുഴപ്പങ്ങളോടും കൂടി, ഞാൻ ബൈബിൾ വായിക്കുമായിരുന്നു, പക്ഷേ എനിക്ക് മനസ്സിലാകുന്നില്ല. എന്തുചെയ്യണമെന്ന് ആലോചിച്ചുകൊണ്ടിരിക്കുമ്പോൾ, എന്റെ ഗ്രാമത്തിൽ നിന്ന് എനിക്ക് ഒരു അടിയന്തര കോൾ ലഭിച്ചു. ഞാൻ വീട്ടിലേക്ക് ഓടി, ഞാൻ സ്ഥാപിച്ചുകൊണ്ടിരുന്ന ചെറിയ കെട്ടിടം എന്റെ അമ്മാവൻ പൊളിച്ചുമാറ്റിയതായി ഞാൻ കണ്ടെത്തി, അദ്ദേഹവും അവിടെയുണ്ടായിരുന്നു, എന്നെ കൊല്ലുമെന്ന് ഭീഷണിപ്പെടുത്തി. എന്നിലെ പഴയ സ്വഭാവം വെല്ലുവിളിക്കപ്പെട്ടു. ഞാൻ രഹസ്യ സമൂഹത്തോടൊപ്പമുണ്ടായിരുന്നപ്പോൾ, അദ്ദേഹം എന്നെ എങ്ങനെ ഭയപ്പെടുത്തിയിരുന്നുവെന്നും എന്റെ മുന്നിൽ മുട്ടുകുത്തിയിരുന്നത് എങ്ങനെയെന്നും ഞാൻ ഓർത്തു. എന്നാൽ ഇപ്പോൾ ഞാൻ മാറിയ മനുഷ്യനാണെന്ന് അവനറിയാമായിരുന്നു (എന്റെ മതപരിവർത്തനത്തിനുശേഷം ഞാൻ വീട്ടിലേക്ക് യാത്ര ചെയ്തിട്ടില്ലാത്തതിനാൽ എനിക്കറിയില്ലെന്ന് അവനറിയാമായിരുന്നു), ഇപ്പോൾ അദ്ദേഹം എന്നെ ഭീഷണിപ്പെടുത്തി. ഞാൻ കർത്താവിനെ വിളിച്ച് പറഞ്ഞു:

"അപ്പോൾ എന്നെ നിരാശനാക്കാനും എന്റെ ശത്രുക്കൾ എന്നിൽ സന്തോഷിക്കാൻ അനുവദിക്കാനും നീ എന്നെ രക്ഷിച്ചു!" ഞാൻ കരഞ്ഞു, സമൂഹത്തിലേക്ക് മടങ്ങാൻ തീരുമാനിച്ചു.

[അഭിപ്രായം: ക്ലാസിക് പ്രലോഭന പോയിന്റ് - നിരുത്സാഹം പിന്നോക്കാവസ്ഥയെ ക്ഷണിച്ചുവരുത്തുന്നു. ദൈവത്തോട് വിലപിക്കുക, അടിമത്തത്തിലേക്ക് മടങ്ങരുത് (സങ്കീർത്തനങ്ങൾ 42).]

സാത്താന്റെ ഏജന്റുമാരുമായുള്ള യുദ്ധം

[അഭിപ്രായം: മതപരിവർത്തനത്തിനു ശേഷമുള്ള പ്രത്യാക്രമണങ്ങളെയും എങ്ങനെ നിലകൊള്ളാമെന്നും തുടർന്നുള്ളവ വ്യക്തമാക്കുന്നു.]

ഈ കാലയളവിൽ തീരദേശ രാജ്ഞിയുടെ ഏജന്റുമാർ എന്നെ പിന്തുടരാൻ തുടങ്ങി. അവരുടെ കൈകളിൽ ഞാൻ വളരെയധികം കഷ്ടപ്പെട്ടു. എനിക്ക് പേടിസ്വപ്നങ്ങൾ ഉണ്ടായിരുന്നു. 1985 മെയ് 1 ന്, എന്റെ മതപരിവർത്തനത്തിന് ഒരു മാസത്തിനുശേഷം, പുലർച്ചെ 2.00 മണിയോടെ, വീട്ടിലെ മറ്റുള്ളവർ ഉറങ്ങുകയായിരുന്നു. ഈ ഏജന്റുമാർ എന്നെ ഉണർത്തി. വീട്ടിൽ നിന്ന്

ഇറങ്ങാൻ അവർ എന്നോട് ആജ്ഞാപിച്ചു. ഞാൻ അനുസരിച്ചു, പുറത്തേക്ക് നടന്നു, അവർ പിന്നാലെ നടന്നു. ഇതെല്ലാം ഒരു സ്വപ്നം പോലെയായിരുന്നു സംഭവിച്ചത്, പക്ഷേ ഇത് യാഥാർത്ഥ്യമായിരുന്നു. ഞങ്ങൾ പോർട്ട് ഹാർകോർട്ടിലെ അബ റോഡിൽ നിന്ന് സെന്റ് പോൾസ് ആംഗ്ലിക്കൻ പള്ളിയുടെ ശ്മശാന സ്ഥലത്തേക്ക് നീങ്ങി.
[അഭിപ്രായം: ഉറക്കസമയത്തെ കൃത്രിമത്വവും നിർബന്ധവും സാധാരണമാണ്; യേശുവിലുള്ള അധികാരം അത് തകർക്കുന്നു (ലൂക്കോസ് 10:19).]

അവിടെ എത്തിയപ്പോൾ അവർ പറഞ്ഞു: "നീ തിരിച്ചുവരണം. നീ വിസമ്മതിച്ചാൽ ഞങ്ങൾ നിന്നെ കൊല്ലുകയോ നിരാലംബയാക്കുകയോ ചെയ്യും." ഈ നിർദ്ദേശത്തിനുശേഷം അവർ പോയി. എനിക്ക് ബോധം തിരിച്ചുകിട്ടി, ഞാൻ എങ്ങനെ ശ്മശാനത്തിലേക്ക് വന്നുവെന്ന് ചിന്തിച്ചു. ഞാൻ വീണ്ടും ഉറങ്ങാൻ കിടന്നു. ഉച്ചകഴിഞ്ഞ് അവർ എന്നെ ആക്രമിക്കാൻ തീരുമാനിച്ചു. ചിലപ്പോൾ, റോഡിലൂടെ നടക്കുമ്പോൾ അവർ എന്നോട് യുദ്ധം ചെയ്യുമായിരുന്നു. ചുറ്റുമുള്ള മറ്റുള്ളവർ ഞാൻ വായുവിനോട് യുദ്ധം ചെയ്യുന്നത് കാണും അല്ലെങ്കിൽ പിന്തുടരുന്നത് പോലെ ഞാൻ ഓടുന്നത് കാണും. ഞാൻ മാത്രം അവരെ കാണും. ഇത് അവർ നാല് തവണ ചെയ്തു നിർത്തി. പിന്നെ അവരുടെ നേതാവ്, തീരദേശ

രാജ്ഞി നിയന്ത്രണം ഏറ്റെടുത്തു. ആദ്യ ദിവസം അവൾ ഒരു കാറിൽ വന്ന് ഞങ്ങളുടെ വീടിനടുത്ത് പാർക്ക് ചെയ്തു. അവൾ നന്നായി വസ്ത്രം ധരിച്ചിരുന്നു, പതിവുപോലെ വളരെ സുന്ദരിയായിരുന്നു. ചുറ്റുമുള്ള ആളുകൾ അവളെ എന്റെ കാമുകിയായി കരുതി. ഉടനെ അവൾ അകത്തേക്ക് വന്നു, അവൾ ആരാണെന്ന് എനിക്കറിയാമായിരുന്നു. ഉച്ചയ്ക്ക് 12.00 മണിയോടെ അവൾ വന്നു, ആ പ്രദേശം മുഴുവൻ തിരക്കില്ലാത്ത സമയമായിരുന്നു അത്. അവൾ ഇരുന്നു, മറ്റു കാര്യങ്ങൾക്കൊപ്പം പറഞ്ഞു: "നിങ്ങൾക്ക് നിങ്ങളുടെ പള്ളിയിൽ പോകാം, നിങ്ങൾക്ക് വിശ്വസിക്കാൻ ഇഷ്ടമുള്ളത് വിശ്വസിക്കൂ, പക്ഷേ നിങ്ങൾ എന്നെ വെളിപ്പെടുത്തിയില്ലെങ്കിൽ, ഈ ജീവിതത്തിൽ നിങ്ങൾക്ക് ആവശ്യമുള്ളതെല്ലാം ഞാൻ തരാം." തിരുവെഴുത്തുകൾ എനിക്ക് അറിയില്ലായിരുന്നു, അതുകൊണ്ട് ഞാൻ അവളുടെ പ്രസംഗം ശ്രദ്ധിക്കുകയും ശ്രദ്ധിക്കുകയും മാത്രമേ ചെയ്തുള്ളൂ. അവൾ അപേക്ഷിച്ചു, എന്നെ അവളുടെ അടുത്തേക്ക് തിരിച്ചുവരാൻ പ്രേരിപ്പിച്ചു. ഞാൻ ഒരിക്കലും അവളോട് അതെ അല്ലെങ്കിൽ ഇല്ല എന്ന് പറഞ്ഞില്ല. അവൾ എഴുന്നേറ്റു, അവളുടെ കാറിൽ കയറി വണ്ടിയോടിച്ചു.
[അഭിപ്രായം: ശത്രു നിശബ്ദതയ്ക്കായി

വിലപേശുന്നു. എഫെസ്യർ 5:11 — " കൂട്ടായ്മ വേണ്ട... പകരം തുറന്നുകാട്ടുക."]

എന്റെ അമ്മാവന്റെ ഭാര്യ ആരാണെന്ന് അറിയാതെ രണ്ടുതവണ അവളെ ആശ്വസിപ്പിച്ചു, ആ സ്ത്രീ ആരാണെന്ന് ഞാൻ ഒരിക്കലും അമ്മാവന്റെ ഭാര്യയോട് പറഞ്ഞില്ല. അവസാന സന്ദർശനത്തിൽ അവൾ സമീപനം മാറ്റി. ഇത്തവണ അവൾ എനിക്ക് കർശനമായ മുന്നറിയിപ്പ് നൽകി, ഈ സന്ദർശനങ്ങളിൽ എന്നെ അവളുടെ അടുത്തേക്ക് തിരികെ വരാൻ പ്രേരിപ്പിക്കാൻ ശ്രമിച്ചിരുന്നുവെന്നും ഞാൻ വളരെ ശാഠ്യക്കാരനായിരുന്നുവെന്നും ഇത് അവളുടെ അവസാന സന്ദർശനമാണെന്നും പറഞ്ഞു. ഞാൻ ഇപ്പോഴും തിരിച്ചുവരാൻ വിസമ്മതിച്ചാൽ, ഓഗസ്റ്റിൽ അവൾ എന്റെ അടുക്കൽ വരും, ഒന്നുകിൽ എന്നെ കൊല്ലും, അല്ലെങ്കിൽ എന്നെ വികൃതമാക്കും, അല്ലെങ്കിൽ എന്നെ നിരാലംബയാക്കും. ഇതോടെ അവൾ പോയി.

[അഭിപ്രായം: പ്രേരണ പരാജയപ്പെടുമ്പോൾ ഭീഷണികൾ വർദ്ധിക്കുന്നു. യെശയ്യാവ് 54:17 കവചമാണ് - ഉറച്ചുനിൽക്കുക.]

എനിക്ക് ഭയമായിരുന്നു, അതുകൊണ്ട് ഒരു ദിവസം ഞാൻ പള്ളിയിൽ പോയി ഒരു സഹോദരനെ വിളിച്ചു. എന്റെ പ്രശ്നങ്ങളും സഭയിലെ ചില അംഗങ്ങളെക്കുറിച്ചുള്ള

എന്റെ നിരീക്ഷണങ്ങളും ഞാൻ അദ്ദേഹത്തോട് പറഞ്ഞു. ഈ സഹോദരൻ എനിക്ക് SCRIPTURE UNION-ന്റെ (SU) ഓഫീസ് വിലാസം തന്നു, എന്നോട് പറഞ്ഞു: "അവിടെ നിങ്ങൾക്ക് സഹായം ലഭിക്കും."
ആകസ്മികമായി, ആ "സഹോദരനെ" ഞാൻ അവസാനമായി കണ്ട ദിവസമായിരുന്നു അത്. ഇന്നുവരെ പോർട്ട് ഹാർകോർട്ടിൽ എവിടെയും ഞാൻ അദ്ദേഹത്തെ കണ്ടിട്ടില്ല. ഞാൻ വിലാസം എടുത്ത് പിറ്റേന്ന്, ഓഫീസ് സ്ഥിതി ചെയ്യുന്ന നമ്പർ 108 ബോണി സ്ട്രീറ്റിലേക്ക് ഒരു ടാക്സി പിടിച്ചു, അവിടെയാണ് SU റുമുഒമാസി പിൽഗ്രിംസ് ഗ്രൂപ്പിന്റെ പ്രവർത്തനങ്ങളുടെ ത്രൈമാസ പരിപാടി എനിക്ക് തന്ന ടൈപ്പിസ്റ്റിനെ കണ്ടു, എനിക്ക് ഏറ്റവും അടുത്തുള്ള ആളായിരുന്നു അദ്ദേഹം. അവൾ പറഞ്ഞു: "ഞായറാഴ്ച വരൂ!" ഉച്ചകഴിഞ്ഞ് 2.00 മണിക്ക് റുമുഒമാസിയിലെ സെന്റ് മൈക്കിൾസ് സ്റ്റേറ്റ് സ്കൂളിലെ ഫെലോഷിപ്പ് സെന്ററിൽ ഞാൻ അവിടെ ഉണ്ടായിരുന്നു , ഫെലോഷിപ്പ് ഉച്ചകഴിഞ്ഞ് 3.00 മണിക്ക് ആരംഭിക്കുമെന്ന് എനിക്കറിയില്ലായിരുന്നു, പക്ഷേ ഞാൻ പ്രാർത്ഥനാ ബാൻഡിനെ കണ്ടുമുട്ടി, അതിനാൽ ഞാൻ അവരോടൊപ്പം ചേർന്നു.
[അഭിപ്രായം: ദൈവം പലപ്പോഴും ലളിതമായ ഘട്ടങ്ങളിലൂടെ നയിക്കുന്നു - പ്രാർത്ഥന, വചന കേന്ദ്രീകൃത സമൂഹം കണ്ടെത്തുക, പ്ലഗ് ഇൻ ചെയ്യുക.]

കുറഞ്ഞപക്ഷം എല്ലാ ആശയക്കുഴപ്പങ്ങളിൽ നിന്നും ഞാൻ രക്ഷപ്പെടുകയും എന്റെ അമ്മാവന് ജീവിതകാലം മുഴുവൻ മറക്കാനാവാത്ത ഒരു പാഠം പഠിപ്പിക്കുകയും ചെയ്യുമായിരുന്നു. ഞാൻ തീരുമാനമെടുത്തെങ്കിലും, എന്റെ ഉള്ളിൽ രണ്ട് പ്രധാന ഭയങ്ങളുണ്ടായിരുന്നു:

1. എന്റെ മാനസാന്തര സമയത്ത്, കർത്താവ് എന്നോട് വ്യക്തമായി പറഞ്ഞു: "ഇത് നിങ്ങളുടെ അവസാന അവസരമാണ്." സമൂഹത്തിലേക്കുള്ള എന്റെ തിരിച്ചുപോക്ക് മരണത്തെ അർത്ഥമാക്കിയേക്കാം, ശാരീരികമായി മാത്രമല്ല, ആത്മീയമായും.
2. ഞാൻ കർത്താവിൽ തുടർന്നാൽ, എന്റെ അമ്മാവൻ എന്നെ കൊല്ലുമെന്ന് ഭീഷണിപ്പെടുത്തിക്കൊണ്ടിരുന്നു. ഞാൻ വളരെ ആശയക്കുഴപ്പത്തിലായിരുന്നു, എനിക്ക് സഹായം ആവശ്യമായിരുന്നു. ദൈവവചനത്തെക്കുറിച്ച് എനിക്ക് അജ്ഞതയുണ്ടായിരുന്നു, മുകളിൽ പറഞ്ഞ കാര്യങ്ങളെക്കുറിച്ച് വചനം എന്താണ് പറയുന്നതെന്ന് എനിക്ക് ഒരിക്കലും അറിയില്ലായിരുന്നു. പ്രിയ വായനക്കാരേ, ഒരു യുവ മതപരിവർത്തകൻ എന്ന നിലയിൽ ഫോളോ-അപ്പ് ഇല്ലാത്തതിനാലാണ്

എനിക്ക് ഈ ആശയക്കുഴപ്പങ്ങളെല്ലാം ഉണ്ടായതെന്ന് നിങ്ങൾ ഇവിടെ മനസ്സിലാക്കും. യുവ മതപരിവർത്തകർക്കായുള്ള ഫോളോ-അപ്പ് വളരെ പ്രധാനമാണ്, ക്രിസ്ത്യാനികൾ ഇത് ഗൗരവമായി എടുക്കണം. നിങ്ങളുടെ മതപരിവർത്തകരെ ഫോളോ-അപ്പ് ചെയ്യാൻ കഴിയില്ലെന്ന് നിങ്ങൾക്കറിയാമെങ്കിൽ, ദയവായി സാക്ഷ്യത്തിനായി പുറത്തുപോകരുത്. യേശുക്രിസ്തു പത്രോസിനോട് മൂന്ന് തവണ ഇത് ഊന്നിപ്പറഞ്ഞു: "യോനാസിന്റെ മകനായ ശിമോനേ, നീ ഇവയെക്കാൾ എന്നെ സ്നേഹിക്കുന്നുണ്ടോ ?... എന്റെ കുഞ്ഞാടുകളെ പോറ്റുക." ശരിയായ ഫോളോ-അപ്പ് ഇല്ലാത്തതിനാൽ പല മതപരിവർത്തകരും പിന്മാറുന്നു. നിങ്ങൾ യേശുവിനെ സ്നേഹിക്കുന്നുവെങ്കിൽ, അവന്റെ കുഞ്ഞാടുകളെ പരിപാലിക്കുക! *[അഭിപ്രായം: സഭകൾക്കുള്ള ശക്തമായ പ്രബോധനം: സുവിശേഷവേല ശിഷ്യത്വവുമായി ജോടിയാക്കണം (യോഹന്നാൻ 21:15–17).]*

ആ ദിവസത്തെ കൂട്ടായ്മയ്ക്ക് ശേഷം, ഇതാണ് എനിക്ക് പറ്റിയ സ്ഥലം എന്ന് എനിക്ക്

മനസ്സിലായി. ദൈവം എനിക്ക് ഒരു ക്രിസ്ത്യൻ സ്ത്രീയെ നൽകി, ഞാൻ അവരെ ഒരു അമ്മയായി സ്വീകരിച്ചു, അവർ എനിക്ക് ദൈവവചനം വിശദീകരിക്കുന്നതിൽ താല്പര്യം കാണിക്കുകയും എന്നെ ഉപദേശിക്കുകയും ചെയ്തു. സഹോദരന്മാർ എന്നിൽ വളരെയധികം താല്പര്യം കാണിക്കുകയും കരുതുകയും ചെയ്തു. ഞാൻ യഥാർത്ഥ സ്നേഹം കണ്ടു. പരിശുദ്ധാത്മാവ് എനിക്ക് വചനത്തെക്കുറിച്ചുള്ള ഗ്രാഹ്യം നൽകാൻ തുടങ്ങി, എന്റെ വിശ്വാസം വളർന്നു. എന്നാൽ തീരദേശ രാജ്ഞി ഭീഷണിപ്പെടുത്തിയതുപോലെ പ്രത്യക്ഷപ്പെട്ടില്ല. ദൈവത്തിന്റെ സംരക്ഷണമായ സങ്കീർത്തനം 91 എന്റെ ജീവിതത്തിൽ നിറവേറ്റി. യെശയ്യാവ് 54:17: "നിനക്കെതിരെ രൂപം കൊള്ളുന്ന ഒരു ആയുധവും വിജയിക്കുകയില്ല; ന്യായവിധിയിൽ നിനക്കു നേരെ എഴുന്നേൽക്കുന്ന എല്ലാ നാവിനെയും നീ കുറ്റം വിധിക്കും. ഇത് കർത്താവിന്റെ ദാസന്മാരുടെ അവകാശമാണ്, അവരുടെ നീതി എന്റേതാണ്, കർത്താവ് അരുളിച്ചെയ്തിരിക്കുന്നു." ഇതും പൂർത്തീകരിച്ചു.

[അഭിപ്രായം: സ്ഥിരോത്സാഹ സമൂഹം + തിരുവെഴുത്ത് = സംരക്ഷണവും വളർച്ചയും. ദൈവം തന്റെ വചനം പാലിക്കുന്നു.]

1985 സെപ്റ്റംബറിൽ, ലാഗോസിലെ സിൽവർ ബ്രാൻഡ് സിമന്റിന്റെ വിതരണക്കാരനായി എന്റെ പേര് പ്രത്യക്ഷപ്പെടുന്നുണ്ടെന്നും 27/9/85 ന് ഞാൻ ഓഫീസിൽ റിപ്പോർട്ട് ചെയ്യുമെന്നും എനിക്ക് ഒരു സന്ദേശം ലഭിച്ചു. ഞാൻ 26/9/85 ന് പോർട്ട് ഹാർകോർട്ടിൽ നിന്ന് പുറപ്പെട്ട് രാത്രിയിൽ ലാഗോസിൽ എത്തി. പിറ്റേന്ന് രാവിലെ 27/9/85 ന് ഞാൻ ഓഫീസിലേക്ക് പോയി, എന്റെ വിഹിതം മറ്റൊരാൾക്ക് നൽകിയിട്ടുണ്ടെന്ന് പേഴ്സണൽ മാനേജർ പറഞ്ഞു. മാനേജിംഗ് ഡയറക്ടറെ കാണാൻ പിറ്റേന്ന് 28/9/85 ന് ആവർത്തിക്കാൻ അദ്ദേഹം എന്നോട് ആവശ്യപ്പെട്ടു. എന്റെ ഫ്ലാറ്റിലേക്ക് മടങ്ങുമ്പോൾ, ഒരു വഴിയിലൂടെ കടന്നുപോകുമ്പോൾ, ആരോ പിന്നിൽ നിന്ന് വന്ന് എന്നെ പിടികൂടി ശ്വാസം മുട്ടിക്കാൻ ശ്രമിച്ചു, അതായത് എന്റെ മൂക്കും വായും ഒരുമിച്ച് പിടിച്ചു. ഞാൻ ജീവനുവേണ്ടി പോരാടി, ആളുകൾ കടന്നുപോകുമ്പോൾ ആരും എന്നെ രക്ഷിക്കാൻ വന്നില്ല, പക്ഷേ കർത്താവ് ഇടപെട്ടു. ഞാൻ കൈകൾ കൊണ്ട് ബുദ്ധിമുട്ടുന്നതിനിടയിൽ അവളുടെ നിലവിളി ഞാൻ കേട്ടു, "നിങ്ങളുടെ പിന്നിലുള്ള ആൾ ആരാണ്?" എന്ന് പറഞ്ഞുകൊണ്ട് അവൾ രണ്ടാമതും ആവർത്തിച്ച് അപ്രത്യക്ഷയായി. ശബ്ദത്തിൽ നിന്ന് അത് ഒരു സ്ത്രീയാണെന്ന് എനിക്കറിയാമായിരുന്നു, പക്ഷേ അവൾ ആരാണെന്ന് ഞാൻ ഒരിക്കലും കണ്ടില്ല. ഞാൻ അന്ധാളിച്ചു പോയി, പെട്ടെന്ന് എന്റെ

ഫ്ലാറ്റിലേക്ക് പോയി.

[അഭിപ്രായം: ദൂതന്മാരുടെ ഇടപെടൽ യഥാർത്ഥമാണ് (സങ്കീർത്തനങ്ങൾ 34:7). സാമ്പത്തിക സമ്മർദ്ദവും ശാരീരിക ആക്രമണവും പലപ്പോഴും ഒരുമിച്ച് വരുന്നു.]

ഇവിടെയും എന്റെ വീട്ടുടമസ്ഥൻ വളരെ കോപാകുലനായി ചോദിച്ചു: "എന്റെ വാടകയുടെ പണവുമായി നീ എന്തിനാണ് ഓടിപ്പോയത്?" ഞാൻ അദ്ദേഹത്തോട് അപേക്ഷിച്ചു, ഇപ്പോൾ ഞാൻ ജോലി ചെയ്യുന്നില്ലെന്നും പണം ലഭിച്ചാലുടൻ മുഴുവൻ പണവും നൽകുമെന്നും വിശദീകരിക്കാൻ ശ്രമിച്ചു. അദ്ദേഹം സമ്മതിച്ചതോടെ ഈ കാര്യം പരിഹരിച്ചതായി ഞാൻ കരുതി. പിറ്റേന്ന് 28/9/85 ന് ഞാൻ ഓഫീസിലേക്ക് മടങ്ങി, മാനേജിംഗ് ഡയറക്ടറെ കണ്ടു, എന്റെ വിഹിതം മറ്റൊരാൾക്ക് നൽകിയതിന് അദ്ദേഹം ക്ഷമ ചോദിച്ചു. അദ്ദേഹം സംസാരിച്ചുകൊണ്ടിരിക്കുമ്പോൾ ഒരു ചെറുപ്പക്കാരൻ അകത്തേക്ക് കയറി എന്നോട് ചോദിച്ചു: "നീ ഇമ്മാനുവൽ അല്ലേ?" ഞാൻ പറഞ്ഞു: "അതെ, ഞാൻ." അദ്ദേഹം പറഞ്ഞു: "അതെ, ഒടുവിൽ ഞങ്ങൾക്ക് നിന്നെ കിട്ടി! നീ ഓടി തീർന്നോ? ഞങ്ങൾ പലതവണ പോർട്ട് ഹാർകോർട്ട് സന്ദർശിച്ചു, നീ എപ്പോഴും നിന്റെ ആത്മീയ അമ്മയോടൊപ്പമാണെന്ന് കണ്ടെത്തി. അവൾ ഞങ്ങൾക്ക് ഒരു

തടസ്സമായിരുന്നു, ഇപ്പോൾ നീ ലാഗോസിൽ വന്നപ്പോൾ ഞങ്ങൾ നിന്നെ പിടികൂടി! നിനക്ക് ഒരിക്കലും പോർട്ട് ഹാർകോർട്ടിലേക്ക് തിരികെ പോകാൻ കഴിയില്ല. നിന്റെ വിഹിതം എടുത്തത് ഞാനാണ്." ഞാൻ അദ്ദേഹത്തെ വെല്ലുവിളിച്ച് പറഞ്ഞു: "നിങ്ങൾക്ക് ഒന്നും ചെയ്യാൻ കഴിയില്ല!" തന്റെ ഓഫീസിൽ എന്താണ് സംഭവിക്കുന്നതെന്ന് കണ്ട് മാനേജിംഗ് ഡയറക്ടർ അത്ഭുതപ്പെട്ടു. ഞാൻ ക്ഷമാപണം നടത്തി ഫ്ലാറ്റിലേക്ക് പോയി.
[കമന്റ്: ശത്രു ലക്ഷ്യമിടുന്നത് "മൂടുപടങ്ങളെ" (ആത്മീയ അമ്മമാരെ/ പിതാക്കന്മാരെ). ബന്ധം നിലനിർത്തുക; ഒറ്റപ്പെടുത്തരുത്.]

കുറച്ച് മിനിറ്റുകൾക്ക് ശേഷം എന്റെ വാതിലിൽ മുട്ട് കേട്ടു, നീന അകത്തേക്ക് കയറി. പോർട്ട് ഹാർകോർട്ടിലേക്ക് തിരികെ പോകുകയാണോ എന്ന് അവൾ എന്നോട് ചോദിച്ചു. ഞാൻ അതെ എന്ന് മറുപടി നൽകി. അവരുടെ അടുത്തേക്ക് തിരികെ വരാൻ അവൾ എന്നോട് അപേക്ഷിച്ചു, എനിക്ക് പ്രത്യേക പരിശീലനം ലഭിച്ച ജോലികൾ ഇപ്പോഴും പൂർത്തീകരിക്കാതെ കിടക്കുകയാണ്: കോടിപാരി (യൊറൂബ ഭാഷയിൽ). എനിക്ക് പരിശീലനം ലഭിച്ചിരുന്നു:

- പൈശാചിക ശക്തികളുടെ ഏജന്റുമാരുടെ ചുമതല വഹിക്കാൻ.

- "കടൽ നിയന്ത്രണ മുറി"യുടെ ചുമതല വഹിക്കുക, ലോകത്തിലെ സംഭവങ്ങൾ നിരീക്ഷിക്കുക, സിഗ്നലുകൾ അയയ്ക്കുകയും സ്വീകരിക്കുകയും ചെയ്യുക, ശക്തികളെ സജ്ജമാക്കുക തുടങ്ങിയവ.
- തീരദേശ രാജ്ഞിയുടെ അടുത്തായിരിക്കുക എന്നത് ഇതിൽ ചടങ്ങുകൾ, ത്യാഗങ്ങൾ, അവരുടെ പ്രത്യേക ദൗത്യങ്ങൾ നിർവഹിക്കൽ എന്നിവ മാത്രമല്ല, വിശദീകരിക്കാൻ പ്രയാസമുള്ള മറ്റ് കാര്യങ്ങളും ഉൾപ്പെട്ടിരുന്നു.
- ഇരുട്ടിന്റെ ശക്തികളുടെ സഹായത്തോടെ, നിരുപദ്രവകരമെന്ന് തോന്നുന്ന പുതിയ രഹസ്യ സമൂഹങ്ങൾ സ്ഥാപിക്കാൻ, യുവാക്കളെയും കൂടുതൽ പള്ളിയിൽ പോകുന്നവരെയും ആകർഷിക്കാൻ.

ഞാൻ അവളോടൊപ്പം പോയാൽ, എന്നെ കാത്തിരിക്കുന്നത് ഇരട്ട സ്ഥാനക്കയറ്റവും നിരവധി അനുഗ്രഹങ്ങളുമാണെന്ന് അവൾ പറഞ്ഞു. എന്റെ സാധനങ്ങൾ പിടിച്ചെടുക്കുന്നതിനും മോഷ്ടിക്കപ്പെടുന്നതിനും അവർ ഉത്തരവാദികളാണെന്നും എന്റെ കെട്ടിടം നശിപ്പിക്കാനും എന്റെ ജീവന് ഭീഷണി ഉയർത്താനും അവർ എന്റെ

അമ്മാവനെ പ്രേരിപ്പിച്ചതായും അവൾ സമ്മതിച്ചു. ഞാൻ അവളെ പിന്തുടരാൻ വിസമ്മതിച്ചാൽ, അവർ കൂടുതൽ കാര്യങ്ങൾ ചെയ്യുകയും എനിക്ക് അഭിവൃദ്ധി പ്രാപിക്കാതിരിക്കാൻ ശ്രദ്ധിക്കുകയും ചെയ്യും. എന്റെ ആത്മീയ അമ്മയോട് പോരാടാൻ അവർ തീരുമാനിച്ചുവെന്ന്: "നമുക്ക് അവളെ കിട്ടിയാൽ, ഞങ്ങൾക്ക് നിന്നെ കിട്ടി" അവൾ പറഞ്ഞു. അപ്പോൾ, ഞാൻ അവളോട് പ്രസംഗിക്കാൻ തുടങ്ങി. അവൾ എഴുന്നേറ്റു നിന്ന് പറഞ്ഞു: "അവർ നിന്നെ വഞ്ചിക്കുകയാണ്," എന്നിട്ട് പോയി. 28/9/85 വൈകുന്നേരമാണ് ഇത് സംഭവിച്ചത്. ***[കമന്റ്: പ്രലോഭനം + ഭീഷണിപ്പെടുത്തൽ പാക്കേജ്: സ്ഥാനക്കയറ്റ വാഗ്ദാനങ്ങൾ, വ്യവസ്ഥകൾക്കുള്ള ഭീഷണികൾ, ഉപദേഷ്ടാക്കളെ ലക്ഷ്യം വയ്ക്കൽ.]***

പതിനഞ്ച് മിനിറ്റ് കഴിഞ്ഞപ്പോഴേക്കും അവൾ പോയി വീണ്ടും ഒരു മുട്ടൽ കേട്ടു. ഇത്തവണ അവർ നാല് പുരുഷന്മാരായിരുന്നു. അവർ എന്നെ പുറത്തേക്ക് വരാൻ ആംഗ്യം കാണിച്ചു, ഞാനും അവരോടൊപ്പം പോകുന്നത് ഞാൻ കണ്ടു. ഞങ്ങൾ ഏകദേശം രണ്ട് തൂണുകൾ വരെ നടന്നു, അവരിൽ ഒരാൾ എന്നോട് ചോദിച്ചു: "നിങ്ങൾക്ക് ഞങ്ങളെ

അറിയാമോ?" ഞാൻ ഇല്ല എന്ന് പറഞ്ഞു. അവൻ തുടർന്നു: "നിങ്ങളെ കൊല്ലാൻ നിങ്ങളുടെ വീട്ടുടമസ്ഥൻ ഞങ്ങളെ നിയമിച്ചിരിക്കുന്നു." അവൻ സംസാരിച്ചുകൊണ്ടിരുന്നപ്പോൾ അവരിൽ ഒരാൾ ഒരു തോക്ക് പുറത്തെടുത്തു, മറ്റൊരാൾ ഒരു കഠാര പുറത്തെടുത്തു. ഞാൻ നിസ്സഹായനായിരുന്നു, അവർ എന്നെ കൊല്ലുമെന്ന് എനിക്കറിയാമായിരുന്നു, പക്ഷേ ദൈവം തന്റെ അമാനുഷിക രീതിയിൽ എന്നെയും തങ്ങളെയും അത്ഭുതപ്പെടുത്തുന്ന ഒരു അത്ഭുതം ചെയ്തു. തോക്കുമായി ആ മനുഷ്യൻ എനിക്ക് നേരെ വെടിയുതിർത്തു, പക്ഷേ ശബ്ദമൊന്നും ഉണ്ടായില്ല. കഠാരയുമായി ആ മനുഷ്യൻ അത് എന്റെ പുറകിൽ ഉപയോഗിച്ചു, പക്ഷേ അത് ഒരിക്കലും തുളച്ചുകയറിയില്ല, പകരം അത് ആരെയെങ്കിലും വടി ഉപയോഗിച്ച് തൊടുക്കുന്നതുപോലെയായിരുന്നു. അവർ എന്നെപ്പോലെ ഭയന്നിരുന്നു. ദൈവത്തിന്റെ ആത്മാവ് എന്റെ മേൽ വന്നു, ഞാൻ പ്രസംഗിക്കാൻ തുടങ്ങി. അവരിൽ മൂന്ന് പേർ ഓടിപ്പോയി, പക്ഷേ നാലാമത്തെ മനുഷ്യൻ പൊട്ടിക്കരഞ്ഞു, കരയാൻ തുടങ്ങി, ഞാൻ അവനുവേണ്ടി പ്രാർത്ഥിക്കണമെന്ന് അപേക്ഷിച്ചു. ആ സമയത്ത് എനിക്ക് എന്ത് പ്രാർത്ഥിക്കണമെന്ന് പോലും അറിയില്ലായിരുന്നു, പക്ഷേ പറഞ്ഞു: "കർത്താവേ, ദയവായി അവനോട് ക്ഷമിക്കൂ,

മറക്കൂ, ക്ഷമിക്കൂ. ആമേൻ!" അവൻ തന്റെ ജീവൻ ക്രിസ്തുവിന് സമർപ്പിച്ചു, അങ്ങനെ ഞാൻ അവനെ ഒരു പെന്തക്കോസ്ത് പള്ളിയിലേക്ക് കൊണ്ടുപോയി പാസ്റ്ററോട് എന്താണ് സംഭവിച്ചതെന്ന് വിശദീകരിച്ചു. ഞാൻ അവനെ പാസ്റ്ററെ ഏൽപ്പിച്ചിട്ട് പോയി. ഞാൻ വീട്ടിലേക്ക് നടന്നപ്പോൾ വീട്ടുടമസ്ഥൻ ഓടിപ്പോയി മുട്ടുകുത്തി അപേക്ഷിച്ചു തുടങ്ങി: "ദയവായി എന്നോട് ക്ഷമിക്കൂ. എന്റെ പണം (N1,000) കാരണം നിങ്ങൾ പോർട്ട് ഹാർകോർട്ടിലേക്ക് ഓടിപ്പോകാൻ തീരുമാനിച്ചുവെന്ന് ഞാൻ കരുതി." ഞാൻ അവനോട് ക്ഷമിച്ചു, ഒടുവിൽ പണം തവണകളായി നൽകാമെന്ന് ഞങ്ങൾ സമ്മതിച്ചു.

*[അഭിപ്രായം: **യെശയ്യാവ് 54:17 പ്രവർത്തനത്തിൽ. ദൈവം ആക്രമണങ്ങളെ രക്ഷാ നിമിഷങ്ങളാക്കി മാറ്റുന്നു; ക്ഷമ പ്രതികാരത്തിലേക്കുള്ള വാതിൽ അടയ്ക്കുന്നു.**]*

അതേ രാത്രി, ഏകദേശം പുലർച്ചെ 2:00 മണിക്ക് കർത്താവ് എന്നെ ഉണർത്തി. ഞാൻ എന്തിനാണ് ഉണർന്നതെന്ന് എനിക്കറിയില്ല, അതിനാൽ ഞാൻ സ്വീകരണമുറിയിലേക്ക് നടന്നു, എനിക്ക് അഭിമുഖമായി ഒരു വലിയ ആമയെ കണ്ടു. പോർട്ട് ഹാർകോർട്ടിൽ ഞങ്ങൾ നടത്തിയ ബൈബിൾ പഠനത്തെക്കുറിച്ച്, വചനത്തിലെ

ശക്തിയെക്കുറിച്ച് ഞാൻ ഉടനെ ഓർമ്മിച്ചു. അപ്പോൾ ഞാൻ ഈ വാക്കുകൾ പറഞ്ഞു: "ആമ, ഞാൻ ജനിച്ചതുമുതൽ, ആമയുടെ വീട് ഒന്നുകിൽ കുറ്റിക്കാടോ കടലോ ആണ്, പക്ഷേ ജനലുകളും വാതിലുകളും പൂട്ടിയിരിക്കുമ്പോൾ എന്റെ വീട്ടിൽ വന്നതിനാൽ നിങ്ങൾ പാപം ചെയ്തു, അതിനാൽ നിങ്ങൾ മരിക്കണം." ഞാൻ ഇത് പറഞ്ഞയുടനെ അത് അപ്രത്യക്ഷമായി. ഞാൻ മുറിയിലേക്ക് തിരികെ പോയി ഉറങ്ങി. രണ്ടാമതും, ഞാൻ ഉണർന്നു, സ്വീകരണമുറിയിൽ എന്തോ ശബ്ദം കേട്ടു. ഞാൻ പോയി, എന്റെ മുന്നിൽ ഒരു ഭയങ്കര കഴുകൻ നിൽക്കുന്നു. ഞാൻ അതേ വാക്കുകൾ ആവർത്തിച്ചു, "ഈ പാപം ചെയ്തതിന് നിങ്ങൾ മരിക്കണം" എന്ന് ഞാൻ പറഞ്ഞയുടനെ അത് അപ്രത്യക്ഷമായി. ഈ ലാഗോസ് യാത്രയിൽ ഞാൻ ദൈവത്തിന്റെ നന്മയും മഹത്വവും വിശ്വസ്തതയും കണ്ടു. ***[അഭിപ്രായം: വാമൊഴിയായും തിരുവെഴുത്തുമായി യോജിച്ചതുമായ അധികാരം പ്രധാനമാണ് (മത്തായി 4:10–11; ഇയ്യോബ് 22:28).]***

പിറ്റേന്ന് രാവിലെ 29/9/85 ന് ഞാൻ പോർട്ട് ഹാർകോർട്ടിലേക്ക് ഒരു ആഡംബര ബസ്സിൽ കയറി. ഓറിൽ എത്തിയപ്പോൾ ബസ് ഒരു മരത്തിൽ ഇടിച്ചു. അതിന് കേടുപാടുകൾ സംഭവിച്ചു, പക്ഷേ ആർക്കും പരിക്കില്ല.

ഡ്രൈവർ അത് റോഡിലേക്ക് വലിച്ചുമാറ്റി, അയാൾ മുന്നോട്ട് പോകുമ്പോൾ, ബസ് റോഡിന്റെ ഒരു വശത്ത് നിന്ന് മറ്റൊന്നിലേക്ക് നീങ്ങാൻ തുടങ്ങി. നിനയുടെ ഭീഷണികൾ ഞാൻ ഓർത്തു, അതിനാൽ ഞാൻ ബസിൽ എഴുന്നേറ്റു നിന്ന് യാത്രക്കാരോട് പ്രസംഗിച്ചു, "ഞാൻ കാരണമാണ് ഈ അപകടങ്ങൾ സംഭവിക്കുന്നത്. എന്നാൽ ഇനി മുതൽ, യേശുവിന്റെ നാമത്തിൽ പോർട്ട് ഹാർകോർട്ടിൽ എത്തുന്നതുവരെ ഇനി അപകടങ്ങൾ ഉണ്ടാകില്ല!" എന്ന് പറഞ്ഞുകൊണ്ട് ഞാൻ ഇരുന്നു. വാസ്തവത്തിൽ, ഞാൻ ഇരുന്നപ്പോൾ, ഞാൻ എന്താണ് പറഞ്ഞതെന്ന് ഞാൻ ചിന്തിച്ചു. അങ്ങനെ സംഭവിച്ചു . വാഹനം പോർട്ട് ഹാർകോർട്ടിലേക്ക് സുഗമമായി നീങ്ങി. ഇനി അപകടങ്ങളോ തകർച്ചകളോ ഇല്ല. തിരുവെഴുത്ത് ശരിയായി പറയുന്നു: "ഇതാ, അവർ തീർച്ചയായും ഒത്തുകൂടും, പക്ഷേ എന്റെ നിമിത്തം അല്ല: നിനക്കെതിരെ ഒത്തുകൂടുന്നവൻ നിന്റെ നിമിത്തം വീഴും" (യെശയ്യാവ് 54: 15). അവർ (തീരദേശ രാജ്ഞിയും അവളുടെ ഏജന്റുമാരും) ശ്രമിച്ചു, പക്ഷേ അവരുടെ ഒത്തുചേരൽ കർത്താവിനുവേണ്ടിയല്ല, മറിച്ച് അവന്റെ കുഞ്ഞിനെതിരെയായിരുന്നതിനാൽ, അവരെല്ലാം ഇടറിവീണു. "ശത്രു ഒരു വെള്ളപ്പൊക്കം പോലെ വരുമ്പോൾ, ദൈവത്തിന്റെ ആത്മാവ് അവന്റെ നേരെ

ഒരു കൊടി ഉയർത്തും" (യെശയ്യാവ് 59: 19). എനിക്കുവേണ്ടി തന്നെത്തന്നെ ശക്തനായി കാണിച്ചതിന് ഞാൻ ദൈവത്തിന് എല്ലാ മഹത്വവും നൽകുന്നു.
[അഭിപ്രായം: ക്രിസ്തുവിന്റെ അധികാരത്തിൻ കീഴിലുള്ള വിശ്വാസ ഏറ്റുപറച്ചിലിന് ഒരു പ്രതിസന്ധിയെ സ്ഥിരപ്പെടുത്താൻ കഴിയും (മർക്കോസ് 11:23). അന്തിമ സ്തുതിഗീതം വിജയത്തെ മുദ്രകുത്തുന്നു.]

ഫീൽഡ് ഗൈഡ്: വിടുതലിനുശേഷം അഭിവൃദ്ധി പ്രാപിക്കുന്നു

- **ഉൾപ്പെടുക**: ഒരു വചന-ആത്മാവ് സഭയിൽ നടുക; മാർഗനിർദേശം പിന്തുടരുക.
- **നിർമ്മാണം**: ദൈനംദിന തിരുവെഴുത്ത് + പ്രാർത്ഥന (ഉറക്കെ പറയുക); ഇടയ്ക്കിടെ ഉപവസിക്കുക.
- **ലംഘിക്കുക:** പഴയ ഉടമ്പടികളെല്ലാം ഉപേക്ഷിക്കുക; നിഗൂഢ വസ്തുക്കൾ നശിപ്പിക്കുക (പ്രവൃത്തികൾ 19:19).
- **അതിരുകൾ:** രഹസ്യ വിലപേശലുകൾ പാടില്ല; ഗൂഢ "സുഹൃത്തുക്കളുമായി" യാതൊരു ബന്ധവുമില്ല.

- **യുദ്ധം:** കുമ്പസാരം, കൂട്ടായ്മ, ആജ്ഞാപന പ്രാർത്ഥന എന്നിവ ഉപയോഗിക്കുക (എഫെസ്യർ 6:10–18).
- **സാക്ഷ്യം വഹിക്കുക:** നിങ്ങളുടെ സാക്ഷ്യം വിവേകത്തോടെ പങ്കിടുക; അത് ആരോപണങ്ങളെ നിരായുധീകരിക്കുന്നു (വെളിപ്പാട് 12:11).

സംരക്ഷണത്തിന്റെയും സ്ഥിരോത്സാഹത്തിന്റെയും പ്രാർത്ഥന

കർത്താവായ യേശുവേ, നീ എന്റെ ഇടയനാണ്. ഞാൻ നിന്റെ ശബ്ദം കേട്ട് നിന്നെ അനുഗമിക്കുന്നു. ഇരുട്ടിന്റെ എല്ലാ ഭീഷണികളും, വിലപേശലുകളും, ഭയപ്പെടുത്തലുകളും ഞാൻ ഉപേക്ഷിക്കുന്നു. നിന്റെ തീയാൽ എന്നെ വലയം ചെയ്യണമേ, എന്റെ പാതയിൽ ദൂതന്മാരെ നിയോഗിക്കണമേ, നിന്റെ വചനത്തിലും സമൂഹത്തിലും എന്നെ ഉറപ്പിക്കണമേ. എനിക്കെതിരെ രൂപപ്പെടുത്തിയ ഒരു ആയുധവും വിജയിക്കില്ല. ഞാൻ നിന്റെ കൈകളിൽ വസിക്കുന്നു - ഇന്നും എന്നേക്കും. ആമേൻ. *(യോഹന്നാൻ 10:27–28; യെശയ്യാവ് 54:17; സങ്കീർത്തനങ്ങൾ 91)*

അധ്യായം 7: സാത്താന്റെ ഏജന്റുമാരുടെ പ്രവർത്തനങ്ങൾ

"പിശാചിന്റെ തന്ത്രങ്ങളെ എതിർത്തുനില്പാൻ കഴിയേണ്ടതിന്നു ദൈവത്തിന്റെ സർവ്വായുധവർഗ്ഗം ധരിച്ചുകൊൾവിൻ. നാം മാംസരക്തങ്ങളോടല്ല, വാഴ്ചകളോടും അധികാരങ്ങളോടും ഈ അന്ധകാരലോകത്തിന്റെ അധിപന്മാരോടും സ്വർഗ്ഗീയസ്ഥലങ്ങളിലെ ദുഷ്ടാത്മാക്കളുടെ നേരെയും അത്രേ പടവെട്ടുന്നതു" - *എഫെസ്യർ 6:11-12*

ഈ ശക്തികളുടെ പ്രവർത്തനത്തിന്റെ വ്യത്യസ്ത രീതികൾ തുറന്നുകാട്ടപ്പെട്ടില്ലെങ്കിൽ ഈ പുസ്തകം പൂർണ്ണമാകില്ല. അവ പ്രകടമാകുന്ന വ്യത്യസ്ത രൂപങ്ങൾ തുറന്നുകാട്ടപ്പെടേണ്ടതും പ്രധാനമാണ്. [***അഭിപ്രായം**: തുറന്നുകാട്ടലിന്റെ ഉദ്ദേശ്യം ഇരുട്ടിനെ മഹത്വപ്പെടുത്തുകയല്ല, മറിച്ച് വിശ്വാസികളെ വിവേചനബുദ്ധി കൊണ്ട്*

ആയുധമാക്കുക എന്നതാണ് (2 കൊരിന്ത്യർ 2:11).]

ഒരു കാര്യം വ്യക്തമാണ്, അതായത്, പിശാച് നിങ്ങളെ ഒരു മിത്ത് അല്ലെങ്കിൽ ലളിതമായ ദുഷ്ട ചിന്തകൾ ആണെന്ന് വിശ്വസിക്കാൻ പ്രോത്സാഹിപ്പിക്കും, അല്ലെങ്കിൽ അവന്റെ ശക്തികളെക്കുറിച്ച് കൂടുതലായി കാണാനും ദൈവത്തിന്റെ ശക്തികളെക്കുറിച്ച് കുറച്ചുകാണാനും ഇടയാക്കും. ബൈബിൾ പറയുന്നു: "നമ്മൾ മാംസരക്തങ്ങളോടല്ല, വാഴ്ചകളോടും അധികാരങ്ങളോടും ഈ ലോകത്തിന്റെ അന്ധകാരത്തിന്റെ ഭരണാധികാരികളോടും ഉന്നതങ്ങളിലെ ആത്മീയ ദുഷ്ടതയോടും പോരാടുന്നു," ബൈബിൾ പറയുന്നു, അതേസമയം പിശാചിനും അവന്റെ ഏജന്റുമാർക്കും എതിരായ ക്രിസ്ത്യാനികളുടെ ആയുധങ്ങൾ "ജഡികമല്ല, മറിച്ച് ദൈവത്താൽ ശക്തിയുള്ളവയാണ്, കോട്ടകളെ ഇടിച്ചുകളയാനും, ദൈവത്തെക്കുറിച്ചുള്ള അറിവിനെതിരെ ഉയർത്തുന്ന ഭാവനകളെയും എല്ലാ ഉന്നത കാര്യങ്ങളെയും ഇടിച്ചുകളയാനും , എല്ലാ ചിന്തകളെയും ക്രിസ്തുവിന്റെ അനുസരണത്തിലേക്ക് അടിമകളാക്കാനും" (2 കൊരിന്ത്യർ 10:4–5).

[അഭിപ്രായം: ക്രിസ്തീയ പോരാട്ടം ആത്മീയമാണ്, സത്യം, അനുസരണം,

ക്രിസ്തുവിന്റെ അധികാരം എന്നിവ ഉപയോഗിച്ച് പോരാടുന്നു - ഭയത്തോടെയല്ല.]

വീണ്ടും വ്യക്തമായി പ്രഖ്യാപിക്കുന്നു: "ഇതിനായി ദൈവപുത്രൻ പിശാചിന്റെ പ്രവൃത്തികളെ നശിപ്പിക്കാൻ പ്രത്യക്ഷനായി" (1 യോഹന്നാൻ 3:8). വാഴ്ചകളെയും അധികാരങ്ങളെയും നശിപ്പിച്ച യേശു, അവയെ പരസ്യമായി പ്രദർശിപ്പിക്കുകയും, അവയുടെ മേൽ വിജയം നേടുകയും ചെയ്തു. *[അഭിപ്രായം: ക്രിസ്തുവിന്റെ വിജയം ഇതിനകം പൂർത്തിയായി; നമ്മുടെ യുദ്ധം അവന്റെ പൂർത്തീകരിച്ച പ്രവൃത്തിയെ നടപ്പിലാക്കുന്നു (കൊലോസ്യർ 2:15).]*

"നിന്റെ വായിലെ വാക്കുകളാൽ നീ കുടുങ്ങിപ്പോയി, നിന്റെ വായിലെ വാക്കുകളാൽ പിടിപെട്ടിരിക്കുന്നു" (സദൃശവാക്യങ്ങൾ 6:2) എന്ന് തിരുവെഴുത്തുകൾ പറയുന്നു. അതുകൊണ്ട് ദൈവം വാഗ്ദത്തം ചെയ്തിരിക്കുന്ന ദൈവവചനം ഏറ്റുപറയാൻ ദൈവത്തിന്റെ പൈതൽ ശ്രദ്ധാലുവായിരിക്കണം, അത് നിറവേറ്റാൻ അവൻ തിടുക്കം കൂട്ടും. ദൈവവചനത്തിൽ മൂന്ന് ഏറ്റുപറച്ചിലുകൾ പറഞ്ഞിട്ടുണ്ട്:

1. ക്രിസ്തുവിന്റെ കർത്തൃത്വത്തിന്റെ ഏറ്റുപറച്ചിൽ.

2. വചനത്തിലും ക്രിസ്തുവിലും പിതാവായ ദൈവത്തിലും ഉള്ള വിശ്വാസത്തിന്റെ ഏറ്റുപറച്ചിൽ.
3. പാപത്തിന്റെ ഏറ്റുപറച്ചിൽ.
[അഭിപ്രായം: കുമ്പസാരം മാനസാന്തരത്തെക്കുറിച്ചു മാത്രമല്ല- അത് ദൈവിക സത്യവുമായുള്ള പൊരുത്തപ്പെടുത്തലാണ് (റോമർ 10:9–10).]

"കുമ്പസാരം" എന്ന വാക്ക് കേൾക്കുമ്പോൾ, നമ്മുടെ മനസ്സിൽ എളുപ്പത്തിൽ വരുന്നത് പാപമാണ്. കുമ്പസാരത്തിന്റെ നിഘണ്ടു നിർവചനം ഇതാണ്:

1. നമ്മൾ വിശ്വസിക്കുന്ന ഒരു കാര്യം സ്ഥിരീകരിക്കുന്നു.
2. നമുക്കറിയാവുന്ന ഒന്നിനെ സാക്ഷ്യപ്പെടുത്തുന്നു.
3. നമ്മൾ സ്വീകരിച്ച ഒരു സത്യത്തിന് സാക്ഷ്യം വഹിക്കുന്നു.
അതിനാൽ, കുമ്പസാരം എന്ന വാക്ക് ഉപയോഗിക്കുമ്പോഴെല്ലാം ചില മനസ്സുകൾ പാപത്തിലേക്ക് ഓടുന്നത് ഖേദകരമാണ്. ദൈവം പറഞ്ഞ കാര്യങ്ങൾ ഇന്ന് തന്നെ ഏറ്റുപറയാൻ തുടങ്ങാൻ ദൈവപൈതലിനെ രചയിതാവ് ഇവിടെ പ്രോത്സാഹിപ്പിക്കുകയാണ്.

അതിക്രമങ്ങളിൽ മരിച്ചവരായിരുന്ന നിങ്ങളെ ദൈവം ക്രിസ്തുവിനോട് കൂടെ ഉയിർപ്പിച്ചു, അവൻ നിങ്ങളെ ക്രിസ്തുയേശുവിൽ സ്വർഗ്ഗീയ സ്ഥലങ്ങളിൽ (വാഴ്ചകൾക്കും അധികാരങ്ങൾക്കും വളരെ മീതെ) ഇരുത്തി. അതിനാൽ ക്രിസ്ത്യാനികൾ തങ്ങൾ എവിടെയാണ് ഇരിക്കുന്നതെന്ന് തിരിച്ചറിയണം. സാത്താനും അവന്റെ ഏജന്റുമാർക്കും മുകളിൽ നിന്ന്, ആ ഉയരത്തിൽ നിന്നാണ് അവർ പ്രവർത്തിക്കുന്നതെന്ന് അവർ അറിയണം.
[അഭിപ്രായം: ഒരു വിശ്വാസിയുടെ യുദ്ധം ആരംഭിക്കുന്നത് **മുകളിലുള്ള വിജയത്തിൽ നിന്നാണ്** *, താഴെ പോരാട്ടത്തിൽ നിന്നല്ല (എഫെസ്യർ 2:6).]*

സംബന്ധിച്ച എല്ലാം നിങ്ങൾക്ക് നൽകിയിരിക്കുന്നതുപോലെ എല്ലാ അധികാരങ്ങളും അധികാരവും നിങ്ങൾക്കും നൽകിയിരിക്കുന്നു (2 പത്രോസ് 1:3). സാഹചര്യങ്ങൾ തന്റെ മക്കളെ നിയന്ത്രിക്കണമെന്ന് ദൈവം ഒരിക്കലും ഉദ്ദേശിച്ചിട്ടില്ല, മറിച്ച് ഒരു ക്രിസ്ത്യാനിയുടെ വായിലെ ദൈവവചനം അവന്റെ സാഹചര്യങ്ങളെ നിയന്ത്രിക്കണമെന്ന്. യിരെ. 23:29-ൽ ദൈവം ഇങ്ങനെ പറഞ്ഞു: "എന്റെ വചനം തീ പോലെയല്ലേ?" എന്ന് കർത്താവ്

അരുളിച്ചെയ്യുന്നു; പാറയെ തകർക്കുന്ന ചുറ്റിക പോലെയല്ലേ ?" വീണ്ടും ജനിച്ച ക്രിസ്ത്യാനികളായ ക്രിസ്ത്യാനികൾ യേശുവിന്റെ നാമം ഉച്ചരിക്കുമ്പോൾ അവരുടെ വായിൽ നിന്ന് വരുന്നത് തീയാണെന്ന് മനസ്സിലാക്കണം.
[അഭിപ്രായം: യിരെമ്യാവ് 23:29 പ്രവചന ഉച്ചാരണത്തിന്റെ ശക്തി വെളിപ്പെടുത്തുന്നു - വചനം തന്നെ ശക്തി വഹിക്കുന്നു.]

ഒരു ക്രിസ്ത്യാനി ക്രിസ്തു നൽകിയ അധികാരത്തിൽ നിന്ന് യേശുവിന്റെ നാമത്തിൽ ഒരു കൽപ്പന നൽകുമ്പോൾ, അവന്റെ വായിൽ നിന്ന് തീ പുറപ്പെടുന്നു, സാഹചര്യങ്ങളെ നിയന്ത്രിക്കുന്ന ഏതൊരു ഭൂതവും അത് അനുസരിക്കണം. തന്റെ ഓരോ വാക്കും നിറവേറുന്നുവെന്ന് ഉറപ്പാക്കാൻ യേശു ഇന്ന് ജീവിച്ചിരിക്കുന്നു. വീണ്ടും, പല ക്രിസ്ത്യാനികളും അവഗണിക്കുന്നതും സാത്താൻ ഉപയോഗിക്കുന്നതുമായ ഒരു പ്രധാന വസ്തുത ഞാൻ എടുത്തുകാണിക്കാൻ ആഗ്രഹിക്കുന്നു.
കർത്താവ് ശപിച്ച ഉണങ്ങിയ അത്തിവൃക്ഷത്തെക്കുറിച്ച് പത്രോസ് യേശുവിനെ ചൂണ്ടിക്കാണിച്ചതിനുശേഷം യേശു പറഞ്ഞു:

(മത്തായിയുടെ വിവരണം)
"സത്യമായി ഞാൻ നിങ്ങളോടു പറയുന്നു,

നിങ്ങൾ വിശ്വാസമുള്ളവരും സംശയിക്കാത്തവരുമാണെങ്കിൽ, അത്തിവൃക്ഷത്തോട് ചെയ്തതുപോലെ നിങ്ങളും ചെയ്യും; മാത്രമല്ല, ഈ മലയോട്: നീങ്ങി കടലിൽ എറിയപ്പെടുക എന്നു പറഞ്ഞാൽ അതും സംഭവിക്കും. നിങ്ങൾ വിശ്വസിച്ചുകൊണ്ട് പ്രാർത്ഥനയിൽ എന്ത് യാചിച്ചാലും നിങ്ങൾക്ക് ലഭിക്കും" (മത്തായി 21:21-22).

(മർക്കോസിന്റെ വിവരണം)
"ദൈവത്തിൽ വിശ്വസിക്കുവിൻ. സത്യമായി ഞാൻ നിങ്ങളോടു പറയുന്നു, ഈ മലയോട്: നീ മാറി കടലിൽ വീഴുക എന്നു പറഞ്ഞാൽ , ഹൃദയത്തിൽ സംശയിക്കാതെ, താൻ പറഞ്ഞ കാര്യങ്ങൾ സംഭവിക്കുമെന്ന് വിശ്വസിച്ചാൽ, അവൻ പറയുന്നതെല്ലാം അവന് ലഭിക്കും" (മർക്കോസ് 11:22–23).

ഇവിടെ കർത്താവ് വാക്കിന്റെ ശക്തി നമുക്ക് ചൂണ്ടിക്കാണിക്കുന്നു, കൂടാതെ ക്രിസ്ത്യാനി തന്റെ പ്രാർത്ഥനകളിലും തന്റെ അധികാരം പ്രയോഗിക്കുന്നതിലും പ്രത്യേക ശ്രദ്ധ ചെലുത്താൻ പ്രോത്സാഹിപ്പിക്കുകയും ചെയ്യുന്നു. ചില ക്രിസ്ത്യാനികൾ പർവതത്തോട് നീങ്ങാൻ ആവശ്യപ്പെടുന്നു, പക്ഷേ എവിടേക്ക് പോകണമെന്ന് പർവതത്തോട് പറയുന്നില്ല. നിങ്ങൾ പർവതത്തോട് പറഞ്ഞാൽ യേശു പറഞ്ഞു: "

നീ നീങ്ങി കടലിലേക്ക് എറിയപ്പെടുക..."
[അഭിപ്രായം: പ്രാർത്ഥനയിലും അധികാരത്തിലും കൃത്യത പ്രധാനമാണ്—യേശു പ്രത്യേകതയെ മാതൃകയാക്കി.]

ഉദാഹരണത്തിന്, ഭൂതങ്ങളെ പുറത്താക്കുന്ന കാര്യം തന്നെ എടുക്കാം. ചില ക്രിസ്ത്യാനികൾ ഭൂതങ്ങളെ പ്രത്യേക സ്ഥലങ്ങളിലേക്ക് അയയ്ക്കാതെ ബന്ധിക്കുകയും പുറത്താക്കുകയും ചെയ്യുന്നു. ഇത് അപകടകരമാണ്. നിങ്ങൾ ഒരു ഭൂതത്തെ ബന്ധിക്കുമ്പോൾ അത് ബന്ധിതമാണ്. ഒരു പ്രത്യേക സ്ഥലത്തേക്ക് അയയ്ക്കാതെ പുറത്താക്കിയാൽ, അത് സമീപത്ത് തന്നെ തുടരും. ഒരു മനുഷ്യനിൽ നിന്ന് മാത്രമേ ഭൂതത്തെ ശാസിച്ചിട്ടുള്ളൂവെങ്കിൽ, അത് പിന്നീട് തിരികെ വരാം അല്ലെങ്കിൽ ചുറ്റുമുള്ള ക്രിസ്ത്യാനിയല്ലാത്ത ആരിലേക്കും പ്രവേശിക്കാം. അതിനാൽ ഭൂതങ്ങളെ കൈകാര്യം ചെയ്യുമ്പോൾ ക്രിസ്ത്യാനികൾ ജാഗ്രത പാലിക്കണം. ഭൂതത്തെ ബന്ധിക്കുകയും പുറത്താക്കുകയും ഒരു പ്രത്യേക സ്ഥലത്തേക്ക് അയയ്ക്കുകയും ചെയ്യുന്നുവെന്ന് ഉറപ്പാക്കുക (വീണ്ടും പ്രവേശിക്കുന്നത് വിലക്കുക).
[അഭിപ്രായം: വിടുതൽ ഫോർമുലയിലല്ല, ആത്മാവിന്റെ മാർഗനിർദേശത്തിലാണ് ചെയ്യേണ്ടത്; അധികാരം + വിവേചനാധികാരം.]

ചില ക്രിസ്ത്യാനികൾ പ്രാർത്ഥിക്കുമ്പോൾ പറയും: "യേശുവിന്റെ നാമത്തിൽ ഞാൻ നിങ്ങളെ ഭൂതങ്ങളെ പിടികൂടുന്നു." ആത്മലോകത്തിൽ അടുത്ത കൽപ്പനയ്ക്കായി നിവർന്നു നിൽക്കുന്ന പിശാചുക്കളെ നിങ്ങൾ ശരിക്കും കാണുന്നു. എന്നാൽ ആ ഘട്ടത്തിൽ ക്രിസ്ത്യാനി നിർത്തിയാൽ, അവൻ ഇരയെ സഹായിച്ചിട്ടില്ല. പിശാചുമായി കളിക്കരുത്. നിങ്ങൾ നിങ്ങളുടെ ശത്രുവുമായി കളിക്കരുത്. ദൈവം നിങ്ങളെ വിടുതലിന്റെയും അനുരഞ്ജനത്തിന്റെയും (മനുഷ്യരെ ദൈവവുമായി അനുരഞ്ജിപ്പിക്കൽ) ഒരു ശുശ്രൂഷയ്ക്കായി അയച്ചിരിക്കുന്നു. അതിനാൽ സമഗ്രമായ ഒരു പ്രവൃത്തി ചെയ്യാൻ നിങ്ങൾ ശ്രദ്ധിക്കണം.
[അഭിപ്രായം: ***ആത്മീയ അധികാരത്തോടൊപ്പം പൂർത്തീകരണവും ഉണ്ടായിരിക്കണം*** *- പകുതി* ***അനുസരണത്തിന്റെ വിടവുകൾ****.]*

ഞാൻ ആവർത്തിക്കുന്നു, നിങ്ങൾ ഒരു ഭൂതത്തെ ബന്ധിക്കുമ്പോൾ അത് ബന്ധിക്കപ്പെട്ടിരിക്കുന്നു. നിങ്ങൾ അതിനെ ഏതെങ്കിലും ലക്ഷ്യസ്ഥാനത്തേക്ക് പുറത്താക്കുമ്പോൾ അത് അങ്ങനെയാണ്. നിങ്ങൾ പാപത്തിൽ ഇടപെടാതെ ദൈവഹിതത്തിൽ ജീവിക്കുന്നിടത്തോളം കാലം, നിങ്ങൾ പിശാചിനോ അവന്റെ ഏജന്റുമാർക്കോ യേശുവിന്റെ നാമത്തിൽ

നൽകുന്ന ഏത് കൽപ്പനയും അനുസരിക്കണം. ദൈവം തന്റെ ഓരോ വാക്കും പിന്തുണയ്ക്കുമെന്ന് വാഗ്ദാനം ചെയ്തിട്ടുണ്ട്. അടുത്ത ഘട്ടത്തിലേക്ക്, സാത്താന്റെയും അവന്റെ ഏജന്റുമാരുടെയും പ്രകടനത്തിലേക്ക് നമ്മൾ പോകുമ്പോൾ, ഇനിപ്പറയുന്ന ഭാഗങ്ങൾ നിങ്ങളുടെ മനസ്സിൽ ഉണ്ടായിരിക്കണമെന്ന് ഞാൻ ആഗ്രഹിക്കുന്നു:

1. "എല്ലാ വാഴ്ചയുടെയും അധികാരത്തിന്റെയും തലയായ അവനിൽ നിങ്ങൾ പൂർണ്ണരാണ്" (കൊലൊ. 2:10).
2. "ഇതാ, പാമ്പുകളെയും തേളുകളെയും ശത്രുവിന്റെ സകല ശക്തിയെയും ചവിട്ടുവാൻ ഞാൻ നിങ്ങൾക്കു അധികാരം തരുന്നു; ഒന്നും നിങ്ങളെ ഒരിക്കലും ഉപദ്രവിക്കയില്ല." (ലൂക്കോസ് 10:19)
3. "ഇതാ, അവർ തീർച്ചയായും ഒന്നിച്ചുകൂടും, പക്ഷേ എന്റെ ഹിതത്താൽ അല്ല. നിനക്കെതിരെ ഒന്നിച്ചുകൂടുന്ന ഏവനും നിനക്കുവേണ്ടി വീഴും. നിനക്കെതിരെ രൂപം കൊള്ളുന്ന ഒരു ആയുധവും വിജയിക്കുകയില്ല: ന്യായവിധിയിൽ നിനക്കെതിരെ എഴുന്നേൽക്കുന്ന എല്ലാ നാവിനെയും നീ കുറ്റം വിധിക്കും. ഇത്

കർത്താവിന്റെ ദാസന്മാരുടെ
അവകാശമാണ്, അവരുടെ നീതി
എന്നിൽ നിന്നുള്ളതാണ്."
[അഭിപ്രായം: ഈ മൂന്ന് വാക്യങ്ങൾ ഒരു വിശ്വാസിയുടെ ദൈനംദിന യുദ്ധ വിശ്വാസപ്രമാണത്തെ രൂപപ്പെടുത്തുന്നു - സ്വത്വം, അധികാരം, സംരക്ഷണം.]

ഈ ദുഷ്ടശക്തികൾ പ്രധാനമായും പ്രവർത്തിക്കുന്നത് പള്ളികൾ, ചന്ത സ്ഥലങ്ങൾ, ശ്മശാനങ്ങൾ, കാടുകൾ, ഹോട്ടലുകൾ, കടൽ, വായു എന്നിവയിലാണെന്ന് ഈ പുസ്തകത്തിലൂടെ ഞാൻ നിങ്ങളെ കാണിക്കാൻ ആഗ്രഹിക്കുന്നു.

പള്ളികളിൽ

ഇന്ന് സഭകളിൽ ധാരാളം ഭൂതബാധിതർ ഉണ്ടെന്നതിന് നമ്മൾ സാക്ഷികളാണ്. ചിലർ അന്യഭാഷകളിൽ സംസാരിക്കുന്നു, പ്രവചിക്കുന്നു പോലും. ദൈവാത്മാവുള്ളവർക്ക് മാത്രമേ ഈ കൂട്ടാളികളെ തിരിച്ചറിയാൻ കഴിയൂ. എന്നാൽ നമ്മൾ ഇവിടെ ചർച്ച ചെയ്യുന്നത് സഭകളിലെ സാത്താന്റെ ഏജന്റുമാരെക്കുറിച്ചാണ്. വീണ്ടും, സഭകളിലുള്ള രഹസ്യ കൾട്ട് അംഗങ്ങളെക്കുറിച്ചല്ല (ചിലർ നേതാക്കൾ

പോലും), അവർ അവിടെ ഉണ്ടെന്ന് നമുക്കറിയാം. ഞാൻ സംസാരിക്കുന്നത് സാത്താന്റെ ഏജന്റുമാരായി വരുന്നവരെക്കുറിച്ചാണ്:

1. പള്ളികളിൽ കലഹങ്ങളും ആശയക്കുഴപ്പങ്ങളും ഉണ്ടാക്കാൻ.
2. പള്ളികൾ ചിതറിക്കാൻ.
3. പ്രസംഗം നടക്കുമ്പോൾ പുരുഷന്മാരെയും സ്ത്രീകളെയും ഉറക്കാൻ വേണ്ടി.
4. സേവനം ഓണായിരിക്കുമ്പോൾ പലതരം ശ്രദ്ധ വ്യതിചലിപ്പിക്കുന്നതിന്.
5. സാത്താനു വേണ്ടി ആത്മാക്കളെ നേടുന്നതിന്.
   [അഭിപ്രായം: വിവേചനവും വിശുദ്ധിയും ഒരു സഭയെ ശബ്ദകോലാഹലത്തെക്കാളും സംശയത്തെക്കാളും സംരക്ഷിക്കുന്നു. 1 യോഹന്നാൻ 4:1–4.]

മൂന്നാം അധ്യായത്തിൽ മുകളിൽ പറഞ്ഞതിനെക്കുറിച്ച് ഞാൻ ചില കാര്യങ്ങൾ പറഞ്ഞിട്ടുള്ളതിനാൽ, സമീപകാലത്ത് എന്താണ് സംഭവിച്ചതെന്ന് ഞാൻ നിങ്ങൾക്ക് ഒരു സാക്ഷ്യം മാത്രമേ നൽകൂ. ക്രിസ്ത്യാനികൾ കർത്താവായ യേശുക്രിസ്തുവിന്റെ ഓരോ വാക്കും അനുസരിക്കണം, കാരണം അവർ

അനുസരണക്കേട് കാണിക്കുകയോ വിട്ടുവീഴ്ച ചെയ്യുകയോ ചെയ്യുമ്പോൾ സാത്താന്റെയോ അവന്റെ ഏജന്റുമാരുടെയോ ചെറിയ ശ്രമത്തിൽ പോലും അവർ വീഴാൻ സാധ്യതയുണ്ട്. ക്രിസ്ത്യാനികളെ ഇരുട്ടിൽ നിന്ന് ദൈവത്തിന്റെ സ്വന്തം അത്ഭുതകരമായ വെളിച്ചത്തിലേക്ക് വിളിച്ചിരിക്കുന്നു. ക്രിസ്ത്യാനികൾ ലോകത്തിൽ നിന്നും അത് വാഗ്ദാനം ചെയ്യുന്നതിൽ നിന്നും പൂർണ്ണമായി വേർപെടുത്താൻ വിളിക്കപ്പെട്ടിരിക്കുന്നു. "അവരുടെ ഇടയിൽ നിന്ന് പുറത്തുവന്ന് വേർപിരിയുക" (2 കൊരി. 6:17) എന്ന് തിരുവെഴുത്ത് പറയുന്നു.

(സിസ്റ്റർ ജെയുടെ സാക്ഷ്യം)
സിസ്റ്റർ ജെ (പേര് വെളിപ്പെടുത്തിയിട്ടില്ല) എന്നൊരു സഹോദരി ഉണ്ടായിരുന്നു. അവൾ വീണ്ടും ജനിച്ചു, 'ജീവനുള്ള' സഭകളിൽ ഒന്നിലെ പൂർണ്ണ അംഗമായിരുന്നു. പിന്നീട് അവൾ എന്റെ സ്വന്തം വിഭാഗത്തിലേക്ക് അവളുടെ അംഗത്വം മാറ്റി. അവൾ പള്ളിയിലെ എല്ലാ പ്രവർത്തനങ്ങളിലും പങ്കെടുക്കുകയും അവയിൽ വളരെ സജീവമായി പങ്കെടുക്കുകയും ചെയ്തു. എന്നാൽ ഒരു ഘട്ടത്തിൽ അവളുടെ സ്വഭാവം സംശയാസ്പദമായി. അങ്ങനെ ഞങ്ങളിൽ ചിലർ അവളെ അവളുടെ വീട്ടിൽ സന്ദർശിക്കാനും അവൾക്ക് എന്താണ്

കുഴപ്പമെന്ന് കണ്ടെത്താനും തീരുമാനിച്ചു. അവളുമായി അഭിമുഖം നടത്തുമ്പോൾ, അവളിലെ ആത്മാക്കൾ പ്രകോപിതരായി പ്രത്യക്ഷപ്പെടാൻ തുടങ്ങി, തുടർന്ന് അവൾ പള്ളിയിലെ അവരുടെ ഏജന്റാണെന്ന് ഞങ്ങളോട് പറഞ്ഞു. ഈ ഭൂതങ്ങളെ അവളിൽ നിന്ന് പുറത്താക്കുകയും അവൾക്ക് വിടുതൽ നൽകുകയും ചെയ്തു. "സഹോദരി, നീ സാത്താന്റെ ഏജന്റായിട്ടും സഭയിലെ പൂർണ്ണ അംഗമായിട്ടും എങ്ങനെ?" ഞങ്ങൾ ചോദിച്ചു.
അവൾ ഞങ്ങളോട് പറഞ്ഞത് താഴെ പറയുന്ന കാര്യങ്ങളാണ്:

ഒരു ദിവസം, ഒരു ഞായറാഴ്ച ശുശ്രൂഷയ്ക്ക് ശേഷം, ഒരു 'സഹോദരി' (ക്രിസ്തുവിൽ വിശ്വസിക്കുന്ന സ്ത്രീ, അങ്ങനെയാണ് അവൾ കരുതിയത്) അവളുടെ അടുത്ത് വന്ന് അവളുമായി അടുത്തിടപഴകാനുള്ള ആഗ്രഹം പ്രകടിപ്പിച്ചു, കാരണം, ഈ 'സഹോദരി' പറയുന്നതനുസരിച്ച്, സിസ്റ്റർ ജെയുടെ ക്രിസ്തീയ ജീവിതത്തെ അവൾ ആരാധിക്കുന്നു. അവൾ യാതൊരു മുൻവിധിയും കൂടാതെ അവളുടെ സൗഹൃദം സ്വീകരിച്ചു. ഇരുവരും സിസ്റ്റർ ജെയുടെ വീട്ടിലേക്ക് പോയി, 'സഹോദരി' എന്ന് വിളിക്കപ്പെടുന്നയാൾ വാഴപ്പഴവും നിലക്കടലയും കൊണ്ടുവന്നു, അവർ രണ്ടുപേരും അത് കഴിച്ചു. അവൾ സിസ്റ്റർ

ജെയോടൊപ്പം കുറച്ചുകാലം താമസിച്ചു, പിന്നീട് പോയി.
അവളുടെ സന്ദർശനങ്ങൾ പതിവായി, ഓരോ സന്ദർശനത്തിലും അവൾ സിസ്റ്റർ ജെയ്ക്ക് സമ്മാനങ്ങൾ കൊണ്ടുവന്നു. വസ്ത്രങ്ങൾ, ഷൂസ്, പണം മുതലായവ മുതൽ സമ്മാനങ്ങൾ ഉണ്ടായിരുന്നു. ചില സന്ദർഭങ്ങളിൽ സിസ്റ്റർ ജെയുടെ സുഹൃത്ത് മറ്റ് നിരവധി പെൺകുട്ടികളോടൊപ്പം വരുമായിരുന്നു. ഇത് കുറച്ചുകാലം തുടർന്നു, സിസ്റ്റർ ജെയിൽ ക്രിസ്തുവിന്റെ വെളിച്ചം കെടുത്തുന്നതിൽ അവൾ വിജയിച്ചുവെന്ന് 'സഹോദരി' കണ്ടപ്പോൾ, അവൾ വസ്ത്രം മാറി സിസ്റ്റർ ജെയെ ആത്മാവിൽ സന്ദർശിക്കാൻ തുടങ്ങി. തുടർന്ന് സിസ്റ്റർ ജെയ്ക്ക് ഒരു ചുവന്ന തുണി, ഒരു വെള്ളക്കല്ല്, വലതു കാൽവിരലിന് ഒരു മോതിരം, കണങ്കാലിന് ഒരു ചങ്ങല എന്നിവ നൽകി. അവരോടൊപ്പം ധാരാളം ഭക്ഷണം കഴിച്ചതിനാലും അവരിൽ നിന്ന് ധാരാളം വാങ്ങിയതിനാലും, പിന്തിരിയാൻ ഒരു സാധ്യതയുമില്ലായിരുന്നു. അവൾ അവരുമായി ഒരു ഉടമ്പടിയിൽ ഏർപ്പെടുകയും അവരുടെ മീറ്റിംഗുകളിൽ പങ്കെടുക്കാൻ തുടങ്ങുകയും ചെയ്തു. അവൾക്ക് പാമ്പും വവ്വാലുമായി മാറാൻ കഴിഞ്ഞു. പിന്നീട് അവൾ സഭയിൽ അവർക്കുവേണ്ടി ആത്മാക്കളെ നേടുന്നതിനുള്ള അവരുടെ ഏജന്റായി മാറി. ദൈവത്തിന് സ്തുതി, അവൾ ഇപ്പോൾ

വിടുവിക്കപ്പെട്ടു! അവൾക്ക് നൽകിയ എല്ലാ ദാനങ്ങളും നശിപ്പിക്കപ്പെട്ടു, ഇപ്പോൾ അവൾ വീണ്ടും കർത്താവിൽ സന്തുഷ്ടയാണ്.
[അഭിപ്രായം: ഈ സാക്ഷ്യം 1 കൊരിന്ത്യർ 15:33 ന് അടിവരയിടുന്നു - " ദുഷിച്ച ആശയവിനിമയം നല്ല പെരുമാറ്റത്തെ ദുഷിപ്പിക്കുന്നു." അശ്രദ്ധമായ സഹവാസങ്ങളിലൂടെ ആത്മീയ കൈമാറ്റം സംഭവിക്കാം.]

പ്രിയ വായനക്കാരാ, ഇതെല്ലാം അസാധാരണമായ ഒരു സൗഹൃദത്തോടെയാണ് ആരംഭിച്ചത്, സിസ്റ്റർ ജെക്ക് വിവേചനശക്തിയുടെ അഭാവം ഉണ്ടായിരുന്നതിനാലും കർത്താവ് കൽപ്പിച്ചതുപോലെ ജാഗരൂകരായിരുന്നില്ല എന്നതിനാലും "പ്രലോഭനത്തിൽ അകപ്പെടാതിരിക്കാൻ ഉണർന്നിരുന്നു പ്രാർത്ഥിക്കുക" (മർക്കോസ് 14:38) അവൾ വഴിതെറ്റി ശത്രുവിന്റെ കൈകളിലേക്ക് വീണു, അശ്രദ്ധ കാരണം അവളുടെ വംശം നരകത്തിൽ അവസാനിച്ചേക്കാം.

താഴെ പറയുന്ന കാര്യങ്ങൾ ശ്രദ്ധിച്ചുകൊണ്ട് സാത്താന്റെ ഏജന്റുമാരെ എളുപ്പത്തിൽ തിരിച്ചറിയാൻ കഴിയും:

- അവർ തങ്ങളുടെ പെരുവിരലുകളിൽ ഒന്നിൽ മോതിരങ്ങൾ, കണങ്കാലിൽ

ചങ്ങല, മൂക്കുത്തികൾ,
അസാധാരണമായ വളകൾ മുതലായവ ധരിക്കുന്നു.

- അവർക്ക് ഒരു പള്ളിയിലോ കൂട്ടായ്മയിലോ പ്രവേശിക്കാനും, അവർ പിന്തുടരുന്ന ഒരൊറ്റ ക്രിസ്ത്യാനിക്കുവേണ്ടി, ആ ഗ്രൂപ്പിന്റെയോ സഭയുടെയോ പ്രവർത്തനങ്ങളിൽ വളരെ തീക്ഷ്ണതയുള്ളവരായിരിക്കാനും കഴിയും.
ചിലർ അസാധാരണമായി പെരുമാറുന്നു, മറ്റുള്ളവർ ദുഷ്ടരാണ്, മുതലായവ. അതുകൊണ്ടാണ് ദൈവമക്കൾ ദൈവത്തോട് വിവേചനശക്തിക്കായി അപേക്ഷിക്കേണ്ടത്, അത് അവരെ ഒറ്റനോട്ടത്തിൽ തിരിച്ചറിയാൻ സഹായിക്കും. നിങ്ങൾ അവരെ തിരിച്ചറിഞ്ഞുവെന്ന് അവർ അറിയുന്ന നിമിഷം, അവർ നിങ്ങളുടെ അടുത്തേക്ക് വരുന്നില്ലെന്ന് അവർ ഉറപ്പാക്കുന്നു. കാരണം, അവരുടെ യജമാനൻ നിങ്ങളെക്കുറിച്ച് അവർക്ക് മുന്നറിയിപ്പ് നൽകും!

മാർക്കറ്റ് സ്ഥലങ്ങളിൽ

മാർക്കറ്റിൽ അവർ പല രൂപങ്ങളിൽ പ്രവർത്തിക്കുന്നു. ഹോട്ടൽ പോലെ, മാർക്കറ്റ് അവരുടെ പ്രധാന പ്രവർത്തന മേഖലകളിൽ ഒന്നാണ്. മാർക്കറ്റിൽ, അവർ ഇരകളെ തിരഞ്ഞെടുക്കുന്നു, ഗർഭം അലസുന്ന ചില ഗർഭിണികളെ അവരുടെ രക്തബാങ്കുകളിലേക്ക് രക്തം എത്തിക്കാൻ സഹായിക്കുന്നു. ചില ഇരകളെ രാത്രികളിൽ അവരുടെ വസതിയിലേക്ക് കൊണ്ടുപോകാൻ അവർ അവരെ കൊണ്ടുപോകും.
[അഭിപ്രായം: വിശ്വാസിയുടെ ആവരണം യേശുവിന്റെ രക്തമാണ്, ഭ്രാന്തല്ല- വിശുദ്ധിയിലും ധൈര്യത്തിലും നടക്കുക (സങ്കീർത്തനങ്ങൾ 91).]

അവിശ്വാസികൾക്ക് ഇത് സംഭവിക്കുന്നു! മാലകൾ, ലിപ്സ്റ്റിക്കുകൾ, സുഗന്ധദ്രവ്യങ്ങൾ, "കോസ്റ്റ് രാജ്ഞി" പോലുള്ള സാർഡിനുകൾ പോലുള്ള ഭക്ഷ്യവസ്തുക്കൾ എന്നിവയ്ക്ക് വിചിത്രമായ ഉത്ഭവമുണ്ട്.
ക്രിസ്ത്യാനികൾ ശ്രദ്ധിക്കേണ്ട ചില പ്രവൃത്തികളുണ്ട്, കാരണം ഒരു സ്ത്രീയോ മാന്യനോ പെട്ടെന്ന് നിങ്ങളുടെ വയറ്റിലോ ശരീരത്തിന്റെ ഏതെങ്കിലും ഭാഗത്തോ സ്പർശിക്കുന്നത് നിങ്ങൾ കണ്ടേക്കാം. അത് രോഗത്തിന് കാരണമാകുന്നു. അതിനാൽ , ഇത് അനുഭവിക്കുമ്പോൾ, ക്രിസ്ത്യാനി

യേശുവിന്റെ നാമത്തിൽ കൽപ്പന നൽകണം, പിശാചിന്റെ പദ്ധതികൾ ചിതറിക്കുകയോ നശിപ്പിക്കുകയോ ചെയ്യുക. ഭൂമിയിൽ നിങ്ങൾ വിതറുകയോ കെട്ടുകയോ ചെയ്യുന്നതെന്തും അങ്ങനെയായിരിക്കും. (മത്തായി 16:19, മത്തായി 18:18)

[അഭിപ്രായം: പ്രധാന പ്രതികരണം ഭയമല്ല, മറിച്ച് പ്രഖ്യാപനമാണ്: ദൈവിക അതിരുകൾ നടപ്പിലാക്കാൻ നിങ്ങളുടെ വായ ഉപയോഗിക്കുക.]

സാംസ്കാരിക പ്രവർത്തനങ്ങൾ

പലരും സാത്താന്റെ പ്രവർത്തനങ്ങളിൽ ഏർപ്പെടുകയോ ഈ സാംസ്കാരിക ചടങ്ങുകളിലൂടെയും നൃത്തങ്ങളിലൂടെയും ബാധയേറ്റ് വീഴുകയോ ചെയ്യുന്നുവെന്നതും വളരെ പ്രധാനമാണ്. നമ്മുടെ സംസ്കാരങ്ങളിൽ ഭൂരിഭാഗവും പൈശാചിക കേന്ദ്രീകൃതമാണ്. ചിലത് സുഹൃത്തുക്കളിലൂടെയും മറ്റു ചിലത് ചില ലഘുലേഖകളോ നോവലുകളോ വായിക്കുന്നതിലൂടെയുമാണ്. ഓരോ വിഗ്രഹത്തിന്റെയും സമീപത്ത് ഭൂതങ്ങൾ ചുറ്റിത്തിരിയുന്നു. വിഗ്രഹാരാധനയിൽ അവർ വിഗ്രഹങ്ങളിലൂടെ പ്രവർത്തിക്കുന്നു (സെഖ് 10:2). മതത്തിന്റെ ഒരു നിശ്ചിത

ഭാഗമായി, വിഗ്രഹാരാധന പ്രകൃതിശക്തികൾക്ക് ദിവ്യശക്തി ആരോപിക്കുകയും സൃഷ്ടിക്കപ്പെട്ട ഒരു വസ്തുവിന് ദിവ്യ ബഹുമാനം നൽകുകയും ചെയ്യുന്നു (റോമർ 1:18–22). തിരുവെഴുത്ത് വിഗ്രഹാരാധനയെ ആത്മീയ വ്യഭിചാരമായി നിർവചിക്കുന്നു (യിരെമ്യാവ് 3:8–10). അതിനാൽ ഒരു ദൈവപൈതലിന് വിഗ്രഹാരാധനയുമായി നേരിട്ടോ അല്ലാതെയോ യാതൊരു ബന്ധവും ഉണ്ടാകരുത്.

ഉയർന്ന ജീവിതം എന്ന് വിളിക്കപ്പെടുന്ന ജുജുവും ഡിസ്കോ സംഗീതവും സാത്താനും അവന്റെ ഭൂതങ്ങളും പ്രചോദിപ്പിക്കപ്പെടുന്നു.

[അഭിപ്രായം: സംസ്കാരം ക്രിസ്തുവിന്റെ കർത്തൃത്വത്തിലൂടെ ഫിൽട്ടർ ചെയ്യണം, മൊത്തത്തിൽ നിരസിക്കരുത് - പക്ഷേ എല്ലാ വിഗ്രഹാരാധനയും ഉപേക്ഷിക്കണം.]

കർത്താവ് എന്നെ രക്ഷിക്കുന്നതിനുമുമ്പ്, സാത്താനുമായി ഞങ്ങൾ നടത്തിയ ഒരു കൂടിക്കാഴ്ചയിൽ അവൻ പറഞ്ഞത് എനിക്ക് ഓർമ്മയുണ്ട്: "ഈ ലോകം എന്റേതാണ്, ഞാൻ എന്റെ ശക്തിയിൽ ലോകം മുഴുവൻ ഭരിക്കാൻ പോകുന്നു, നീതിമാന്റെ നാമത്തിൽ വിശ്വസിക്കുന്ന എല്ലാവരെയും ഞാൻ നശിപ്പിക്കും." സാത്താൻ യേശുവിന്റെ പേര് പരാമർശിക്കുന്നില്ല. ആരെങ്കിലും അവന്റെ

സാന്നിധ്യത്തിൽ അങ്ങനെ ചെയ്താൽ അയാൾക്ക് /അവൾക്ക് തന്റെ ജീവൻ നഷ്ടപ്പെടാനുള്ള സാധ്യതയുണ്ട്. നമ്മളിൽ ഉള്ളവരെ തന്റെ ഏജന്റുമാരും ഗവർണർമാരും ആക്കുമെന്ന് അവൻ വാഗ്ദാനം ചെയ്തു. സാത്താൻ ഒരു നുണയനും നുണകളുടെ പിതാവുമാണ്. ബൈബിളുകളുടെയും ക്രിസ്തീയ സാഹിത്യത്തിന്റെയും ഇറക്കുമതി നിയന്ത്രിച്ചുകൊണ്ട് നൈജീരിയയിലെ ക്രിസ്ത്യാനികളെ നിശബ്ദരാക്കാനും പദ്ധതികളുണ്ടായിരുന്നു. നേതൃത്വത്തിന്റെയും അധികാരത്തിന്റെയും സ്ഥാനങ്ങളിലുള്ള അവിശ്വാസികളിലൂടെയും ക്രിസ്ത്യൻ വിരുദ്ധ നയങ്ങളും പരിപാടികളും ആരംഭിക്കുന്നതിലൂടെയും അവൻ പ്രവർത്തിക്കുന്നു. വളരെ മതപരമായി തോന്നിക്കുന്നതും അവരിലൂടെ ആത്മാക്കളെ അവകാശപ്പെടുന്നതുമായ രോഗശാന്തി കേന്ദ്രങ്ങൾ അവൻ സ്ഥാപിക്കുന്നു. സാധാരണയായി ആത്മീയ രോഗശാന്തി ഭവനങ്ങൾ എന്ന് വിളിക്കപ്പെടുന്ന ഈ കേന്ദ്രങ്ങൾ നമുക്ക് ചുറ്റുമുണ്ട്. അവരുടെ ക്ലയന്റുകളെ വഞ്ചിക്കാൻ ഇവിടെ നിരവധി നുണ അത്ഭുതങ്ങൾ നടക്കുന്നു.
[അഭിപ്രായം: തെറ്റായ അടയാളങ്ങളും വ്യാജ ആത്മീയതയും പിശാചിന്റെ അനുകരണമാണ് - എല്ലാ ആത്മാവിനെയും പരീക്ഷിക്കുക (1 യോഹന്നാൻ 4:1).]

യേശുക്രിസ്തുവിന്റെ രണ്ടാം വരവിനെക്കുറിച്ച് സാത്താന് വളരെ നന്നായി അറിയാം, അവൻ തന്റെ ഏജന്റുമാരെ അവരുടെ പ്രവർത്തനങ്ങളിൽ തിടുക്കം കൂട്ടാനും തീക്ഷ്ണത കാണിക്കാനും നിരന്തരം പ്രേരിപ്പിക്കുന്നു, എല്ലായ്പ്പോഴും പറയുന്നു: "നമുക്ക് ഇനി സമയമില്ല." പ്രിയപ്പെട്ട ദൈവമക്കളേ, സാത്താൻ ഉറങ്ങുന്നില്ല, നിങ്ങൾ എന്തിനാണ് ഉറങ്ങേണ്ടത്?
*[അഭിപ്രായം: **റോമർ 13:11 – " ഉറക്കത്തിൽ നിന്ന് ഉണരേണ്ട സമയം അതിക്രമിച്ചിരിക്കുന്നു." അടിയന്തിരത യഥാർത്ഥമാണ്, പക്ഷേ ദൈവത്തിന്റെ വിജയവും അങ്ങനെതന്നെയാണ്.]***

ധ്യാനം: ആത്മീയ യുദ്ധത്തിൽ ശക്തമായി നിലകൊള്ളുക.

തിരിച്ചറിയുക: തിന്മ യഥാർത്ഥമാണ്, എന്നാൽ ക്രിസ്തു വലിയവനാണ് (1 യോഹന്നാൻ 4:4).
ചെറുത്തുനിൽക്കുക: ദൈവത്തിനു കീഴടങ്ങിയിരിക്കുക; പിശാചിനെ ചെറുത്തുനിൽക്കുക, അവൻ ഓടിപ്പോകും (യാക്കോബ് 4:7).
പുതുക്കുക: നിങ്ങളുടെ വായിൽ തിരുവെഴുത്ത് നിറയ്ക്കുക, ഭയമല്ല, ആരാധിക്കുക.

ബന്ധപ്പെടുക: ആത്മാവ് നയിക്കുന്ന കൂട്ടായ്മയിലും ദൈവിക അധികാരത്തിൻ കീഴിലും നട്ടുപിടിപ്പിക്കപ്പെടുക.
വെളിപ്പെടുത്തുക: വിവേചനാധികാരം ഉപയോഗിക്കുക; കുറ്റപ്പെടുത്തലല്ല, വെളിച്ചത്താൽ ഇരുട്ടിനെ തുറന്നുകാട്ടുക.
വിശ്രമം: ക്രിസ്തുവിൽ നിങ്ങളുടെ ഇരിക്കുന്ന സ്ഥാനത്ത് നിന്ന് ജീവിക്കുക - എല്ലാ ശക്തികൾക്കും വളരെ മുകളിലായി.

ആയുധവർഗത്തിന്റെയും വിവേചനാധികാരത്തിന്റെയും പ്രാർത്ഥന

കർത്താവായ യേശുക്രിസ്തുവേ, നീ വാഴ്ചകളെയും അധികാരങ്ങളെയും ജയിച്ചിരിക്കുന്നു.
സത്യത്തിന്റെ അരപ്പട്ട, നീതിയുടെ കവചം, വിശ്വാസത്തിന്റെ പരിച, രക്ഷയുടെ ശിരസ്ത്രം, ആത്മാവിന്റെ വാൾ എന്നീ നിന്റെ ആയുധവർഗ്ഗം എന്നെ ദിനംപ്രതി ധരിപ്പിക്കേണമേ. ഉറച്ചുനിൽക്കാനും, എല്ലാ വ്യാജങ്ങളെയും വിവേചിക്കാനും, സ്നേഹത്തിലും വിനയത്തിലും എന്റെ അധികാരം ഉപയോഗിക്കാനും എന്നെ പഠിപ്പിക്കേണമേ. ഇരുട്ടിന്റെ നടുവിൽ

പ്രാർത്ഥിക്കാനും, ഉണർന്നിരിക്കാനും, വെളിച്ചം പോലെ പ്രകാശിക്കാനും എന്നെ ഉണർത്തണമേ. നിന്റെ നാമത്തിൽ, വഞ്ചനയുടെ എല്ലാ നാവും നിശബ്ദമാക്കപ്പെടുന്നു, എല്ലാ കെണികളും തുറന്നുകാട്ടപ്പെടുന്നു, ഇരുട്ടിന്റെ എല്ലാ ശക്തിയും തകർക്കപ്പെടുന്നു. ഞാൻ ക്രിസ്തുവിനൊപ്പം ദൈവത്തിൽ മറഞ്ഞിരിക്കുന്നു - ഇളകാത്തവനും വിജയിയുമായവൻ. ആമേൻ.

(എഫെസ്യർ 6:10–18; കൊലൊസ്സ്യർ 2:15; സങ്കീർത്തനം 91)

അധ്യായം 8: വിശ്വാസിയുടെ ആയുധങ്ങൾ

(യേശുവിന്റെ നാമം · യേശുവിന്റെ രക്തം · ദൈവവചനം · ക്രിസ്തീയ സ്തുതികൾ)

"ഒടുവിൽ സഹോദരന്മാരേ, കർത്താവിലും അവന്റെ ശക്തിയുടെ ശക്തിയിലും ശക്തിപ്പെടുവിൻ. പിശാചിന്റെ തന്ത്രങ്ങളോടു എതിർത്തുനില്പാൻ കഴിയേണ്ടതിന്നു ദൈവത്തിന്റെ സർവ്വായുധവർഗ്ഗം ധരിച്ചുകൊൾവിൻ ." - *എഫെസ്യർ 6:10-11*

"കുഞ്ഞാടിന്റെ രക്തം ഹേതുവായിട്ടും തങ്ങളുടെ സാക്ഷ്യവചനം ഹേതുവായിട്ടും അവർ അവനെ ജയിച്ചു..." - *വെളിപ്പാട് 12:11*

ഇതിനെക്കുറിച്ച് ഞാൻ നേരത്തെ തന്നെ ധാരാളം പറഞ്ഞിട്ടുണ്ട്, പക്ഷേ ചില ഉദാഹരണങ്ങൾ മാത്രം. യേശുവിന്റെ നാമത്തിൽ ശക്തിയുണ്ടെന്ന് ദയവായി മനസ്സിലാക്കുക! യേശുവിന്റെ രക്തത്തിൽ ശക്തിയുണ്ട്!

തിരുവെഴുത്ത് പറയുന്നു:

"മനുഷ്യരൂപത്തിൽ കാണപ്പെട്ടു, അവൻ തന്നെത്താൻ താഴ്ത്തി, മരണത്തോളം, ക്രൂശിലെ മരണത്തോളം തന്നേ,

അനുസരണമുള്ളവനായിത്തീർന്നു. അതുകൊണ്ടു ദൈവം അവനെ അത്യധികം ഉയർത്തി, സകലനാമത്തിന്നും മേലായ ഒരു നാമം അവന്നു നൽകി: യേശുവിന്റെ നാമത്തിൽ സ്വർഗ്ഗത്തിലുള്ളതും ഭൂമിയിലുള്ളതും ഭൂമിക്കു കീഴിലുള്ളതുമായ സകലതും മുട്ടുകുത്തുകയും, യേശുക്രിസ്തു കർത്താവാണെന്ന് പിതാവായ ദൈവത്തിന്റെ മഹത്വത്തിനായി എല്ലാ നാവും ഏറ്റുപറയുകയും ചെയ്യേണം." (ഫിലിപ്പിയർ 2:8-11)

വീണ്ടും തിരുവെഴുത്ത് പറയുന്നു:

"കുഞ്ഞാടിന്റെ രക്തം ഹേതുവായും തങ്ങളുടെ സാക്ഷ്യവചനം ഹേതുവായും അവർ അവനെ ജയിച്ചു." (വെളിപ്പാട് 12:11)

"യേശു" എന്ന നാമം എപ്പോഴും നിങ്ങളുടെ അധരങ്ങളിൽ ഉണ്ടായിരിക്കട്ടെ! നാമവും രക്തവും എന്ന ഇവ രണ്ടും സാത്താന്റെ പദ്ധതികളെ ചിതറിക്കുന്നു, വാസ്തവത്തിൽ സാത്താന്റെയും അവന്റെ ഏജന്റുമാരുടെയും തന്ത്രങ്ങളെ നശിപ്പിക്കുന്നു.
[*അഭിപ്രായം:* ***യേശുവിന്റെ നാമം ഒരു ഫോർമുലയല്ല— അത് അധികാരം നൽകുന്നതാണ്. രക്തം അന്ധവിശ്വാസമല്ല— അത് ഉടമ്പടിയുടെ ആവരണമാണ്. അവർ ഒരുമിച്ച് വീണ്ടെടുപ്പ് നടപ്പിലാക്കുന്നു.***]

സ്തുതിയിലെ ശക്തി

രണ്ടാമതായി, നിങ്ങൾ എപ്പോഴും ദൈവത്തിന് സ്തുതി പാടാൻ പഠിക്കണം. സ്തുതികളിൽ ശക്തിയുണ്ട്.

ഒരു പാസ്റ്റർ ഉണ്ടായിരുന്നു – പാസ്റ്റർ ഐ.കെ (പേര് വെളിപ്പെടുത്തിയിട്ടില്ല). അദ്ദേഹം എബ്യൂട്ട് മെട്ടയിലെ ഒരു പള്ളിയിൽ പാസ്റ്റർ ചെയ്യുകയായിരുന്നു. അദ്ദേഹം എന്റെ ലക്ഷ്യമായി, അദ്ദേഹത്തിന്റെ കുറ്റകൃത്യങ്ങൾ ഇവയായിരുന്നു:

1. അതിരാവിലെ സന്ദർശനങ്ങൾ നടത്തി, അതായത് അതിരാവിലെ പ്രസംഗം നടത്തി, അയാൾ ഞങ്ങളുടെ സമാധാനം കെടുത്തി.
2. അദ്ദേഹം തന്റെ മെഗാഫോണുമായി സഞ്ചരിച്ച് എബ്യൂട്ട് മെട്ടയിലെ അകിന്റോല റോഡിലെ രണ്ടാം നമ്പർ ബസ് സ്റ്റോപ്പിൽ തങ്ങി. അവിടെ അദ്ദേഹം പ്രസംഗിക്കും. അവിടെ നിർത്താതെ ഭൂതങ്ങളെ ബന്ധിച്ചുകൊണ്ടേയിരിക്കും.
3. തന്റെ പള്ളിയിൽ അദ്ദേഹം പ്രസംഗിക്കുകയും ഇരുട്ടിന്റെ പ്രവൃത്തികളെ തുറന്നുകാട്ടുകയും

ചെയ്തു, അതിനുശേഷം അദ്ദേഹം ഭൂതങ്ങളെ ബന്ധിക്കാൻ തുടങ്ങി.

4. അവൻ ഒരുപാട് പ്രാർത്ഥിച്ചു.
5. അവൻ എപ്പോഴും ദൈവത്തെ പാടി സ്തുതിച്ചുകൊണ്ടിരുന്നു.
[അഭിപ്രായം: സ്തുതി ഒരു പൂരിപ്പിക്കൽ അല്ല- അത് യുദ്ധമാണ്. സ്തുതി രാജാക്കന്മാരെ ചങ്ങലകളാൽ ബന്ധിക്കുന്നുവെന്ന് സങ്കീർത്തനം 149 പറയുന്നു.]

ഞാൻ എന്റെ ദൂതന്മാരെ അവന്റെ അടുത്തേക്ക് അയച്ചു, പക്ഷേ അവർക്ക് അവനെ കൊല്ലാൻ കഴിഞ്ഞില്ല, അതിനാൽ ഞാൻ തന്നെ ആ ദൗത്യം നിർവഹിക്കാൻ തീരുമാനിച്ചു. പറഞ്ഞ ദിവസം, അവൻ പുതിയ ഗ്രാൻഫ്രാസ്ട്രക്ചർ റോഡിലൂടെ നടക്കുന്നത് ഞാൻ കണ്ടു.

ഈ പാസ്റ്ററെക്കുറിച്ച് ഇവിടെ എടുത്തുപറയേണ്ട ഒരു കാര്യം ഇതാണ്: ഞങ്ങൾ അവനെ തേടി പോകുമ്പോഴെല്ലാം, അദ്ദേഹത്തിന്റെ വലതു കൈയിലും ഇടതു കൈയിലും മേഘസ്തംഭങ്ങൾ നടക്കുന്നത് ഞങ്ങൾ കാണുമായിരുന്നു, അതിനാൽ അവ ഞങ്ങളെ തടസ്സപ്പെടുത്തി. എന്നാൽ ഈ പ്രത്യേക ദിവസം ഞാൻ ഒന്നും കണ്ടില്ല, അതിനാൽ എന്റെ ദൗത്യം വളരെ

വിജയകരമാകുമെന്ന് എനിക്ക് ഇരട്ടി ഉറപ്പുണ്ടായിരുന്നു.

ഇടിമുഴക്കം കൊണ്ട് അവനെ അടിക്കാൻ വേണ്ടി ഞാൻ മഴ പെയ്യാൻ ആജ്ഞാപിച്ചു. മഴ തുടങ്ങി, ഇടിമുഴക്കം തുടങ്ങി. ആ പ്രദേശത്തെ എല്ലാ മരങ്ങളുടെയും ശാഖകൾ കൊഴിഞ്ഞു തുടങ്ങി, പക്ഷേ ഈ പാസ്റ്റർ സന്തോഷത്തോടെ പാടുകയായിരുന്നു. ആ കോറസ് എനിക്ക് ഇപ്പോഴും ഓർമ്മയുണ്ട്:

"യേശുവിന്റെ നാമത്തിൽ എല്ലാ മുട്ടുകളും മടങ്ങും."

ഈ ഗാനമേള അദ്ദേഹം തുടർന്നപ്പോൾ, മഴ നിലച്ചു, ഇടിമുഴക്കം നിലച്ചു. ഉടനെ ഇരുവശത്തും ഓരോ ദൂതന്മാർ ജ്വലിക്കുന്ന വാളുകളുമായി പ്രത്യക്ഷപ്പെട്ടു. അവരുടെ കണ്ണുകളും വാളുകളും അഗ്നിജ്വാലകൾ പോലെയായിരുന്നു. അപ്പോൾ ഒരു ശക്തമായ കാറ്റ് എന്നെ കൊണ്ടുപോയി, ഞാൻ മറ്റൊരു പട്ടണത്തിൽ എത്തി! വാസ്തവത്തിൽ ഞാൻ അമ്പരന്നു, പക്ഷേ ഞങ്ങൾ വളരെ കഠിനരായിരുന്നതിനാൽ, ഞാൻ പറഞ്ഞത് ഇതാണ്: "ഈ മനുഷ്യൻ വീണ്ടും രക്ഷപ്പെട്ടു!"

പാസ്റ്റർക്ക് വേണ്ടി നടന്ന ആത്മീയ യുദ്ധം അറിയില്ലായിരുന്നു. അപ്പോൾ, ദൈവപൈതൽ സുരക്ഷിതനാണെന്ന് നിങ്ങൾക്ക് കാണാൻ കഴിയും. *"ഒന്നും നിങ്ങളെ ഒരു തരത്തിലും*

ഉപദ്രവിക്കില്ല" എന്ന് ബൈബിൾ പറയുമ്പോൾ അത് പറയുന്നതിനെ അർത്ഥമാക്കുന്നു! [അഭിപ്രായം: സ്തുതി ദൈവിക സാന്നിധ്യത്തെ ക്ഷണിക്കുന്നു– സങ്കീർത്തനം 22:3. ദൈവം വസിക്കുന്നിടത്ത് ഇരുട്ട് ഓടിപ്പോകുന്നു.]

രക്തത്തിന്റെ ശക്തി

രണ്ടാമത്തെ സാക്ഷ്യം എന്റെ കൂടെ അതേ ടാക്സിയിൽ കയറിയ ഒരു ക്രിസ്ത്യാനിയെക്കുറിച്ചാണ്. അയാൾ വളരെ തീക്ഷ്ണതയുള്ളവനായിരുന്നു, ടാക്സിക്കുള്ളിൽ സുവിശേഷ ലഘുലേഖകൾ വിതരണം ചെയ്യാൻ തുടങ്ങി. അയാൾ എനിക്ക് ലഘുലേഖ തന്നപ്പോൾ ഞാൻ അത് നിരസിച്ചു. അയാൾ പ്രസംഗിക്കാൻ തുടങ്ങി. അപ്പോൾ ഞാൻ അസ്വസ്ഥനായി എന്റെ വിരലിലെ മോതിരം കൊണ്ട് അയാളെ അടിച്ചു. അത് അവനെ കൊല്ലാനായിരുന്നു.

ആ കുട്ടി വിളിച്ചു പറഞ്ഞു: "യേശുവിന്റെ രക്തം!" ഉടനെ മിന്നലും തീയും ഒരു മാലാഖയും പ്രത്യക്ഷപ്പെട്ടു. വീണ്ടും ശക്തമായ ഒരു കാറ്റ് എന്നെ ടാക്സിയിൽ നിന്ന് വലിയ ശക്തിയോടെ ഇടതൂർന്ന കാട്ടിലേക്ക് കൊണ്ടുപോയി. ദുഷ്ടശക്തികളുടെ പിന്തുണയുള്ള ഒരു മനുഷ്യനല്ലായിരുന്നെങ്കിൽ

ഞാൻ കാട്ടിൽ വഴിതെറ്റിപ്പോയേനെ. ക്രിസ്ത്യാനിക്ക് വേണ്ടി നടന്ന യുദ്ധം അറിയില്ലായിരുന്നു. മറ്റ് യാത്രക്കാരുൾപ്പെടെ അദ്ദേഹത്തിന് അറിയാമായിരുന്നതെല്ലാം ഞാൻ ടാക്സിയിൽ നിന്ന് അപ്രത്യക്ഷനായി എന്നതായിരുന്നു!

*[അഭിപ്രായം: **രക്തം** ഇപ്പോഴും സംസാരിക്കുന്നു (എബ്രായർ 12:24). ഓരോ വിശ്വാസിയുടെയും പെട്ടെന്നുള്ള പ്രതികരണം - "* **യേശുവിന്റെ രക്തം!**" *- സ്വർഗ്ഗത്തിന്റെ പ്രതിരോധത്തെ സജീവമാക്കുന്നു.]*

യേശുവിന്റെ നാമമോ യേശുവിന്റെ രക്തമോ വിശ്വാസിയുടെ വായിലെത്തുന്നതോടെ തീ പുറപ്പെടുന്നു. തിരുവെഴുത്ത് പറയുന്നു:

"കർത്താവിന്റെ നാമം ബലമുള്ള ഒരു ഗോപുരമാണ്: നീതിമാൻ അതിലേക്ക് ഓടിച്ചെന്ന് സുരക്ഷിതനായി ഇരിക്കുന്നു." (സദൃശവാക്യങ്ങൾ 18:10)

പ്രിയ വായനക്കാരാ, നിങ്ങൾ ഒരു ദൈവമകനാണെങ്കിൽ, ദൈവം തന്റെ വചനത്തെ എല്ലാ നാമത്തിനും മീതെ മഹത്വപ്പെടുത്തിയിരിക്കുന്നുവെന്ന് ഓർമ്മിക്കുക (സങ്കീർത്തനം 138:2). അതിനാൽ നിങ്ങൾ പറഞ്ഞത് സംഭവിക്കുമെന്ന് വിശ്വസിച്ചുകൊണ്ട് വചനം (ദൈവവചനം)

ഏറ്റുപറയുക, അത് അങ്ങനെ തന്നെ സംഭവിക്കും. അതാണ് ദൈവത്തിന്റെ വാഗ്ദാനവും!
[അഭിപ്രായം: വചനം രക്തത്തിന് ശബ്ദവും നാമത്തിന് ശക്തിയും നൽകുന്നു. വചനം, രക്തം, നാമം എന്നീ മൂന്ന് കാര്യങ്ങളും വിശ്വാസിയുടെ വിജയത്തിന്റെ ത്രിത്വത്തെ രൂപപ്പെടുത്തുന്നു.]

വീണ്ടും ഞാൻ ഇവിടെ സൂചിപ്പിക്കട്ടെ, നിങ്ങൾക്കറിയാവുന്ന കാര്യങ്ങൾ മാത്രമേ നിങ്ങൾക്ക് ഏറ്റുപറയാൻ കഴിയൂ. ദൈവവചനത്തിൽ ആനന്ദിക്കാനും, രാവും പകലും ധ്യാനിക്കാനും തിരുവെഴുത്ത് നമ്മോട് കൽപ്പിക്കുന്നു. (സങ്കീർത്തനം 1:2) സത്യവചനത്തെ ശരിയായി വിഭജിക്കണമെങ്കിൽ, നിങ്ങൾ അത് അറിഞ്ഞിരിക്കണം.

"ക്രിസ്തുവിന്റെ വചനം നിങ്ങളിൽ സമൃദ്ധമായി സകല ജ്ഞാനത്തോടും കൂടെ വസിക്കട്ടെ." (കൊലൊസ്സ്യർ 3:16)
"ദുഷ്ടന്മാരുടെ ആലോചനപ്രകാരം നടക്കാതെയും, പാപികളുടെ വഴിയിൽ നിൽക്കാതെയും , പരിഹാസികളുടെ ഇരിപ്പിടത്തിൽ ഇരിക്കാതെയും ഇരിക്കുന്ന മനുഷ്യൻ ഭാഗ്യവാൻ. എന്നാൽ അവന്റെ സന്തോഷം യഹോവയുടെ ന്യായപ്രമാണത്തിലാകുന്നു; അവൻ അവന്റെ

ന്യായപ്രമാണത്തിൽ രാവും പകലും ധ്യാനിക്കുന്നു . അവൻ നദികളുടെ അരികെ നട്ടിരിക്കുന്നതും തക്കസമയത്ത് ഫലം കായ്ക്കുന്നതും ഇല വാടാത്തതുമായ വൃക്ഷം പോലെയായിരിക്കും; അവൻ ചെയ്യുന്നതൊക്കെയും സാധിക്കും."
(സങ്കീർത്തനം 1:1-3)

നിങ്ങളുടെ ബൈബിളിനോട് അടുക്കുക; ഇടവിടാതെ പ്രാർത്ഥിക്കുക; പാടുന്ന ഒരു ഹൃദയം ഉണ്ടായിരിക്കുക, കർത്താവായ യേശുക്രിസ്തു നിങ്ങൾക്ക് നൽകിയ അധികാരം പ്രയോഗിച്ചുകൊണ്ട് നിൽക്കുക!
[അഭിപ്രായം: അറിവ് അധികാരത്തെ ഇന്ധനമാക്കുന്നു. പാടുന്ന ഒരു ഹൃദയം വിജയം നിലനിർത്തുന്നു. ഇത് ആചാരമല്ല- ഇത് ബന്ധമാണ്.]

വിചിന്തനം:
വീണ്ടെടുക്കപ്പെട്ടവരുടെ നാലിരട്ടി ആയുധം

1. നാമം: പ്രഖ്യാപിക്കുക—യേശു എല്ലാ സാഹചര്യങ്ങൾക്കും മേലുള്ള കർത്താവാണ് (ഫിലി. 2:9–11).
2. രക്തം: അതിനെ പുരട്ടുക—

ആരോപണത്തിനും ഉപദ്രവത്തിനും എതിരെ നിങ്ങളുടെ ഉടമ്പടി പരിച (വെളി. 12:11).
3. വചനം: അത് പറയുക—നിങ്ങളുടെ ആത്മാവിന്റെ വാളും സത്യത്തിന്റെ നിലവാരവും (എഫെ. 6:17).
4. സ്തുതി: അതിനെ ജീവിക്കുക— ദൈവസാന്നിധ്യം ആകർഷിക്കുന്ന നിങ്ങളുടെ വിജയക്കൊടി (സങ്കീ. 149:6–9).

ദിവസവും പരിശീലിക്കുക:

- എല്ലാ ദിവസവും രാവിലെ വചനം ഏറ്റുപറഞ്ഞുകൊണ്ട് ആരംഭിക്കുക.
- നിന്റെ കുടുംബത്തിന്മേൽ രക്തം ചൊരിയുക.
- അപേക്ഷിക്കുന്നതിനു മുമ്പ് സ്തുതി.
- അധികാരത്തിൽ ദൈവനാമം ഉപയോഗിക്കുക, ഭയമല്ല.

അധികാരത്തിന്റെയും സ്തുതിയുടെയും പ്രാർത്ഥന

കർത്താവായ യേശുവേ, നിന്റെ നാമം എല്ലാ നാമങ്ങൾക്കും മുകളിലാണ്.
നിന്റെ രക്തം ഹാബേലിന്റെ രക്തത്തേക്കാൾ മികച്ച കാര്യങ്ങൾ സംസാരിക്കുന്നു. നിന്റെ വചനം എന്റെ വായിൽ ജീവനും

വെളിച്ചവും തീയുമാണ്. ഇന്ന് ഞാൻ നിന്റെ വിജയത്തിൽ എന്നെത്തന്നെ അണിയിക്കുന്നു. ഇരുട്ടിന്റെ എല്ലാ പദ്ധതികളും ചിതറിക്കപ്പെടട്ടെ; കുറ്റപ്പെടുത്തലിന്റെ എല്ലാ നാവും നിശബ്ദമാക്കപ്പെടട്ടെ. ആത്മാവിന്റെ വാൾ ഉപയോഗിക്കാനും സ്തുതിഗീതങ്ങളിൽ ജീവിക്കാനും എന്നെ പഠിപ്പിക്കണമേ. നിന്റെ രക്തത്താലും നിന്റെ വചനത്താലും നിന്റെ നാമത്താലും ഞാൻ ജയിക്കുന്നു. ദൂതന്മാരുടെ നിയമനത്തിനും ധാരണയെ മറികടക്കുന്ന സമാധാനത്തിനും നന്ദി. ഞാൻ നിന്നിൽ മറഞ്ഞിരിക്കുന്നു, എന്നേക്കും വിജയിക്കുന്നു. ആമേൻ.

(ഫിലി. 2:9–11; വെളി. 12:11; എഫെ. 6:10–18; സങ്കീ. 149)

അദ്ധ്യായം 9: ഇനി എന്ത്?

« *ആത്മാവും മണവാട്ടിയും പറയുന്നു: "വരിക!" കേൾക്കുന്നവനും: "വരിക!" എന്നു പറയട്ടെ; ദാഹിക്കുന്നവൻ വരട്ടെ; ഇച്ഛിക്കുന്നവൻ ജീവജലം സൗജന്യമായി വാങ്ങട്ടെ.* » - **വെളിപ്പാട് 22:17**

ഈ സാക്ഷ്യം വായിച്ചുകഴിഞ്ഞാൽ, യേശുക്രിസ്തുവിന് നിങ്ങളുടെ ജീവൻ നൽകാൻ നിങ്ങൾക്ക് കൂടുതൽ പ്രസംഗം ആവശ്യമില്ല. തിരുവെഴുത്ത് പറയുന്നു: "കള്ളൻ (സാത്താൻ) വരുന്നത് മോഷ്ടിക്കാനും കൊല്ലാനും നശിപ്പിക്കാനും മാത്രമാണ്. നിങ്ങൾക്ക് ജീവൻ ഉണ്ടാകുവാനും അത് സമൃദ്ധമായി ഉണ്ടാകുവാനും ഞാൻ (യേശുക്രിസ്തു) വന്നിരിക്കുന്നു" (യോഹന്നാൻ 10:10).

[എഡിറ്ററുടെ കുറിപ്പ്: *വ്യത്യാസം മനഃപൂർവമാണ്: സാത്താൻ മോഷ്ടിക്കുന്നു/നശിപ്പിക്കുന്നു; യേശു ജീവൻ നൽകുന്നു* - ഇപ്പോഴും നിത്യമായും .]

സാത്താൻ നിങ്ങളെ വെറുക്കുന്നു, നിങ്ങളെ അവനോടൊപ്പം നരകത്തിലേക്ക് കൊണ്ടുപോകാൻ അവൻ വിവിധ മാർഗങ്ങൾ കണ്ടെത്തിയിരിക്കുന്നു. ഈ സാക്ഷ്യത്തിൽ നിന്ന് നിങ്ങൾക്ക്

സാക്ഷ്യപ്പെടുത്താൻ കഴിയും. സാത്താൻ നിങ്ങൾക്ക് ഒരു വാഗ്ദാനം നൽകുകയോ നിങ്ങൾക്ക് ഒരു സമ്മാനം നൽകുകയോ ചെയ്താൽ, അത് ദുരുദ്ദേശ്യപരമാണെന്ന് അറിയുക. സാത്താൻ ഒരു നുണയനും നുണകളുടെ പിതാവുമാണ്. (യോഹന്നാൻ 8:44) ദൈവം അവനെ നിങ്ങളുടെ ശത്രു എന്ന് വിളിച്ചു, ദൈവത്തെയും അവന്റെ വചനത്തെയും വിശ്വസിക്കരുത്?

[**എഡിറ്ററുടെ കുറിപ്പ്:** ***ഇരുട്ടിൽ നിന്നുള്ള ഓരോ "സമ്മാനവും" മറഞ്ഞിരിക്കുന്ന ചങ്ങലകളുള്ള ഒരു കെണിയാണ്. സ്വാതന്ത്ര്യം ക്രിസ്തുവിൽ മാത്രമേ കണ്ടെത്താൻ കഴിയൂ.***]

ഈ സാക്ഷ്യം നിങ്ങൾ കണ്ടത് യാദൃശ്ചികമല്ല. നിങ്ങളെത്തന്നെ പരിശോധിച്ച് ക്രിസ്തുവിലാണെന്ന് ഉറപ്പാക്കുക. നിങ്ങൾ ഒരു 'പള്ളി സന്ദർശക'നായി തുടരാൻ തീരുമാനിച്ചാൽ മാത്രമേ നിങ്ങളെത്തന്നെ വഞ്ചിക്കുന്നതിൽ വിജയിക്കുകയുള്ളൂ, ഏറ്റവും മോശം, നിങ്ങളുടെ ജീവിതത്തിലെ ഏറ്റവും പ്രധാനപ്പെട്ട ഈ തീരുമാനത്തോട് നിങ്ങൾ ഇപ്പോഴും ഒരു നിസ്സംഗ മനോഭാവം പുലർത്താൻ തീരുമാനിച്ചാൽ മാത്രമേ നിങ്ങൾക്ക് സ്വയം വഞ്ചിക്കുന്നതിൽ വിജയിക്കാനാകൂ.

[എഡിറ്ററുടെ കുറിപ്പ്: *ഇത് ഒരു സദസ്സിനെക്കാൾ കൂടുതലാണ്; അത് വിശ്വസ്തതയാണ്. യേശു ആരാധകരെ ക്ഷണിക്കുന്നില്ല- അവൻ ശിഷ്യന്മാരെ വിളിക്കുന്നു.]*

ക്രിസ്തുവിനുവേണ്ടി ഞങ്ങൾ നിങ്ങളോട് അപേക്ഷിക്കുന്നു: ദൈവവുമായി അനുരഞ്ജനപ്പെടുക. നിങ്ങൾ ഇതുവരെ രക്ഷിക്കപ്പെട്ടിട്ടില്ലെങ്കിൽ, ദൈവവചനമനുസരിച്ച്, നിങ്ങൾ ഇതുവരെ കർത്താവായ യേശുക്രിസ്തുവിനെ നിങ്ങളുടെ കർത്താവും വ്യക്തിഗത രക്ഷകനുമായി സ്വീകരിച്ചിട്ടില്ലെങ്കിൽ, മുങ്ങി സ്നാനത്തിലൂടെ ജലസ്നാനത്തിലൂടെ, താമസിയാതെ അങ്ങനെ ചെയ്യാൻ ഞങ്ങൾ നിങ്ങളെ പ്രോത്സാഹിപ്പിക്കുന്നു.

നാളെ വളരെ വൈകിയേക്കാം.
(എബ്രായർ 3:15)

ധ്യാനം: കോളിന് ഉത്തരം നൽകുക—ഇപ്പോൾ

- **കൃപ സന്നിഹിതമാണ്:** നിങ്ങൾക്ക് ബോധ്യം തോന്നുന്നുവെങ്കിൽ, *അത്*

പരിശുദ്ധാത്മാവാണ് നിങ്ങളെ ക്ഷണിക്കുന്നത് (യോഹന്നാൻ 16:8,13).

- **നിഷ്പക്ഷത സുരക്ഷിതമല്ല:** കാലതാമസം ഒരു തീരുമാനമാണ്; മാറ്റിവയ്ക്കൽ പഴയ ചങ്ങലകളെ ശക്തിപ്പെടുത്തുന്നു.
- **ക്രിസ്തു മതി:** അവന്റെ രക്തം കുറ്റബോധം ഇല്ലാതാക്കുന്നു, ഇരുട്ടുമായുള്ള ഉടമ്പടികൾ തകർക്കുന്നു, നിങ്ങളെ പുതുജീവൻ ധരിക്കുന്നു (കൊലൊ. 1:13-14).

രക്ഷയുടെ പ്രാർത്ഥന (നിങ്ങൾ ഇപ്പോൾ യേശുവിലേക്ക് തിരിയുകയാണെങ്കിൽ)

കർത്താവായ യേശുക്രിസ്തുവേ, ഇന്ന് ഞാൻ നിന്റെ അടുക്കൽ വരുന്നു.
നീ എന്റെ പാപങ്ങൾക്കുവേണ്ടി മരിച്ചു മരിച്ചവരിൽ നിന്ന് ഉയിർത്തെഴുന്നേറ്റു എന്ന് ഞാൻ വിശ്വസിക്കുന്നു . എന്റെ കർത്താവും രക്ഷകനുമായി ഞാൻ നിന്നെ ഏറ്റുപറയുന്നു. എന്നോട് ക്ഷമിക്കണമേ, നിന്റെ രക്തത്താൽ എന്നെ ശുദ്ധീകരിക്കണമേ, എനിക്ക് ഒരു പുതിയ ഹൃദയം തരണമേ. ഞാൻ സാത്താനെയും ഇരുട്ടുമായുള്ള എല്ലാ

ഉടമ്പടിയെയും ഉപേക്ഷിക്കുന്നു. ഒരു പുതിയ ജീവിതം നയിക്കാൻ നിന്റെ പരിശുദ്ധാത്മാവിനെയും ശക്തിയെയും ഞാൻ സ്വീകരിക്കുന്നു. എന്നെ രക്ഷിച്ചതിന് നന്ദി. ആമേൻ.
(യോഹന്നാൻ 1:12; റോമർ 10:9–10; കൊലൊസ്സ്യർ 1:13–14)

ത്യാഗത്തിനും സ്വാതന്ത്ര്യത്തിനുമുള്ള പ്രാർത്ഥന (നിങ്ങൾക്ക് എന്തെങ്കിലും നിഗൂഢ ബന്ധങ്ങൾ ഉണ്ടായിരുന്നെങ്കിൽ)

യേശുക്രിസ്തുവിന്റെ നാമത്തിൽ:
മാന്ത്രികത, മന്ത്രവാദം, ആത്മവിദ്യ, സമുദ്രശക്തികൾ, രഹസ്യ സമൂഹങ്ങൾ, പൈശാചിക ബലിപീഠങ്ങൾ എന്നിവയുമായി ബന്ധപ്പെട്ട എല്ലാ ഉടമ്പടികളും, ശപഥങ്ങളും, ദീക്ഷകളും, ആചാരങ്ങളും, വസ്തുക്കളും ഞാൻ ഉപേക്ഷിക്കുന്നു. ഈ ആചാരങ്ങളിലൂടെ രൂപപ്പെട്ട എല്ലാ ആത്മബന്ധങ്ങളെയും ഞാൻ വിച്ഛേദിക്കുന്നു. യേശുവിന്റെ രക്തത്താൽ ഇരുട്ട് അവകാശപ്പെടുന്ന എല്ലാ നിയമപരമായ അടിസ്ഥാനങ്ങളും ഞാൻ റദ്ദാക്കുന്നു. എല്ലാ അശുദ്ധാത്മാക്കളും എന്നെ ഇപ്പോൾ

വിട്ടുപോകണമെന്നും ഒരിക്കലും തിരിച്ചുവരരുതെന്നും ഞാൻ കൽപ്പിക്കുന്നു. എന്റെ ശരീരവും, ആത്മാവും, ആത്മാവും കർത്താവായ യേശുക്രിസ്തുവിന് മാത്രം സമർപ്പിക്കുന്നു. ആമേൻ.
(വെളി. 12:11; കൊലൊ. 2:14–15; ലൂക്കോ. 10:19)

നിങ്ങളുടെ അടുത്ത അഞ്ച് ഘട്ടങ്ങൾ

1. **വെള്ളത്തിൽ സ്നാനം സ്വീകരിക്കുക (മുങ്ങി)** — ക്രിസ്തുവിനോടുള്ള അനുസരണത്തിന്റെയും പരസ്യമായ തിരിച്ചറിയലിന്റെയും ഒരു പ്രവൃത്തിയായി (പ്രവൃത്തികൾ 2:38; റോമർ 6:3–4).
2. പ്രാർത്ഥിക്കുകയും ശിഷ്യന്മാരാക്കുകയും ചെയ്യുന്ന, ക്രിസ്തു കേന്ദ്രീകൃതമായ, ബൈബിൾ പ്രസംഗ സമൂഹമായ **ഒരു വചന-ആത്മാവ് സഭയിൽ ചേരുക .**
3. **നിഗൂഢ വസ്തുക്കൾ നശിപ്പിക്കുക** - പുസ്തകങ്ങൾ, ആഭരണങ്ങൾ, ബലിപീഠങ്ങൾ, മോതിരങ്ങൾ, വസ്ത്രങ്ങൾ; നീക്കം ചെയ്ത് കത്തിക്കുക (പ്രവൃത്തികൾ 19:19).

4. **ഒരു ലളിതമായ ദൈനംദിന താളം ആരംഭിക്കുക** - തിരുവെഴുത്ത് (ഉറക്കെ വായിക്കുക), പ്രാർത്ഥന, ആരാധന; ദൈവം നിങ്ങൾക്ക് കാണിച്ചുതരുന്ന കാര്യങ്ങൾ ഒരു കുറിപ്പായി സൂക്ഷിക്കുക.
5. **ആരോടെങ്കിലും പറയുക** - നിങ്ങളുടെ സാക്ഷ്യം വിവേകത്തോടെ പങ്കിടുക; അത് നിങ്ങളുടെ സ്വാതന്ത്ര്യത്തെ ശക്തിപ്പെടുത്തുകയും മറ്റുള്ളവരെ സഹായിക്കുകയും ചെയ്യുന്നു (വെളി. 12:11).

ഫീൽഡ് ഗൈഡ്: വിടുതലിനുശേഷം അഭിവൃദ്ധി പ്രാപിക്കുന്നു

- **ഉൾപ്പെടുക:** ഒരു വചന-ആത്മാവ് സഭയിൽ നടുക; മാർഗനിർദേശം പിന്തുടരുക.
- **നിർമ്മാണം:** ദൈനംദിന തിരുവെഴുത്ത് + പ്രാർത്ഥന (ഉറക്കെ പറയുക); ഇടയ്ക്കിടെ ഉപവസിക്കുക.
- **ലംഘിക്കുക:** പഴയ ഉടമ്പടികൾ ഉപേക്ഷിക്കുക; നിഗൂഢ വസ്തുക്കൾ നശിപ്പിക്കുക (പ്രവൃത്തികൾ 19:19).

- **അതിരുകൾ:** രഹസ്യ വിലപേശലുകൾ പാടില്ല; ഗൂഢ "സുഹൃത്തുക്കളുമായി" യാതൊരു ബന്ധവുമില്ല.
- **യുദ്ധം:** കുമ്പസാരം, കൂട്ടായ്മ, ആജ്ഞാപിക്കുന്ന പ്രാർത്ഥന എന്നിവ ഉപയോഗിക്കുക (എഫെ. 6:10–18).
- **സാക്ഷ്യം വഹിക്കുക:** നിങ്ങളുടെ സാക്ഷ്യം വിവേകത്തോടെ പങ്കിടുക; അത് ആരോപണങ്ങളെ നിരായുധീകരിക്കുന്നു (വെളി. 12:11).

സംരക്ഷണത്തിന്റെയും സ്ഥിരോത്സാഹത്തിന്റെയും പ്രാർത്ഥന

കർത്താവായ യേശുവേ, നീ എന്റെ ഇടയനാണ്. ഞാൻ നിന്റെ ശബ്ദം കേട്ട് നിന്നെ അനുഗമിക്കുന്നു.
ഇരുട്ടിന്റെ എല്ലാ ഭീഷണികളും, വിലപേശലുകളും, ഭയപ്പെടുത്തലുകളും ഞാൻ ഉപേക്ഷിക്കുന്നു. നിന്റെ തീകൊണ്ട് എന്നെ വലയം ചെയ്യണമേ, എന്റെ പാതയിൽ ദൂതന്മാരെ നിയോഗിക്കണമേ, നിന്റെ വചനത്തിലും സമൂഹത്തിലും എന്നെ ഉറപ്പിക്കണമേ. എനിക്കെതിരെ രൂപപ്പെടുത്തിയ ഒരു ആയുധവും

വിജയിക്കില്ല. ഞാൻ നിന്റെ കൈകളിൽ വസിക്കുന്നു - ഇന്നും എന്നേക്കും. ആമേൻ. *(യോഹന്നാൻ 10:27–28; യെശ. 54:17; സങ്കീർത്തനം 91)*

40 ദിവസത്തെ ഓൺ-റാമ്പ് (ഓപ്ഷണൽ, ഗൈഡഡ് യാത്ര ആഗ്രഹിക്കുന്ന വായനക്കാർക്ക്)

ഒരു സംക്ഷിപ്ത ദൈനംദിന ഫോർമാറ്റിനായി (പ്രതിദിനം പകുതി പേജ്), ഞങ്ങൾ നേരത്തെ പരാമർശിച്ച കമ്പാനിയൻ ഭക്തിഗാനമായ *ഫ്രം ഡാർക്ക്നെസ് ടു ഡൊമിനിയൻ: 40 ഡേയ്സ് ടു ബ്രേക്ക് ഫ്രീ ഫ്രം ദി ഹിഡൻ ഗ്രിപ്പ് ഓഫ് ഡാർക്ക്നെസ്* - ഇത് തിരുവെഴുത്ത്, ഹ്രസ്വമായ ഉൾക്കാഴ്ച, അവബോധം, വിടുതൽ, ശക്തി എന്നിവയ്ക്കായുള്ള ലക്ഷ്യബോധമുള്ള പ്രാർത്ഥനകൾ എന്നിവയെ ജോടിയാക്കുന്നു.

നിങ്ങളുടെ സാക്ഷ്യം പങ്കിടുക / സഹായം ചോദിക്കുക

നിങ്ങളോടൊപ്പം നിൽക്കാൻ ഞങ്ങൾ ആഗ്രഹിക്കുന്നു. യേശു എന്താണ് ചെയ്തതെന്ന് ഇവിടെ പങ്കിടുക അല്ലെങ്കിൽ ഉപദേശം അഭ്യർത്ഥിക്കുക:

നിങ്ങളുടെ സാക്ഷ്യം പങ്കിടുക അല്ലെങ്കിൽ ബന്ധപ്പെടുക: https://www.otakada.org/contact-us-otakada/

വായനക്കാരുടെ ചോദ്യങ്ങൾ, ആഗോള സംഭാഷണങ്ങൾ & വിടുതൽ വിദ്യാലയം

"സത്യാത്മാവ് വരുമ്പോൾ അവൻ നിങ്ങളെ സകല സത്യത്തിലും വഴിനടത്തും." - യോഹന്നാൻ 16:13

ലോകമെമ്പാടും, ഈ സാക്ഷ്യം വിശ്വാസികൾക്കിടയിൽ ചോദ്യങ്ങളും വെളിപ്പെടുത്തലുകളും ഉണർത്തിക്കൊണ്ടിരിക്കുന്നു. ഇറ്റലിയിലെ ഒരു വിശ്വാസിയായ **ബ്രദർ ഫ്രാൻസെസ്കോയിൽ നിന്നാണ് അത്തരമൊരു സംഭാഷണം ഉണ്ടായത്** . ആത്മീയ യുദ്ധം ഒരു സിദ്ധാന്തമല്ല, മറിച്ച് ഒരു യാഥാർത്ഥ്യമാണെന്നും - പരിശുദ്ധാത്മാവ് അപ്രതീക്ഷിത സ്ഥലങ്ങളിൽ കാവൽക്കാരെ ഉണർത്തുന്നുണ്ടെന്നും കണ്ടെത്തുന്ന വളർന്നുവരുന്ന ഒരു ആഗോള കുടുംബത്തിന്റെ വിശപ്പിനെയാണ് അദ്ദേഹത്തിന്റെ വാക്കുകൾ പ്രതിഫലിപ്പിക്കുന്നത്.

ഫ്രാൻസെസ്കോയുമായുള്ള ഒരു സംഭാഷണം (ഇറ്റലി)

റവ. ഇമ്മാനുവൽ ആമോസ് എനിയുടെ സാക്ഷ്യം വായിക്കുന്നതിനുമുമ്പ്, സാത്താൻ എങ്ങനെ സംഘടിപ്പിക്കപ്പെട്ടിരിക്കുന്നു - ആജ്ഞാപന നിയന്ത്രണ ഘടന, ഭൂതങ്ങളുടെ വിവിധ ജോലികൾ, അവയെ നയിക്കുന്നത് എന്താണ് എന്നിവയെക്കുറിച്ചുള്ള ദർശനങ്ങളും വെളിപ്പെടുത്തലുകളും എനിക്ക് ഉണ്ടായിരുന്നുവെന്ന് ഫ്രാൻസെസ്കോ എഴുതി. എന്റെ മുൻകാലങ്ങളിൽ എനിക്ക് സാത്താനുമായി ഒരു ബന്ധവും ഉണ്ടായിട്ടില്ല, എന്റെ കുടുംബത്തിനും. ഇവിടെ ഇറ്റലിയിൽ, ക്രിസ്ത്യാനികൾക്ക് അത്തരം അനുഭവങ്ങൾ വളരെ അപൂർവമാണ്, നമ്മളിൽ മിക്കവർക്കും ഒരിക്കലും ആത്മീയ യുദ്ധത്തെക്കുറിച്ച് സംസാരിക്കില്ല. ക്രിസ്തുവിലുള്ള ഒരു സഹോദരൻ റവ. എനിയുടെ പുസ്തകം വായിക്കാൻ നിർദ്ദേശിച്ചു - അത് ഒരു സ്ഫോടനമായിരുന്നു! എല്ലാം പെട്ടെന്ന് അർത്ഥവത്തായത്. നമുക്ക് ചുറ്റും ഒരു അദൃശ്യ ലോകം ഉണ്ടെന്ന് ഞാൻ മനസ്സിലാക്കി. സാത്താൻ ഉണ്ടെന്ന് എനിക്കറിയാമായിരുന്നു, പക്ഷേ അവൻ വളരെ അകലെയാണെന്ന് ഞാൻ കരുതി. ഇപ്പോൾ എനിക്ക് അവന്റെ പ്രവർത്തനങ്ങൾ വ്യക്തമായി കാണാം.

അതുകൊണ്ട് ദയവായി ഞാൻ ചോദിക്കട്ടെ:

1. *എന്നെപ്പോലുള്ള ഒരു സാധാരണ വിശ്വാസിക്ക് സാത്താനെക്കുറിച്ചുള്ള അത്തരം വെളിപ്പെടുത്തലുകൾ ലഭിക്കുന്നത് എന്തുകൊണ്ടാണ്, അവനുമായി ഒരിക്കലും ഇടപഴകാതെ?*
2. *വീണുപോയ മാലാഖമാരെ സ്വർഗത്തിൽ നിന്ന് പുറത്താക്കിയതിനെക്കുറിച്ചുള്ള വെളിപ്പെടുത്തലുകൾ നൽകുന്ന ഒരു ശബ്ദം - വ്യക്തമായും ദൈവത്തിന്റെതല്ല - ഞാൻ കേട്ടത് എന്തുകൊണ്ടാണ്?*
3. *എന്തുകൊണ്ടാണ് അതേ ശബ്ദം എനിക്ക് കാര്യങ്ങൾ സാധ്യമാക്കാനുള്ള ശക്തി നൽകിയത്?*
4. *ഈ ഓഫറുകൾ നിരസിച്ചതിന് ശേഷം, എനിക്ക് ഒരു അപകടം സംഭവിച്ച് എന്റെ കാൽ ഒടിഞ്ഞത് എന്തുകൊണ്ടാണ്, അത് ശസ്ത്രക്രിയയ്ക്ക് വിധേയമാകാനും എന്റെ കുടുംബത്തിന്മേൽ സമ്മർദ്ദം ചെലുത്താനും കാരണമായത്?*

സംഭാഷണത്തിലൂടെ ശിഷ്യത്വം

ഫ്രാൻസെസ്കോ എത്തിയപ്പോൾ, ദൈവത്തിന്റെ ഈഗിൾ മിനിസ്ട്രീസിലെ അംബാസഡർ തിങ്കളാഴ്ച ഒ. **ഒഗ്ബെ പ്രതികരിച്ചു - പെട്ടെന്നുള്ള ഉത്തരങ്ങളിലൂടെയല്ല, മറിച്ച് തിരുവെഴുത്തുകളിലൂടെ പരിശുദ്ധാത്മാവുമായുള്ള** ഒരു സംഭാഷണത്തിലേക്ക് അദ്ദേഹത്തെ ക്ഷണിച്ചുകൊണ്ടാണ് .

"നിങ്ങൾക്ക് ചുറ്റും നടക്കുന്ന കാര്യങ്ങൾക്ക് പരിശുദ്ധാത്മാവ് എപ്പോഴും ഉത്തരങ്ങൾ നൽകും," അദ്ദേഹം എഴുതി. "അവന്റെ പ്രാഥമിക നിയോഗം നമ്മെ സകല സത്യത്തിലേക്കും നയിക്കുക എന്നതാണ്. അതിനാൽ ഞാൻ നിങ്ങൾക്ക് ഉത്തരം നൽകുന്നതിനുമുമ്പ്, ഈ വാക്യങ്ങൾ - യോഹന്നാൻ 16:5–15 - ധ്യാനിക്കുകയും നിങ്ങൾ പഠിക്കുന്നത് എഴുതുകയും ചെയ്യണമെന്ന് ഞാൻ ആഗ്രഹിക്കുന്നു. യുക്തിയല്ല, ആത്മാവ് നിങ്ങളെ നയിക്കട്ടെ."

ഫ്രാൻസെസ്കോ സമ്മതിച്ചു. ഏതാനും മണിക്കൂറുകൾക്ക് ശേഷം അദ്ദേഹം മറുപടി പറഞ്ഞു:

"യേശു തന്റെ ശിഷ്യന്മാരോട് സംസാരിക്കുന്നു, താൻ ഉടൻ പോകുമെന്ന് അവരോട് പറയുന്നു. അവർക്ക് ഇതുവരെ മനസ്സിലാക്കാൻ കഴിയാത്ത കാര്യങ്ങൾ വിശദീകരിക്കാനും, ഭാവി സംഭവങ്ങൾ വെളിപ്പെടുത്താനും, അമാനുഷിക അറിവും ശക്തിയും നൽകി അവരെ ശക്തിപ്പെടുത്താനും പരിശുദ്ധാത്മാവ് വരുമെന്ന് അവൻ വാഗ്ദാനം ചെയ്യുന്നു. അവന്റെ ശാരീരിക വേർപാടിലൂടെ നഷ്ടപ്പെട്ടത് ആത്മാവിലൂടെ ശിഷ്യന്മാർക്ക് ലഭിക്കും."

ലൂക്കോസ് 4:1–28 , ഉല്പത്തി 3 , ഉല്പത്തി 6 , വെളിപാട് 12 എന്നിവ പഠിക്കാൻ അംബാസഡർ ഒഗ്ബെ അദ്ദേഹത്തെ നയിച്ചപ്പോൾ സംഭാഷണം തുടർന്നു , അദ്ദേഹം നിരീക്ഷിച്ച കാര്യങ്ങൾ എഴുതാൻ ആവശ്യപ്പെട്ടു.

ക്രിസ്തുവിന്റെ പ്രലോഭനം, ആദാമിന്റെയും ഹവ്വായുടെയും പതനം, നോഹയുടെ അനുസരണം, പ്രളയം എന്നിവയെ വ്യാഖ്യാനിച്ചുകൊണ്ട് ഫ്രാൻസെസ്കോ ഓരോ വാക്യത്തിലും വിശ്വസ്തതയോടെ പ്രതികരിച്ചു. സർപ്പം യുക്തി, വികാരം, ഇച്ഛാശക്തി എന്നിവയെ എങ്ങനെ കൈകാര്യം ചെയ്യുന്നുവെന്നും അനുസരണം വിധിയെ എങ്ങനെ സംരക്ഷിക്കുന്നുവെന്നും ന്യായവിധി പോലും ദൈവത്തിന്റെ കരുണയെ എങ്ങനെ

വെളിപ്പെടുത്തുന്നുവെന്നും അദ്ദേഹം ശ്രദ്ധിച്ചു.

വെളിപാട് 12 പൂർണ്ണമായി മനസ്സിലായില്ലെന്ന് സമ്മതിച്ചു. "ഞാൻ അത് നിങ്ങൾക്ക് വിടാം," അവൻ എഴുതി, "കാരണം ആ അധ്യായത്തെക്കുറിച്ച് പരിശുദ്ധാത്മാവിൽ നിന്നുള്ള ഒരു വെളിപ്പെടുത്തലും എനിക്കില്ല."

പഠന നിമിഷം – വെളിപാട് 12 ഉം ആത്മീയ യുദ്ധവും

അംബാസഡർ ഒഗ്ബെ ആഴത്തിലുള്ള പഠിപ്പിക്കലോടെ മറുപടി നൽകി, ഫ്രാൻസെസ്കോയെ *വെളിപാട്* 12 ലെ പ്രപഞ്ച നാടകത്തിലൂടെ നയിച്ചു :

"ഈ അദ്ധ്യായം അദൃശ്യമായ സംഘർഷത്തെ കാണിക്കുന്നു - സ്ത്രീ, കുട്ടി, മഹാസർപ്പം. സ്ത്രീ ദൈവത്തിന്റെ ഉടമ്പടി സമൂഹത്തെ പ്രതിനിധീകരിക്കുന്നു; കുട്ടി യേശുക്രിസ്തുവിനെയും; മഹാസർപ്പം പുരാതന സർപ്പമായ സാത്താനെയും പ്രതിനിധീകരിക്കുന്നു."

സ്വർഗ്ഗത്തിലെ യുദ്ധം (വാക്യങ്ങൾ 7-9)
സാത്താനും അവന്റെ ദൂതന്മാരും

എങ്ങനെയാണ് താഴെയിറക്കപ്പെട്ടതെന്ന് കാണിക്കുന്നു - ഭൗതിക ആയുധങ്ങളാലല്ല, മറിച്ച് ദിവ്യാധികാരത്താലാണ്. കുരിശിലെ ക്രിസ്തുവിന്റെ വിജയം അവരെ നിരായുധരാക്കി, എന്നിട്ടും ഭൂമിയിൽ അവരുടെ ക്രോധം വർദ്ധിച്ചു. മഹാസർപ്പത്തിന്റെ കോപം ഇപ്പോൾ വിശ്വാസികളെ ലക്ഷ്യം വച്ചിരിക്കുന്നു, എന്നാൽ വാക്യം 11 നമുക്ക് വിജയത്തിന്റെ താക്കോൽ നൽകുന്നു:

'*അവർ അവനെ കുഞ്ഞാടിന്റെ രക്തം ഹേതുവായിട്ടും, തങ്ങളുടെ സാക്ഷ്യവചനം ഹേതുവായിട്ടും ജയിച്ചു; മരണപര്യന്തം തങ്ങളുടെ പ്രാണനെ സ്നേഹിച്ചതുമില്ല.*'

ഇതൊരു പ്രതീകമല്ല; ഓരോ ക്രിസ്ത്യാനിക്കും ഇത് ഒരു യാഥാർത്ഥ്യമാണ്. വഞ്ചന, അഹങ്കാരം, ഭയം, കുറ്റപ്പെടുത്തൽ, ഒറ്റപ്പെടൽ എന്നിവയിലൂടെയാണ് സാത്താൻ ആക്രമിക്കുന്നത്. എന്നാൽ വിശ്വാസിയുടെ പ്രതിരോധം യേശുവിന്റെ രക്തവും, വിശ്വാസത്തിന്റെ ഏറ്റുപറച്ചിലുമാണ്, പൂർണ്ണമായ കീഴടങ്ങലുമാണ്.

വെളിപാട്, പ്രലോഭനം, ആക്രമണം, പുനഃസ്ഥാപനം - ഇതാണ് ആത്മീയ വളർച്ചയുടെ ആവർത്തിച്ചുള്ള രീതി.

ഫ്രാൻസെസ്കോയുടെ ചോദ്യങ്ങൾക്ക് ഉത്തരം നൽകുന്നു

"സഹോദരൻ ഫ്രാൻസെസ്കോ," അംബാസഡർ ഒഗ്ബെ തുടർന്നു, "വെളിപാടും ശക്തിയും നൽകുന്ന ശബ്ദത്തെ നിങ്ങൾ നിരസിച്ചത് നന്നായി. അത് പരിശുദ്ധാത്മാവല്ല, മറിച്ച് ക്രിസ്തുവിലുള്ള ആശ്രയത്വത്തിൽ നിന്ന് നിങ്ങളെ അകറ്റാൻ ശ്രമിക്കുന്ന ഒരു വഞ്ചനാപരമായ ആത്മാവായിരുന്നു. സാത്താൻ ഹവ്വായെ പ്രലോഭിപ്പിച്ചതുപോലെയും പിന്നീട് യേശുവിനെ പ്രലോഭിപ്പിച്ചതുപോലെയും, അവൻ പലപ്പോഴും ആത്മീയ കുറുക്കുവഴികൾ വാഗ്ദാനം ചെയ്തുകൊണ്ട് വിശ്വാസികളെ സമീപിക്കുന്നു. നിങ്ങൾ ചെറുത്തുനിന്നു - ആ അനുസരണം ശത്രുവിനെ കോപിപ്പിച്ചു.

തുടർന്നുണ്ടായ അപകടങ്ങളും കഷ്ടപ്പാടുകളും ശിക്ഷകളല്ല, പ്രത്യാക്രമണങ്ങളായിരിക്കാം. എന്നാൽ ദൈവം അത്തരം പരീക്ഷണങ്ങൾ അനുവദിക്കുന്നത് വിവേചനാധികാരത്തെയും അധികാരത്തെയും ശക്തിപ്പെടുത്താനാണ്. ശത്രു വിദൂരനാണെന്നോ പ്രതീകാത്മകമാണെന്നോ ഇപ്പോഴും പലരും വിശ്വസിക്കുന്ന ഇറ്റലിയുടെ

കാവൽക്കാരനായി നിങ്ങളെ ഇപ്പോൾ പരിശീലിപ്പിക്കുകയാണ്.

ഇരുട്ടിലല്ല, യേശുവിൽ ദൃഷ്ടി പതിപ്പിക്കുക. അസ്വസ്ഥത അനുഭവപ്പെടുമ്പോൾ ഉറക്കെ പ്രഖ്യാപിക്കുക:
'ഞാൻ യേശുക്രിസ്തുവിന്റേതാണ്.
കുഞ്ഞാടിന്റെ രക്തം എന്നെ മൂടുന്നു.
പരിശുദ്ധാത്മാവിൽ നിന്ന് വരുന്നതു മാത്രമേ ഞാൻ സ്വീകരിക്കുന്നുള്ളൂ, യേശുവിന്റെ നാമത്തിലുള്ള മറ്റെല്ലാ ശബ്ദങ്ങളെയും ഞാൻ നിരസിക്കുന്നു.'

ശത്രുവിനെ നോക്കുന്നതിനേക്കാൾ കൂടുതൽ സമയം ആരാധനയിൽ ചെലവഴിക്കുക. നിങ്ങളെ ഭയപ്പെടുത്താനല്ല, മറിച്ച് നിങ്ങളെ ഉണർത്താനും സജ്ജരാക്കാനും വേണ്ടിയാണ് വെളിപാട് നൽകിയിരിക്കുന്നത്. നിങ്ങളുടെ ജനതയ്ക്കുവേണ്ടി മധ്യസ്ഥത വഹിക്കാൻ കർത്താവ് നിങ്ങളെ തിരഞ്ഞെടുത്തു.

ഒടുവിൽ, അംബാസഡർ ഒഗ്ബെ അദ്ദേഹത്തെ പ്രവർത്തിക്കാൻ വെല്ലുവിളിച്ചു:

"ഇപ്പോൾ നിങ്ങൾ അദൃശ്യ ലോകത്തിന്റെ യാഥാർത്ഥ്യം കാണുന്നു, നിങ്ങൾക്ക് ലഭിച്ചത്
എഴുത്തിലൂടെയോ,
പഠിപ്പിക്കുന്നതിലൂടെയോ,
സാക്ഷ്യത്തിലൂടെയോ പങ്കിടാനുള്ള വഴികൾ കണ്ടെത്തുക - അങ്ങനെ മറ്റുള്ളവർക്ക് നിങ്ങൾ

സ്വതന്ത്രരായതുപോലെ സ്വതന്ത്രരാകാൻ കഴിയും. നിങ്ങൾ ഇനി ഒരു പഠിതാവ് മാത്രമല്ല; നിങ്ങൾ ഒരു വിമോചകനായി മാറുകയാണ്."

ഫ്രാൻസെസ്കോയുടെ പ്രതികരണം ലളിതമായിരുന്നു:

"നന്ദി സഹോദരാ. ഞാൻ ഇത് ഗൗരവമായി എടുക്കും."

ഫ്രാൻസെസ്കോയുടെ പ്രതിബദ്ധതയും അയയ്ക്കലിന്റെ പ്രാർത്ഥനയും

"എന്റെ ഹൃദയത്തിന്റെ അടിത്തട്ടിൽ നിന്ന് ഞാൻ നിങ്ങൾക്ക് വളരെ നന്ദി പറയുന്നു," അദ്ദേഹം പിന്നീട് കൂട്ടിച്ചേർത്തു. *"അന്യഭാഷകളിൽ പ്രാർത്ഥിക്കുന്നതിനുള്ള എന്റെ സമയം ഞാൻ വർദ്ധിപ്പിക്കും; പരിശുദ്ധാത്മാവ് നൽകുന്ന എല്ലാ വെളിപ്പെടുത്തലുകളും ഞാൻ എന്റെ നോട്ട്ബുക്കിൽ എഴുതും; അവന്റെ റീമയാൽ എന്നെ ദിവസവും പോഷിപ്പിക്കണമെന്ന് ഞാൻ പരിശുദ്ധാത്മാവിനോട് ആവശ്യപ്പെടും."*

അംബാസഡർ ഒഗ്ബെ മറുപടി പറഞ്ഞു:

"കൂടുതൽ പ്രധാനമായി, ഈ ഉൾക്കാഴ്ച ഇനിയും ജനിക്കാത്ത തലമുറകളെ എങ്ങനെ സ്വാധീനിക്കുമെന്ന് പരിഗണിക്കുക - ഇമ്മാനുവൽ എനിയുടെ കഥ പോലെ. ദൈവം ഇത് നിങ്ങൾക്ക് മറച്ചുവെക്കാനല്ല, പങ്കുവെക്കാനാണ് കാണിച്ചത്. ലോകമെമ്പാടുമുള്ള ഒരു വലിയ അന്വേഷക സമൂഹത്തിന് നിങ്ങൾ ഒരു സാക്ഷിയാകണം."

'*അത് എങ്ങനെ പ്രചരിപ്പിക്കാമെന്ന് അദ്ദേഹം എനിക്ക് കാണിച്ചുതരും,*' ഫ്രാൻസെസ്കോ മറുപടി പറഞ്ഞു.

അംബാസഡർ ഒഗ്ബെ മറുപടി എഴുതി:

"ആമേൻ! ഇപ്പോൾ ഞാൻ നിങ്ങളോടൊപ്പം പ്രാർത്ഥിച്ചാൽ കുഴപ്പമുണ്ടോ?"

അദ്ദേഹം അങ്ങനെ ചെയ്തു - ഇറ്റലിക്ക് അപ്പുറത്തേക്ക് എത്തിയ ഒരു പ്രാർത്ഥന, ഈ വാക്കുകൾ വായിക്കുന്ന ഓരോ വിശ്വാസിക്കും വേണ്ടി.

നിയോഗ പ്രാർത്ഥന

സ്വർഗ്ഗസ്ഥനായ പിതാവേ,
അങ്ങയുടെ ദാസനായ ഫ്രാൻസെസ്കോയ്ക്കും
ജനതകളിലുടനീളം അങ്ങയുടെ
സത്യത്തിലേക്ക് ഉണർന്നിരിക്കുന്ന
എല്ലാവർക്കും വേണ്ടി ഞങ്ങൾ നന്ദി
പറയുന്നു.
അദൃശ്യമായ ലോകത്തിന്റെ യാഥാർത്ഥ്യം
വെളിപ്പെടുത്തിയതിന് നന്ദി-
ഭയപ്പെടുത്താനല്ല, മറിച്ച് സജ്ജരാക്കാൻ.
യേശുക്രിസ്തുവിന്റെ രക്തത്താൽ
അദ്ദേഹത്തിന് ലഭിച്ച എല്ലാ
വെളിപ്പെടുത്തലുകളും ഞങ്ങൾ മുദ്രയിടുന്നു.
അവന്റെ ആത്മാവ് അങ്ങയുടെ വചനത്തിൽ
നങ്കൂരമിടട്ടെ, അവന്റെ ഹൃദയം അങ്ങയുടെ
സ്നേഹത്താൽ ജ്വലിക്കട്ടെ, അവന്റെ ശബ്ദം
അവന്റെ തലമുറയ്ക്ക് സത്യത്തിന്റെ ഒരു
കാഹളമായി മാറട്ടെ.
പരിശുദ്ധാത്മാവിനാൽ അവനെ വീണ്ടും
നിറയ്ക്കണമേ.
അദ്ദേഹത്തിനെതിരെ ഉയരുന്ന എല്ലാ നാവും
നിശബ്ദമാക്കപ്പെടട്ടെ; അദ്ദേഹത്തിന്റെ
ഉദ്ദേശ്യത്തിനെതിരായ എല്ലാ ഇരുട്ടിന്റെ
പദ്ധതിയും അട്ടിമറിക്കപ്പെടട്ടെ.
ഇമ്മാനുവൽ എനിയെപ്പോലെ, അവിടുത്തെ
രക്ഷാശക്തിയുടെ ജീവിക്കുന്ന
സാക്ഷിയാക്കണമേ - ഇപ്പോഴും നിഴലിൽ
നടക്കുന്നവർക്ക് വെളിച്ചത്തിന്റെ ഒരു

വാഹകനാക്കേണമേ.
ഇറ്റലിയിലും യൂറോപ്പിലും അതിനപ്പുറത്തും അദ്ദേഹത്തെപ്പോലെ നിരവധി പേരെ സുവിശേഷത്തിന്റെ അഗ്നി നിർഭയമായി വഹിക്കാൻ പ്രേരിപ്പിക്കണമേ.
ഇപ്പോൾ, കർത്താവേ, ഈ പ്രാർത്ഥനയ്ക്ക് ഞങ്ങൾ "ആമേൻ" എന്ന് പറയുമ്പോൾ, ഞങ്ങളുടെ വിശ്വാസത്തിൽ ചേരുന്ന ഓരോ വായനക്കാരനെയും ഞങ്ങൾ സമർപ്പിക്കുന്നു.
അവർ വെളിപാടിൽ നടക്കട്ടെ, പ്രലോഭനത്തെ ചെറുക്കട്ടെ, ആക്രമണത്തെ മറികടക്കട്ടെ, പുനഃസ്ഥാപനത്തിൽ ജീവിക്കട്ടെ.
യേശുവിന്റെ മഹത്തായ നാമത്തിൽ -
ആമേൻ.

ഫ്രാൻസെസ്കോ ഊഷ്മളമായി പ്രതികരിച്ചു:

ഒഗ്ബെ, അവന്റെ അനന്തമായ കൃപയാൽ ദൈവം നിങ്ങളെ അനുഗ്രഹിക്കട്ടെ!"

മറുപടി തിരിച്ചു വന്നു:

"ആമേൻ, ആമേൻ. ദൈവം നിങ്ങളെയും അനുഗ്രഹിക്കട്ടെ, സഹോദരൻ ഫ്രാൻസെസ്കോ. ദയവായി, ഏത് സമയത്തും, ചോദ്യങ്ങളുമായി അല്ലെങ്കിൽ ആത്മാവ് നിങ്ങളുടെ ഹൃദയത്തിൽ വയ്ക്കുന്ന എന്തും ഉപയോഗിച്ച് ബന്ധപ്പെടുക. കൂടുതൽ വെളിപ്പെടുത്തലുകൾ വരാൻ ഞാൻ പ്രാർത്ഥിച്ചു - അവ വരും. അവ ഡയറിയിൽ

സൂക്ഷിക്കാൻ തുടങ്ങുക; അവ ഇപ്പോൾ പൂർണ്ണമായി അർത്ഥവത്തായില്ലായിരിക്കാം, പക്ഷേ അവ അവന്റെ സമയത്ത്, യേശുവിന്റെ നാമത്തിൽ ഉണ്ടാകും."

എന്തുകൊണ്ടാണ് ഞങ്ങൾ ഈ സംഭാഷണങ്ങൾ പങ്കിടുന്നത്

ഇതുപോലുള്ള കണ്ടുമുട്ടലുകൾ ആധുനിക ശിഷ്യത്വം എങ്ങനെയിരിക്കുമെന്ന് കാണിക്കുന്നു - ജീവനുള്ളതും, ബന്ധമുള്ളതും, ആത്മാവിനാൽ നയിക്കപ്പെടുന്നതും, ആഗോളവുമായത്. അത്തരം സംഭാഷണങ്ങളിലൂടെ, ശത്രുവിന്റെ പദ്ധതികൾ മനസ്സിലാക്കുകയും തിരുവെഴുത്തുകളിലും സ്നേഹത്തിലും വേരൂന്നിയതുമായ വിശ്വാസികളുടെ ഒരു പുതിയ തലമുറയെ ദൈവം വളർത്തിയെടുക്കുന്നു.
ഈ സംഭാഷണം ഇറ്റലിക്ക് മാത്രമുള്ളതല്ല; *"ദൈവത്തിന് ഇന്നും സാധാരണക്കാരോട് സംസാരിക്കാൻ കഴിയുമോ?" എന്ന് ചിന്തിക്കുന്ന എല്ലാ വായനക്കാർക്കും വേണ്ടിയുള്ളതാണ്.*
അതെ - അവൻ ഇപ്പോഴും അതേ സത്യാത്മാവിലൂടെ നൽകുന്നു, പഠിപ്പിക്കുന്നു, നിയോഗിക്കുന്നു.

ആധിപത്യത്തിലേക്കുള്ള വിടുതലിന്റെ യഥാർത്ഥ കഥകൾ: ആധുനിക തെളിവുകളും 40 ദിവസത്തെ യാത്രയും

ആമുഖം – അതേ ശക്തി, ഇപ്പോഴും പ്രവർത്തിക്കുന്നു

ഇരുട്ടിൽ നിന്ന് വിടുവിക്കാനുള്ള യേശുക്രിസ്തുവിന്റെ ശക്തി കാലക്രമേണ മങ്ങിയിട്ടില്ലെന്ന് ഇമ്മാനുവൽ എനിയുടെ കഥ തെളിയിക്കുന്നു. ലാഗോസ് മുതൽ ലണ്ടൻ വരെയും, നെയ്റോബി മുതൽ ന്യൂയോർക്ക് വരെയും, ഒരിക്കൽ പൈശാചിക ഉടമ്പടികൾക്ക് വഴങ്ങിയിരുന്ന പുരുഷന്മാരും സ്ത്രീകളും ഇപ്പോൾ ആരാധനയിൽ കൈകൾ ഉയർത്തുന്നു, ഒടുവിൽ സ്വതന്ത്രരായി. എല്ലാ തലമുറയിലും,
"യേശു ഇപ്പോഴും വിടുവിക്കുന്നു" എന്ന അതേ നിലവിളി പ്രതിധ്വനിക്കുന്ന ശബ്ദങ്ങൾ ദൈവം ഉയർത്തുന്നു.

താഴെ പറയുന്ന ആധുനിക വിവരണങ്ങൾ ജീവിക്കുന്ന തെളിവാണ്. അവ ഹ്രസ്വവും അസംസ്കൃതവും യഥാർത്ഥവുമാണ് -

സിദ്ധാന്തമല്ല, മറിച്ച് സാക്ഷ്യമാണ്. ഓരോ സാക്ഷിയും ബന്ധനത്തിലേക്കുള്ള വ്യത്യസ്ത വാതിലുകളെക്കുറിച്ച് സംസാരിക്കുന്നു - നിഗൂഢ ആരംഭം, സമുദ്ര ഉടമ്പടികൾ, ജ്യോതിഷ യാത്ര, രഹസ്യ ശപഥങ്ങൾ - കൂടാതെ കുഞ്ഞാടിന്റെ രക്തം എന്ന ഒറ്റ വാതിലിനെക്കുറിച്ചും (വെളിപാട് 12: 11).

1. ജോൺ റാമിറെസ് - ഉയർന്ന റാങ്കുള്ള സാത്താനിസ്റ്റിൽ നിന്ന് സുവിശേഷകനായി (യുഎസ്എ)

ന്യൂയോർക്കിൽ ഒരുകാലത്ത് പ്രാദേശിക ഭൂതങ്ങളെ നിയന്ത്രിക്കുന്ന ഒരു യുദ്ധമുഖിയായിരുന്ന ജോൺ റാമിറെസ് രക്തത്തിൽ മുദ്രയിട്ട ഉടമ്പടികൾ ഉണ്ടാക്കി. ഒരു രാത്രി, ഒരു ആചാരത്തിനായി തയ്യാറെടുക്കുമ്പോൾ, ഒരു അദൃശ്യ കൈ അവനെ വീഴ്ത്തി; തീയെക്കാൾ തിളക്കമുള്ള ഒരു വെളിച്ചം അവൻ കണ്ടു, *"ഞാൻ നിന്നെ സ്നേഹിക്കുന്നു, ജോൺ"* *എന്ന് അവൻ കേട്ടു* . അവൻ എന്നെന്നേക്കുമായി മാറി. ഇന്ന് അവൻ ലോകമെമ്പാടും വിടുതൽ പഠിപ്പിക്കുന്നു.

തിരുവെഴുത്ത്: *"പിശാചിന്റെ പ്രവൃത്തികളെ*

അഴിപ്പാൻ ദൈവപുത്രൻ പ്രത്യക്ഷപ്പെട്ടു." - 1 യോഹന്നാൻ 3:8
കാണുക: യൂട്യൂബ് ലിങ്ക് | സ്കാൻ ക്യുആർ → *ജോൺ റാമിറെസ് സാക്ഷ്യം*
ആധിപത്യം എടുക്കൽ: കുരിശ് റദ്ദാക്കാൻ കഴിയാത്തത്ര ആഴമുള്ളതല്ല ഒരു ഉടമ്പടിയും.

2. തെല സ്ക്രോഗിൻസ് - നിഗൂഢ & ആത്മ ഇണയിൽ നിന്നുള്ള മോചനം (യുഎസ്എ)

തെല പുതിയ യുഗത്തിലെ "ഊർജ്ജ പ്രവർത്തനത്തിലേക്ക്" ആകർഷിക്കപ്പെട്ടു. വിചിത്രമായ സ്വപ്നങ്ങളും ഒരു ആത്മ ഭർത്താവും അവളെ ഒരു അർദ്ധരാത്രി നിലവിളി വരെ പീഡിപ്പിച്ചു: *"യേശുവേ, നീ യഥാർത്ഥമാണെങ്കിൽ, എന്നെ രക്ഷിക്കൂ."* അടുത്ത നിമിഷം, ഇരുട്ട് വീണു; അവൾക്ക് ചൂട് അനുഭവപ്പെട്ടു, തുടർന്ന് സമാധാനം. ഇന്ന് അവൾ മറ്റുള്ളവർക്ക് സൂക്ഷ്മമായ നിഗൂഢ വാതിലുകളെക്കുറിച്ച് മുന്നറിയിപ്പ് നൽകുന്നു.
തിരുവെഴുത്ത്: *"കഷ്ടകാലത്തു എന്നെ വിളിച്ചപേക്ഷിക്ക; ഞാൻ നിന്നെ വിടുവിക്കും."* - സങ്കീർത്തനം 50:15
കാണുക: യൂട്യൂബ് ലിങ്ക് | സ്കാൻ ക്യുആർ → *തെലാ സ്ക്രോഗിൻസ് വിടുതൽ*
ആധിപത്യം ടേക്ക്അവേ: യേശു എല്ലാ

സ്നേഹത്തിനും മേലുള്ള കർത്താവാകുമ്പോൾ മറഞ്ഞിരിക്കുന്ന ഉടമ്പടികൾ അവസാനിക്കുന്നു.

3. പീറ്റർ ഹോക്ലി - മന്ത്രവാദത്തിൽ നിന്നും ആസ്ട്രൽ പ്രൊജക്ഷനിൽ നിന്നും രക്ഷപ്പെടൽ (യുകെ)

ചെറുപ്പം മുതലേ മന്ത്രവാദിനിയായിരുന്ന പീറ്റർ ജ്യോതിഷ യാത്രയിൽ പ്രാവീണ്യം നേടി. ഒരു പ്രൊജക്ഷനിനിടെ അയാൾക്ക് ഒരു പ്രകാശിതമായ അഗ്നിഭിത്തിയും - *"നിങ്ങൾ ഈ രേഖ കടക്കരുത്" എന്ന് പറയുന്ന ഒരു ശബ്ദവും നേരിടേണ്ടി വന്നു*. പിന്നീട് ക്രിസ്തുവിന് കീഴടങ്ങുന്നതുവരെ പ്രാർത്ഥിക്കുന്ന വിശ്വാസികളെ അദ്ദേഹം കണ്ടുമുട്ടി.
തിരുവെഴുത്ത്: *"നമ്മുടെ ദൈവം ദഹിപ്പിക്കുന്ന അഗ്നിയാണ്."* - എബ്രായർ 12:29
കാണുക: യൂട്യൂബ് ലിങ്ക് | സ്കാൻ ക്യുആർ → *പീറ്റർ ഹോക്ലി സാക്ഷ്യം*
ആധിപത്യം എടുക്കൽ: ഒരു ജ്യോതിഷ ശക്തിക്കും ദൈവത്തിന്റെ അഗ്നിയെ അതിക്രമിച്ചു കടക്കാൻ കഴിയില്ല.

4. ഫെയ്ത്ത് കരൂരി - സമുദ്ര ശക്തികളിൽ നിന്നുള്ള മോചനം (കെനിയ)

തീരത്തിനടുത്ത് വളർന്ന ഫെയ്ത്തിന് സമുദ്ര കൊട്ടാരങ്ങളെക്കുറിച്ചുള്ള ആവർത്തിച്ചുള്ള സ്വപ്നങ്ങൾ അനുഭവപ്പെട്ടു. ഒരു പ്രാർത്ഥനാ യോഗത്തിനിടെ, കാണാത്ത ചങ്ങലകൾ പൊട്ടിയപ്പോൾ അവൾ നിലവിളിച്ചു; വെള്ളം പിൻവാങ്ങുന്നത് കേട്ടതായി അവൾ പിന്നീട് വിവരിച്ചു.

തിരുവെഴുത്ത്: *"അവൻ കടലിനെ ശാസിച്ചു വറ്റിച്ചുകളഞ്ഞു."* - നഹൂം 1: 4

കാണുക: യൂട്യൂബ് ലിങ്ക് | *ഫെയ്ത്ത് കരൂരി സാക്ഷ്യം ആധിപത്യം*

ടേക്ക്അവേ: കൊടുങ്കാറ്റുകളെ ശാന്തമാക്കുന്ന ശബ്ദം സമുദ്ര ഉടമ്പടികളെയും നിശബ്ദമാക്കുന്നു.

5. "ഞാൻ സാത്താനെ ആരാധിച്ചു, പിന്നീട് യേശുവിനെ ജയിലിൽ കണ്ടുമുട്ടി" - അജ്ഞാതൻ (യുഎസ്എ)

സാത്താന് സമർപ്പിതനായ ഒരു ഗുണ്ടാ നേതാവിനെ ഏകാന്തതടവിൽ പ്രവേശിപ്പിച്ചു.

ഇരുട്ടിൽ, വെളുത്ത വസ്ത്രം ധരിച്ച ഒരു വ്യക്തിയെ അയാൾ കണ്ടു, *"ഞാൻ നിങ്ങൾക്കുവേണ്ടി മരിച്ചു"* എന്ന് കേട്ടു. അയാൾ മണിക്കൂറുകളോളം കരഞ്ഞു. ഇന്ന് അദ്ദേഹം ഒരു ജയിൽ സേവന പരിപാടി നടത്തുന്നു.
തിരുവെഴുത്ത്: *"ഞാൻ പാതാളത്തിൽ എന്റെ കിടക്ക വിരിച്ചാലും, ഇതാ, നീ അവിടെയുണ്ട്."*
- സങ്കീർത്തനം 139: 8
കാണുക: യൂട്യൂബ് ലിങ്ക് | *ജയിൽ വിടുതൽ സാക്ഷ്യം*
ഡൊമിനിയൻ ടേക്ക് അവേ: ഗ്രേസിന് ഏറ്റവും താഴ്ന്ന തടവറയിലും എത്താൻ കഴിയും.

6. മുൻ ഫ്രീമേസൺ - രഹസ്യ ഉടമ്പടികളും ശപഥങ്ങളും ലംഘിക്കുന്നു

വർഷങ്ങളോളം ആചാരപരമായ ശപഥങ്ങൾ ചെയ്തതിനുശേഷം ഒരു മുതിർന്ന ലോഡ്ജ് അംഗം സമാധാനം നഷ്ടപ്പെടാൻ തുടങ്ങി. മത്തായി 5: 34 വായിച്ചപ്പോൾ - "ഒരിക്കലും സത്യം ചെയ്യരുത്" - അയാൾ എല്ലാ നേർച്ചകളും ഉറക്കെ ഉപേക്ഷിച്ചു, നെഞ്ചിൽ നിന്ന് എന്തോ ഉയർന്നുവന്നതായി അനുഭവപ്പെട്ടു. ക്രിസ്തുവിലുള്ള ഉടമ്പടി ഉപയോഗിച്ച് സത്യപ്രതിജ്ഞകൾ മാറ്റിസ്ഥാപിക്കാൻ അവൻ ഇപ്പോൾ

മറ്റുള്ളവരെ പഠിപ്പിക്കുന്നു.
തിരുവെഴുത്ത്: *"നിങ്ങൾക്ക് രണ്ട് യജമാനന്മാരെ സേവിക്കാൻ കഴിയില്ല."* — മത്തായി 6 : 24
കാണുക: YouTube-ൽ തിരയുക → *മുൻ ഫ്രീമേസൺ സാക്ഷ്യം വിടുതൽ (1 M + കാഴ്ചകൾ)* | QR സ്കാൻ ചെയ്യുക → *ഫ്രീമേസൺ വിടുതൽ*
ആധിപത്യം എടുക്കൽ: എല്ലാ രഹസ്യ നേർച്ചകളും യേശുവിന്റെ നാമത്തിന് മുന്നിൽ കുമ്പിടുന്നു.

7. അമ ബോട്ടെങ് – ആത്മ ഇണയിൽ നിന്ന് വിടുവിക്കപ്പെട്ട കൗമാരക്കാരി (ഘാന)

പതിനഞ്ചാമത്തെ വയസ്സിൽ, അമയ്ക്ക് പേടിസ്വപ്നങ്ങളും അദൃശ്യമായ ആക്രമണങ്ങളും നേരിടേണ്ടി വന്നു. ഒരു യുവ ധ്യാനത്തിനിടെ, ആരാധന ഉയർന്നപ്പോൾ, അവൾ വീണു, "*എന്നെ വിടൂ!*" *എന്ന് നിലവിളിച്ചു*. മിനിറ്റുകൾക്ക് ശേഷം അവൾ സ്വതന്ത്രയായി.
തിരുവെഴുത്ത്: *" പുത്രൻ സ്വതന്ത്രനാക്കുന്നവൻ വാസ്തവമായി സ്വതന്ത്രനാണ്."* — യോഹന്നാൻ 8 : 36
കാണുക: YouTube-ൽ തിരയുക → *ആത്മാവിൽ നിന്ന് വിടുവിക്കപ്പെട്ട കൗമാരക്കാരൻ പങ്കാളി*

ഘാന (1 M + കാഴ്ചകൾ) | QR സ്കാൻ ചെയ്യുക
→ *അമ ബോട്ടെങ് വിടുതൽ*
ആധിപത്യം ടേക്ക് അവേ: ദൈവസന്നിധിയിൽ മറഞ്ഞിരിക്കുന്ന ചങ്ങലകൾ പൊട്ടുമ്പോൾ പരിശുദ്ധി ആരംഭിക്കുന്നു.

ഈ ശബ്ദങ്ങൾ സാക്ഷികളാണ് - ഇമ്മാനുവൽ എനിയുടെ വിടുതൽ ഒരു വലിയ, തുടർച്ചയായ കഥയുടെ ഭാഗമാണെന്നതിന്റെ തെളിവാണ്: അന്ധകാരത്തിന്മേലുള്ള യേശുക്രിസ്തുവിന്റെ ആഗോള വിജയം.

നിങ്ങളുടെ സാക്ഷ്യം എങ്ങനെ പങ്കുവയ്ക്കാം അല്ലെങ്കിൽ പങ്കുവയ്ക്കാം

"നീ നിന്റെ വീട്ടിൽ നിന്റെ കൂട്ടുകാരുടെ അടുക്കൽ ചെന്ന് കർത്താവ് നിനക്ക് ചെയ്തതെല്ലാം അവരോട് പറയണം, നിന്നോട് അവൻ കാണിച്ച കരുണയും എനിക്ക് എങ്ങനെ തോന്നി." —മർക്കോസ് 5:19.

ഇമ്മാനുവൽ ആമോസ് എനിയുടെ കഥ ദശലക്ഷക്കണക്കിന് ആളുകളെ അദൃശ്യ ലോകത്തിന്റെ യാഥാർത്ഥ്യത്തിലേക്കും യേശുക്രിസ്തുവിന്റെ മേധാവിത്വത്തിലേക്കും ഉണർത്തി. ഇനി നിങ്ങളുടെ ഊഴമാണ് — സത്യത്തിൽ നടക്കാനും, അവന്റെ ശക്തിക്ക് സാക്ഷ്യം വഹിക്കാനും, മറ്റുള്ളവരെ സ്വതന്ത്രരാക്കാൻ സഹായിക്കാനും.

അടുത്ത പടി എങ്ങനെ സ്വീകരിക്കാമെന്ന് ഇതാ

1. നിങ്ങളുടെ സാക്ഷ്യം പങ്കിടുക

ഈ പുസ്തകം വായിച്ചതിനുശേഷം നിങ്ങൾക്ക് വിടുതൽ, രോഗശാന്തി, അല്ലെങ്കിൽ ആത്മീയ ഉണർവ് എന്നിവ അനുഭവപ്പെട്ടിട്ടുണ്ടോ?
നിങ്ങളുടെ കഥ കേൾക്കാൻ ഞങ്ങൾ ആഗ്രഹിക്കുന്നു.

ഇമെയിൽ: ambassador@otakada.org
വാട്ട്സ്ആപ്പ് (ഡയറക്ട്): +1 804 778 2759 (യുഎസ്എ) | +234 803 283 5348 (നൈജീരിയ)
ഓൺലൈനായി സമർപ്പിക്കുക:
https://www.otakada.org/contact-us-otakada/

നിങ്ങളുടെ സാക്ഷ്യം മറ്റുള്ളവരെ ശക്തിപ്പെടുത്തുകയും ശത്രുവിനെ നിശബ്ദമാക്കുകയും ചെയ്യുന്നു (വെളിപാട് 12:11). നിങ്ങളുടേതുപോലുള്ള കഥകൾ വായിച്ചുകൊണ്ട് മാത്രമാണ് പലരും ക്രിസ്തുവിലേക്ക് പ്രചോദിതരായത്.

2. 40 ദിവസത്തെ ആഗോള ശിഷ്യത്വ യാത്രയിൽ പങ്കുചേരൂ

ഈ പുസ്തകം നിങ്ങളുടെ മനസ്സിനെ ഉത്തേജിപ്പിച്ചെങ്കിൽ, അടുത്ത

ചുവടുവയ്പ്പിലേക്ക് ഞങ്ങൾ നിങ്ങളെ ക്ഷണിക്കുന്നു -
"ഇരുട്ടിൽ നിന്ന് ആധിപത്യത്തിലേക്ക്: ഇരുട്ടിന്റെ മറഞ്ഞിരിക്കുന്ന പിടിയിൽ നിന്ന് മോചനം നേടാൻ 40 ദിവസങ്ങൾ" എന്ന തലക്കെട്ടിലുള്ള 40 ദിവസത്തെ ഘടനാപരമായ പരിവർത്തന യാത്ര.

ഈ യാത്ര നിങ്ങളെ ഇനിപ്പറയുന്നവയിലൂടെ നയിക്കും:
ദൈനംദിന ബൈബിൾ വായനകളും ധ്യാനങ്ങളും വിടുതൽ പ്രാർത്ഥനകളും പ്രവചന പ്രഖ്യാപനങ്ങളും രോഗശാന്തിയും പുനഃസ്ഥാപന ഘട്ടങ്ങളും വ്യക്തികൾക്കും കുടുംബങ്ങൾക്കും രാഷ്ട്രങ്ങൾക്കും വേണ്ടിയുള്ള പ്രായോഗിക പ്രവർത്തന പോയിന്റുകൾ

നിങ്ങളുടെ യാത്ര ഇവിടെ ആരംഭിക്കുക:
ഇരുട്ടിൽ നിന്ന് ആധിപത്യത്തിലേക്ക്:
ഇരുട്ടിന്റെ മറഞ്ഞിരിക്കുന്ന പിടിയിൽ നിന്ന്
മോചനം നേടാൻ 40 ദിവസങ്ങൾ

–

സ്വതന്ത്രരാകാൻ തയ്യാറായ വ്യക്തികൾക്കും,
കുടുംബങ്ങൾക്കും, രാഷ്ട്രങ്ങൾക്കും
വേണ്ടിയുള്ള ഒരു ആഗോള

ബോധവൽക്കരണം, മോചനം, ശക്തി
എന്നിവയുടെ ഭക്തിഗാനം.

പേപ്പർബാക്ക്

https://shop.ingrampark.com/b/084?params=aVgp21QfwJxNANkfMxIQ0yejuFCVY12KFr978SRkZUD

ആമസോൺ ലിങ്ക് -

https://www.amazon.com/DARKNESS-DOMINION-

Devotional-Awareness-Deliverance-ebook/dp/B0FLDH2Y67

3. വാച്ച്മാൻമാരുടെ ഒരു ആഗോള കമ്മ്യൂണിറ്റിയിൽ ചേരുക

നിങ്ങൾ ഒറ്റയ്ക്ക് നടക്കേണ്ടതില്ല. ലോകമെമ്പാടുമുള്ള വിശ്വാസികളോടൊപ്പം വളരാനും പ്രാർത്ഥിക്കാനും സേവിക്കാനും ഞങ്ങളുടെ സജ്ജീകരണ സമൂഹങ്ങളിലൊന്നിൽ ചേരൂ.

ഇതുവഴി ചേരുക:

- ഫേസ്ബുക്ക് – *10 മില്യൺ മൂവ്മെന്റ് ഇന്റർസെസറി കമ്മ്യൂണിറ്റി*
- വാട്ട്സ്ആപ്പ് – *ജെം കമ്മ്യൂണിറ്റി 1 & 2*
- ടെലിഗ്രാം – *ഹോളി ഗോസ്റ്റ് സ്കൂൾ ശിഷ്യത്വം*

പരിശുദ്ധാത്മാവുമായി അടുപ്പം വളർത്തിയെടുക്കാനും, നിങ്ങളുടെ ദാനങ്ങൾ കണ്ടെത്താനും, വിജയത്തിൽ നടക്കാനും നിങ്ങളെ സഹായിക്കുന്നതിനാണ് ഓരോ സമൂഹവും രൂപകൽപ്പന ചെയ്തിരിക്കുന്നത്.

4. ദൗത്യത്തെ പിന്തുണയ്ക്കുക

നിങ്ങളുടെ പിന്തുണ ഈ സന്ദേശം സജീവമായി നിലനിർത്താനും കൂടുതൽ രാജ്യങ്ങളിലേക്ക് എത്തിക്കാനും ഞങ്ങളെ സഹായിക്കുന്നു.
പ്രാർത്ഥനയിലൂടെയോ, ദാനത്തിലൂടെയോ, അല്ലെങ്കിൽ മറ്റുള്ളവരുമായി ഈ പുസ്തകം പങ്കുവെക്കുന്നതിലൂടെയോ നിങ്ങൾക്ക് ഞങ്ങളോടൊപ്പം പങ്കാളികളാകാം.

പങ്കാളിത്തവും ദാനവും:
https://www.otakada.org/partnership

നിങ്ങൾ വിതയ്ക്കുന്ന ഓരോ വിത്തും ഞങ്ങളെ സഹായിക്കുന്നു:

- ഈ പുസ്തകം ലോകമെമ്പാടും വിവർത്തനം ചെയ്ത് വിതരണം ചെയ്യുക.
- ഒന്നിലധികം ഭാഷകളിൽ ശിഷ്യത്വ വിഭവങ്ങൾ നിർമ്മിക്കുക
- രോഗശാന്തി, മോചനം, പുനഃസ്ഥാപന പ്രവർത്തനങ്ങൾ എന്നിവയെ പിന്തുണയ്ക്കുക.

5. ബന്ധം നിലനിർത്തുക, വളർന്നു കൊണ്ടിരിക്കുക

യഥാർത്ഥ വിടുതൽ അനുഭവങ്ങളിൽ നിന്ന് പ്രചോദനം ഉൾക്കൊണ്ടുള്ള പഠിപ്പിക്കലുകൾ, സാക്ഷ്യങ്ങൾ, സിനിമകൾ എന്നിവയ്ക്കായി ഞങ്ങളെ പിന്തുടരുക:

യൂട്യൂബ്:

- ദൈവത്തിന്റെ കഴുകൻ ശുശ്രൂഷകൾ പ്രധാന ചാനൽ
- അംബാസഡർ തിങ്കളാഴ്ച ഒ. ഒഗ്ബെ ചാനൽ

പുസ്തകങ്ങൾ വാങ്ങുക:
https://shop.otakada.org

വെബ്സൈറ്റ്:
https://www.otakada.org

ഒരു അവസാന വാക്ക്

ഓരോ സാക്ഷ്യവും ഇമ്മാനുവൽ എനിയുടെ കഥയുടെ തുടർച്ചയാണ് - ഇരുട്ടിനെ തുളച്ചുകയറുന്ന ഒരു പ്രകാശ ശൃംഖല. ദൈവം നിങ്ങളുടെ കണ്ണുകൾ തുറക്കാൻ

തുടങ്ങിയിട്ടുണ്ടെങ്കിൽ, ഇവിടെ നിർത്തരുത്. സത്യത്തിന്റെ ആത്മാവ് നിങ്ങളെ പൂർണ്ണ സ്വാതന്ത്ര്യത്തിലേക്കും ശക്തിയിലേക്കും നയിക്കട്ടെ.

"എഴുന്നേറ്റു പ്രകാശിക്ക; നിന്റെ പ്രകാശം വന്നിരിക്കുന്നു; യഹോവയുടെ തേജസ്സും നിന്റെമേൽ ഉദിച്ചിരിക്കുന്നു." —യെശയ്യാവു 60:1.

ശാലോം,

അംബാസഡർ തിങ്കളാഴ്ച ഒ. ഒഗ്ബെ
(സക്കറിയാസ് ഗോഡ്സീഗിൾ)
എഡിറ്റോറിയൽ ടീമിനായി, ദൈവത്തിന്റെ ഈഗിൾ മിനിസ്ട്രീസ് (GEM)
ambassador@otakada.org | www.otakada.org

വീണ്ടും ജനിക്കുകയും ക്രിസ്തുവിനോടൊപ്പം ഒരു പുതിയ ജീവിതം ആരംഭിക്കുകയും ചെയ്യുന്നതെങ്ങനെ?

ഒരുപക്ഷേ നിങ്ങൾ മുമ്പ് യേശുവിനോടൊപ്പം നടന്നിരിക്കാം, അല്ലെങ്കിൽ ഈ 40 ദിവസങ്ങളിൽ നിങ്ങൾ അവനെ കണ്ടുമുട്ടിയിരിക്കാം. എന്നാൽ ഇപ്പോൾ, നിങ്ങളുടെ ഉള്ളിൽ എന്തോ ഒന്ന് ഉണർന്നിരിക്കുന്നു.

മതത്തിനപ്പുറം മറ്റെല്ലാത്തിനും നിങ്ങൾ തയ്യാറാണ്.
ബന്ധങ്ങൾക്ക് നിങ്ങൾ തയ്യാറാണ് .
"യേശുവേ, എനിക്ക് നിന്നെ വേണം" എന്ന് പറയാൻ നിങ്ങൾ തയ്യാറാണ്.

സത്യം ഇതാണ്:

"എല്ലാവരും പാപം ചെയ്തിട്ടുണ്ട്; നാമെല്ലാവരും ദൈവത്തിന്റെ മഹത്വകരമായ നിലവാരത്തിൽ നിന്ന്

വ്യതിചലിച്ചു... എന്നിട്ടും ദൈവം തന്റെ കൃപയാൽ നമ്മെ തന്റെ ദൃഷ്ടിയിൽ സൗജന്യമായി നീതീകരിക്കുന്നു."

- **റോമർ** 3:23-24 (NLT)

നിങ്ങൾക്ക് രക്ഷ നേടാൻ കഴിയില്ല. നിങ്ങൾക്ക് സ്വയം നന്നാക്കാൻ കഴിയില്ല. പക്ഷേ യേശു ഇതിനകം തന്നെ മുഴുവൻ വിലയും നൽകി - നിങ്ങളെ വീട്ടിലേക്ക് സ്വാഗതം ചെയ്യാൻ അവൻ കാത്തിരിക്കുകയാണ്.

വീണ്ടും ജനിക്കുന്നത് എങ്ങനെ?

വീണ്ടും ജനിക്കുക എന്നതിനർത്ഥം നിങ്ങളുടെ ജീവിതം യേശുവിന് സമർപ്പിക്കുക എന്നാണ് - അവന്റെ ക്ഷമ സ്വീകരിക്കുക, അവൻ മരിച്ച് ഉയിർത്തെഴുന്നേറ്റു എന്ന് വിശ്വസിക്കുക, അവനെ നിങ്ങളുടെ കർത്താവും രക്ഷകനുമായി സ്വീകരിക്കുക.

ഇത് ലളിതമാണ്. ഇത് ശക്തമാണ്. ഇത് എല്ലാം മാറ്റുന്നു.

ഇത് ഉച്ചത്തിൽ പ്രാർത്ഥിക്കുക:

"കർത്താവായ യേശുവേ, നീ ദൈവപുത്രനാണെന്ന് ഞാൻ വിശ്വസിക്കുന്നു. നീ എന്റെ പാപങ്ങൾക്കു വേണ്ടി മരിച്ചു ഉയിർത്തെഴുന്നേറ്റു എന്ന് ഞാൻ വിശ്വസിക്കുന്നു. ഞാൻ പാപം ചെയ്തുവെന്ന് ഞാൻ ഏറ്റുപറയുന്നു, എനിക്ക് നിന്റെ ക്ഷമ ആവശ്യമാണ്. ഇന്ന്, ഞാൻ പശ്ചാത്തപിക്കുകയും എന്റെ പഴയ വഴികളിൽ നിന്ന് തിരിയുകയും ചെയ്യുന്നു. എന്റെ കർത്താവും രക്ഷകനുമാകാൻ ഞാൻ നിന്നെ എന്റെ ജീവിതത്തിലേക്ക് ക്ഷണിക്കുന്നു. എന്നെ കഴുകി ശുദ്ധീകരിക്കണമേ. നിന്റെ ആത്മാവിനാൽ എന്നെ നിറയ്ക്കണമേ. ഞാൻ വീണ്ടും ജനിച്ചു, ക്ഷമിക്കപ്പെട്ടു, സ്വതന്ത്രനായി എന്ന് ഞാൻ പ്രഖ്യാപിക്കുന്നു. ഇന്നുമുതൽ, ഞാൻ നിന്നെ അനുഗമിക്കും - നിന്റെ കാൽച്ചുവടുകളിൽ ഞാൻ ജീവിക്കും. എന്നെ രക്ഷിച്ചതിന് നന്ദി. യേശുവിന്റെ നാമത്തിൽ, ആമേൻ."

രക്ഷയ്ക്കു ശേഷമുള്ള അടുത്ത ഘട്ടങ്ങൾ

1. **ആരോടെങ്കിലും പറയുക** - നിങ്ങൾ വിശ്വസിക്കുന്ന ഒരു വിശ്വാസിയുമായി നിങ്ങളുടെ തീരുമാനം പങ്കിടുക.

2. **ഒരു ബൈബിൾ അധിഷ്ഠിത സഭ കണ്ടെത്തുക** - ദൈവവചനം പഠിപ്പിക്കുകയും അത് ജീവിതത്തിൽ പ്രാവർത്തികമാക്കുകയും ചെയ്യുന്ന ഒരു കമ്മ്യൂണിറ്റിയിൽ ചേരുക. https://www.otakada.org അല്ലെങ്കിൽ https://chat.whatsapp.com/H67spSun32DDTma8TLh0ov വഴി ഗോഡ്സ് ഈഗിൾ മിനിസ്ട്രികൾ ഓൺലൈനായി സന്ദർശിക്കുക.
3. **സ്നാനമേൽക്കുക** - നിങ്ങളുടെ വിശ്വാസം പരസ്യമായി പ്രഖ്യാപിക്കുന്നതിനുള്ള അടുത്ത പടി സ്വീകരിക്കുക.
4. **ദിവസവും ബൈബിൾ വായിക്കുക** - യോഹന്നാന്റെ സുവിശേഷത്തിൽ നിന്ന് ആരംഭിക്കുക.
5. **എല്ലാ ദിവസവും പ്രാർത്ഥിക്കുക** - ദൈവത്തോട് ഒരു സുഹൃത്തിനെയും പിതാവിനെയും പോലെ സംസാരിക്കുക.
6. **ബന്ധം നിലനിർത്തുക** - നിങ്ങളുടെ പുതിയ നടത്തത്തെ പ്രോത്സാഹിപ്പിക്കുന്ന ആളുകളുമായി നിങ്ങളെ ചുറ്റിപ്പറ്റിയിരിക്കുക.
7. **സമൂഹത്തിനുള്ളിൽ ഒരു ശിഷ്യത്വ പ്രക്രിയ ആരംഭിക്കുക** - ഈ ലിങ്കുകൾ വഴി യേശുക്രിസ്തുവുമായി ഏകീകൃത ബന്ധം വികസിപ്പിക്കുക.

40 ദിവസത്തെ ശിഷ്യത്വം 1 -
https://www.otakada.org/get-free-40-days-online-discipleship-course-in-a-journey-with-jesus/

40 ശിഷ്യത്വം 2 - https://www.otakada.org/get-free-40-days-dna-of-discipleship-journey-with-jesus-series-2/

എന്റെ രക്ഷാ നിമിഷം

തീയതി : ______________________

ഒപ്പ് : ____________________

"ഒരുത്തൻ ക്രിസ്തുവിലായാൽ അവൻ പുതിയ സൃഷ്ടി ആകുന്നു; പഴയതു കഴിഞ്ഞുപോയി, ഇതാ പുതുതായി തീർന്നിരിക്കുന്നു!"

—2 കൊരിന്ത്യർ 5:17.

ക്രിസ്തുവിലുള്ള പുതുജീവിതത്തിന്റെ സർട്ടിഫിക്കറ്റ്

രക്ഷാ പ്രഖ്യാപനം – കൃപയാൽ വീണ്ടും ജനിച്ചു

ഇത് സാക്ഷ്യപ്പെടുത്തുന്നു

____

(പൂർണ്ണമായ പേര്)

യേശുക്രിസ്തുവിൽ കർത്താവും രക്ഷകനുമായി വിശ്വാസം പരസ്യമായി പ്രഖ്യാപിക്കുകയും അവന്റെ മരണത്തിലൂടെയും പുനരുത്ഥാനത്തിലൂടെയും രക്ഷയുടെ സൗജന്യ ദാനം സ്വീകരിക്കുകയും ചെയ്തു.

"യേശുവിനെ കർത്താവാണെന്ന് നീ പരസ്യമായി പ്രഖ്യാപിക്കുകയും ദൈവം അവനെ മരിച്ചവരിൽ നിന്ന് ഉയിർപ്പിച്ചു എന്ന് ഹൃദയം കൊണ്ട് വിശ്വസിക്കുകയും ചെയ്താൽ നീ രക്ഷിക്കപ്പെടും."

- **റോമർ** 10:9 (NLT)

ഈ ദിവസം, സ്വർഗ്ഗം സന്തോഷിക്കുകയും ഒരു പുതിയ യാത്ര ആരംഭിക്കുകയും ചെയ്യുന്നു.

തീരുമാന തീയതി : ______________________

ഒപ്പ് : ______________________

രക്ഷാ പ്രഖ്യാപനം

"ഇന്ന്, ഞാൻ എന്റെ ജീവിതം
യേശുക്രിസ്തുവിന് സമർപ്പിക്കുന്നു.
അവൻ എന്റെ പാപങ്ങൾക്കുവേണ്ടി മരിച്ചു
വീണ്ടും ഉയിർത്തെഴുന്നേറ്റു എന്ന് ഞാൻ
വിശ്വസിക്കുന്നു. ഞാൻ അവനെ എന്റെ
കർത്താവും രക്ഷകനുമായി സ്വീകരിക്കുന്നു.
ഞാൻ ക്ഷമിക്കപ്പെട്ടിരിക്കുന്നു, വീണ്ടും
ജനിച്ചിരിക്കുന്നു, പുതുക്കപ്പെട്ടിരിക്കുന്നു. ഈ
നിമിഷം മുതൽ, ഞാൻ അവന്റെ
കാൽച്ചുവടുകളിൽ നടക്കും."

ദൈവകുടുംബത്തിലേക്ക് സ്വാഗതം!

കുഞ്ഞാടിന്റെ ജീവപുസ്തകത്തിൽ
നിങ്ങളുടെ പേര് എഴുതിയിരിക്കുന്നു.

നിങ്ങളുടെ കഥ ഇപ്പോൾ ആരംഭിക്കുകയാണ് -
അത് ശാശ്വതമാണ്.

ദൈവത്തിന്റെ കഴുകന്റെ ശുശ്രൂഷകളുമായി ബന്ധപ്പെടുക

- വെബ്സൈറ്റ്: www.otakada.org
- വെൽത്ത് ബിയോണ്ട് വറി സീരീസ്: www.wealthbeyondworryseries.com
- ഇമെയിൽ: ambassador@otakada.org

- **ഈ പ്രവർത്തനത്തെ പിന്തുണയ്ക്കുക:**

ഉടമ്പടി നയിക്കുന്ന ദാനത്തിലൂടെ രാജ്യ പദ്ധതികൾ, ദൗത്യങ്ങൾ, സൗജന്യ ആഗോള വിഭവങ്ങൾ എന്നിവയെ പിന്തുണയ്ക്കുക.

നൽകാൻ QR കോഡ് സ്കാൻ ചെയ്യുക

https://tithe.ly/give?c=308311

നിങ്ങളുടെ ഔദാര്യം കൂടുതൽ ആത്മാക്കളിലേക്ക് എത്തിച്ചേരാനും, വിഭവങ്ങൾ വിവർത്തനം ചെയ്യാനും, മിഷനറിമാരെ പിന്തുണയ്ക്കാനും, ആഗോളതലത്തിൽ ശിഷ്യത്വ സംവിധാനങ്ങൾ കെട്ടിപ്പടുക്കാനും ഞങ്ങളെ സഹായിക്കുന്നു.
നന്ദി!

Give in the Spirit of Luke 6:38

3. ഞങ്ങളുടെ വാട്ട്സ്ആപ്പ് ഉടമ്പടി കമ്മ്യൂണിറ്റിയിൽ ചേരുക

അപ്ഡേറ്റുകൾ, ഭക്തിപരമായ ഉള്ളടക്കം എന്നിവ സ്വീകരിക്കുക, ലോകമെമ്പാടുമുള്ള ഉടമ്പടി മനസ്സുള്ള വിശ്വാസികളുമായി ബന്ധപ്പെടുക.

ചേരാൻ സ്കാൻ ചെയ്യുക

https://chat.whatsapp.com/H67spSun32DDTma8TLh0ov

ശുപാർശ ചെയ്യുന്ന പുസ്തകങ്ങളും വിഭവങ്ങളും

മോചനം പരാജയപ്പെടുന്നത് എന്തുകൊണ്ട് - ദൈവത്തിന്റെ അഗ്നി ആത്മാവിനെ എങ്ങനെ പുനഃസ്ഥാപിക്കുന്നു: സമഗ്രമായ മോചനത്തിനായുള്ള 40 ദൈനംദിന പ്രഖ്യാപനങ്ങൾ

ഈ ലിങ്ക് വഴി പേപ്പർബാക്ക് ഓർഡർ ചെയ്യുക -

https://shop.ingraspark.com/b/084?params=hRHuHyigdcnVpGc9hy9gNCOQLuCHt8ReHNPx1l1xWbZ

ആമസോണിലെ ഇ-ബുക്ക് -

https://www.amazon.com/Why-Deliverance-Fails-Declarations-All-Round-ebook/dp/B0FW74L4G4

ക്യുആർ കോഡ് –

സേവ്ഡ് ബട്ട് ലോസ്റ്റ് – ദി അൺഡിസിപ്ലെഡ് കൺവേർട്ട് – 25 ഭാഷകളിലേക്ക് വിവർത്തനം ചെയ്തു

പേപ്പർബാക്ക്

https://shop.ingrampark.com/b/084?params=iYNB6S3PLMfREpm0jMM15bMe3BvWlkjcYyLYnHVGAds

ഇ-ബുക്ക് - https://www.amazon.com/SAVED-BUT-LOST-UNDISCIPLED-heartbreak-ebook/dp/B0FVJ29DF7

ആത്മീയ യുദ്ധത്തിന്റെയും വീണ്ടെടുപ്പിന്റെയും 7 ദിവസങ്ങൾ - ഇത് ഭാഗം 1 ആണ്

ശത്രുവിനെ ബന്ധിക്കുക, അമ്പുകൾ ഏഴുമടങ്ങ് തിരിച്ചുകൊടുക്കുക, നിങ്ങളുടെ വിധി പുനഃസ്ഥാപിക്കുക

https://shop.ingrampark.com/b/084?params=8mPzqUl73Ex7uPyeO7ydyt8EGkkB6u2gX1jZvWU8j1C

ഇ-ബുക്ക് ലിങ്ക് - https://www.amazon.com/DAYS-SPIRITUAL-WARFARE-RECOVERY-Returning-ebook/dp/B0FMPJM5KZ

ആത്മീയ യുദ്ധത്തിന്റെയും വീണ്ടെടുപ്പിന്റെയും 7 ദിവസങ്ങൾ - ഭാഗം 2 - വിജയം മുദ്രകുത്തൽ, കുടുംബ ദുഷ്ടത തകർക്കൽ, നിങ്ങളുടെ പുനഃസ്ഥാപിത വിധി സംരക്ഷിക്കൽ

പേപ്പർബാക്ക് - https://shop.ingrampark.com/b/084?params=LkpNmGSsApHhWhiSO7bW3wFmcXQKIO4ZEBeSbP5rL1S

ഇ-ബുക്ക് - https://www.amazon.com/DAYS-SPIRITUAL-WARFARE-RECOVERY-Wickedness-ebook/dp/B0FR9YCMY8

ഇരുട്ടിൽ നിന്ന് ആധിപത്യത്തിലേക്ക്:
ഇരുട്ടിന്റെ മറഞ്ഞിരിക്കുന്ന പിടിയിൽ നിന്ന്
മോചനം നേടാൻ 40 ദിവസങ്ങൾ

–

സ്വതന്ത്രരാകാൻ തയ്യാറായ വ്യക്തികൾക്കും,
കുടുംബങ്ങൾക്കും, രാഷ്ട്രങ്ങൾക്കും
വേണ്ടിയുള്ള ഒരു ആഗോള
ബോധവൽക്കരണം, മോചനം, ശക്തി
എന്നിവയുടെ ഭക്തിഗാനം.

പേപ്പർബാക്ക്

https://shop.ingrampark.com/b/084?params=aVgp21Qf
wJxNANkfMxIQ0yejuFCVY12KFr978SRkZUD

ആമസോൺ ലിങ്ക് -
https://www.amazon.com/DARKNESS-DOMINION-Devotional-Awareness-Deliverance-ebook/dp/B0FLDH2Y67

- ***ഇരുട്ടിന്റെ ശക്തിയിൽ നിന്ന് മോചിതമായത്*** **(പേപ്പർബാക്ക്)** – ഇവിടെ വാങ്ങുക | ആമസോണിലെ ഇ-ബുക്ക്

- **യുണൈറ്റഡ് സ്റ്റേറ്റ്സിൽ നിന്നുള്ള മികച്ച അവലോകനങ്ങൾ:**
  - **കിൻഡിൽ കസ്റ്റമർ** : "ഇതുവരെ വായിച്ചതിൽ വച്ച് ഏറ്റവും മികച്ച ക്രിസ്തീയ പുസ്തകം!" (5 നക്ഷത്രങ്ങൾ)

ഈ സാക്ഷ്യത്തിന് യേശുവിനെ സ്തുതിക്കുക. ഞാൻ വളരെയധികം അനുഗ്രഹിക്കപ്പെട്ടിരിക്കുന്നു, എല്ലാവരും ഈ പുസ്തകം വായിക്കാൻ ഞാൻ ശുപാർശ ചെയ്യുന്നു... കാരണം പാപത്തിന്റെ ശമ്പളം മരണമാണ്, എന്നാൽ ദൈവത്തിന്റെ ദാനം നിത്യജീവനാണ്. ശാലോം! ശാലോം!

- **ഡാ ജിസ്റ്റർ** : "ഇത് വളരെ രസകരവും വിചിത്രവുമായ ഒരു പുസ്തകമാണ്." (5 നക്ഷത്രങ്ങൾ)

പുസ്തകത്തിൽ പറഞ്ഞിരിക്കുന്നത് സത്യമാണെങ്കിൽ ശത്രുവിന് ചെയ്യാൻ കഴിയുന്ന കാര്യങ്ങളിൽ നമ്മൾ വളരെ പിന്നിലാണ്! ... ആത്മീയ യുദ്ധത്തെക്കുറിച്ച് പഠിക്കാൻ ആഗ്രഹിക്കുന്ന ഏതൊരാൾക്കും അത്യാവശ്യമായ ഒന്ന്.

- **വിസ** : "ഈ പുസ്തകം ഇഷ്ടപ്പെട്ടു" (5 നക്ഷത്രങ്ങൾ)

ഇതൊരു കണ്ണുതുറപ്പിക്കുന്ന അനുഭവമാണ്... ഒരു യഥാർത്ഥ കുറ്റസമ്മതം... അടുത്തിടെയായി ഞാൻ ഇത് വാങ്ങാൻ എല്ലായിടത്തും തിരയുകയായിരുന്നു. ആമസോണിൽ നിന്ന് ഇത് ലഭിച്ചതിൽ വളരെ സന്തോഷം.

- **ഫ്രാങ്ക്ജെഎം** : "വളരെ വ്യത്യസ്തം" (4 നക്ഷത്രങ്ങൾ)

ആത്മീയ യുദ്ധം എത്രത്തോളം യഥാർത്ഥമാണെന്ന് ഈ പുസ്തകം എന്നെ

ഓർമ്മിപ്പിക്കുന്നു. "ദൈവത്തിന്റെ പൂർണ്ണ ആയുധവർഗ്ഗം" ധരിക്കേണ്ടതിന്റെ കാരണവും ഇത് ഓർമ്മിപ്പിക്കുന്നു.

- **ജെൻജെൻ** : "സ്വർഗ്ഗത്തിൽ പോകാൻ ആഗ്രഹിക്കുന്ന എല്ലാവരും - ഇത് വായിക്കുക!" (5 നക്ഷത്രങ്ങൾ)

ഈ പുസ്തകം എന്റെ ജീവിതത്തെ വളരെയധികം മാറ്റിമറിച്ചു. ജോൺ റാമിറെസിന്റെ സാക്ഷ്യത്തോടൊപ്പം, നിങ്ങളുടെ വിശ്വാസത്തെ വ്യത്യസ്തമായി നോക്കാൻ ഇത് നിങ്ങളെ പ്രേരിപ്പിക്കും. ഞാൻ ഇത് 6 തവണ വായിച്ചു!

- *മുൻ സാത്താനിസ്റ്റ്: ജെയിംസ് എക്സ്ചേഞ്ച്* (പേപ്പർബാക്ക്) – ഇവിടെ വാങ്ങുക | ആമസോണിലെ ഇ-ബുക്ക്

- *ഒരു ആഫ്രിക്കൻ മുൻ സാത്താനിസ്റ്റിന്റെ സാക്ഷ്യം - പാസ്റ്റർ ജോനാസ് ലുകുന്തു എംപാല* (പേപ്പർബാക്ക്) — ഇവിടെ വാങ്ങുക | ആമസോണിലെ ഇ-ബുക്ക്

- *ഗ്രേറ്റർ എക്സ്പ്ലോയിറ്റ്സ് 14* (പേപ്പർബാക്ക്) — ഇവിടെ വാങ്ങുക | ആമസോണിലെ ഇ-ബുക്ക്

- ജോൺ റാമിറെസിന്റെ *ഔട്ട് ഓഫ് ദി ഡെവിൾസ് കോൾഡ്രോൺ* – ആമസോണിൽ ലഭ്യമാണ്.
- റെബേക്ക ബ്രൗൺ എഴുതിയ *തടവുകാരെ മോചിപ്പിക്കാൻ അവൻ വന്നു* – ആമസോണിൽ കണ്ടെത്തുക

രചയിതാവ് പ്രസിദ്ധീകരിച്ച മറ്റ് പുസ്തകങ്ങൾ – 1000-ത്തിലധികം ശീർഷകങ്ങൾ

സ്നേഹിക്കപ്പെട്ടു, തിരഞ്ഞെടുക്കപ്പെട്ടു, മുഴുവനും : തിരസ്കരണത്തിൽ നിന്ന് പുനഃസ്ഥാപനത്തിലേക്കുള്ള 30 ദിവസത്തെ യാത്ര ലോകത്തിലെ 40 ഭാഷകളിലേക്ക് വിവർത്തനം ചെയ്തു.

https://www.amazon.com/Loved-Chosen-Whole-Rejection-Restoration-ebook/dp/B0F9VSD8WL

https://shop.ingrampark.com/b/084?params=xga0WR16muFUwCoeMUBHQ6HwYjddLGpugQHb3DVa5hE

അദ്ദേഹത്തിന്റെ ചുവടുകളിൽ — 40 ദിവസത്തെ WWJD ചലഞ്ച്:

ലോകമെമ്പാടുമുള്ള യഥാർത്ഥ ജീവിത കഥകളിൽ യേശുവിനെപ്പോലെ ജീവിക്കുന്നു

https://www.amazon.com/His-Steps-Challenge-Real-Life-Stories-ebook/dp/B0FCYTL5MG

https://shop.ingrampark.com/b/084?params=DuNTWS59IbkvSKtGFbCbEFdv3Zg0FaITUEvlK49yLzB

യേശു വാതിൽക്കൽ:

40 ഹൃദയഭേദകമായ കഥകളും ഇന്നത്തെ സഭകൾക്കുള്ള സ്വർഗ്ഗത്തിന്റെ അന്തിമ മുന്നറിയിപ്പും

https://www.amazon.com/dp/B0FDX31L9F

https://shop.ingramspark.com/b/084?params=TpdA5j8WPvw83glJ12N1B3nf8LQte2a1lIEy32bHcGg

JESUS AT THE DOOR
40 HEARTBREAKING STORIES AND HEAVEN'S FINAL WARNING TO TODAY'S CHURCHES
ZACHARIAS GODSEAGLE, COMFORT LADI OGBE, AMBASSADOR MONDAY O. OGBE

ഉടമ്പടി ജീവിതം: ആവർത്തനം 28 ലെ അനുഗ്രഹത്തിൽ 40 ദിവസത്തെ നടത്തം

- https://www.amazon.com/dp/B0FFJCLDB5

യഥാർത്ഥ ആളുകൾ, യഥാർത്ഥ അനുസരണം, യഥാർത്ഥ കഥകൾ

https://shop.ingrampark.com/b/084?params=bH3pzfz1zdCOLpbs7tZYJNYgGcYfU32VMz3J3a4e2Qt

20-ലധികം ഭാഷകളിൽ പരിവർത്തനം

അവളെയും അവളെയും അറിയുന്നത്:

രോഗശാന്തി, മനസ്സിലാക്കൽ, നിലനിൽക്കുന്ന സ്നേഹം എന്നിവയിലേക്കുള്ള 40 ദിവസങ്ങൾ

https://www.amazon.com/KNOWING-HER-HIM-Healing-Understanding-ebook/dp/B0FGC4V3D9

https://shop.ingramspark.com/b/084?params=vC6KCLoI7Nnum24BVmBtSme9i6k59p3oynaZOY4B9Rd

പൂർണ്ണം, മത്സരിക്കാത്തത്:

ലക്ഷ്യം, ഐക്യം, സഹകരണം എന്നിവയിലേക്കുള്ള 40 ദിവസത്തെ യാത്ര

https://shop.ingrampark.com/b/084?params=5E4v1tHgeTqOOuEtfTYUzZDzLyXLee30cqYo0Ov9941

https://www.amazon.com/COMPLETE-NOT-COMPETE-Journey-Collaboration-ebook/dp/B0FGGL1XSQ/

ദൈവിക ആരോഗ്യ കോഡ് - ദൈവവചനത്തിലൂടെയും സൃഷ്ടിയിലൂടെയും രോഗശാന്തി സജീവമാക്കുന്നതിനുള്ള 40 ദൈനംദിന താക്കോലുകൾ സസ്യങ്ങളുടെയും, പ്രാർത്ഥനയുടെയും, പ്രവാചക പ്രവർത്തനത്തിന്റെയും രോഗശാന്തി ശക്തി അൺലോക്ക് ചെയ്യുക.

https://shop.ingramspark.com/b/084?params=xkZMrYcEHnrJDhe1wuHHYixZDViiArCeJ6PbNMTbTux

https://www.amazon.com/dp/B0FHJT42TK

മറ്റ് പുസ്തകങ്ങൾ രചയിതാവിന്റെ പേജിൽ കാണാം https://www.amazon.com/stores/Ambassador-Monday-O.-Ogbe/author/B07MSBPFNX

www.ingramcontent.com/pod-product-compliance
Lightning Source LLC
LaVergne TN
LVHW040417051026
849517LV00002B/355

* 9 7 9 8 2 9 5 6 4 3 5 8 3 *